AF748574

ചിന്തിക്കുന്ന യന്ത്രം

നിർമ്മിത ബുദ്ധിയെക്കുറിച്ചുള്ള ആലോചനകൾ

Chinthikkunna Yanthram
Nirmmithabhudhiyekurichulla alochanakal
Study
Editor **K S Ranjith**

CHINTHA PUBLISHERS
Thiruvananthapuram
Email: chinthapublishers@gmail.com
Website: www.chinthapublishers.com

First Edition
June 2024

Second Edition
August 2024

Second Impression
September 2024

Published by
Chintha Publishers, Thiruvananthapuram

Printed at
Print Express, Kochi

Cover Design
Vinod Mangoes

Design & Layout
Sivaprasad B

A version is available at National Libraries
Kolkata, Mumbai, Chennai and Delhi

Distribution
DESHABHIMANI BOOKHOUSE
H O Thiruvananthapuram 695035

Branch
Head Office Kunnukuzhi I Statue Thiruvananthapuram I
Saphalyam Complex Thiruvananthapuram I
KSRTC Bus Station Ernakulam I Machingal Lane Thrissur I
IG Road Kozhikode I Mavoor Road Kozhikode I
NGO Union Building Kannur I Central Bus Terminal
Complex Thavakkara Kannur

ISBN : 978 81 973995 3 4
CR : 3504/7086
Price : ₹260

ചിന്തിക്കുന്ന യന്ത്രം

നിർമ്മിത ബുദ്ധിയെക്കുറിച്ചുള്ള ആലോചനകൾ

എഡിറ്റർ

കെ എസ് രഞ്ജിത്ത്

ടി വി മധു
എതിരൻ കതിരവൻ
അച്യുത്ശങ്കർ എസ് നായർ
ജിജോ പി യു
സി പ്രേംശങ്കർ
സുനിൽ തോമസ് തോണിക്കുഴിയിൽ
ജയാ ജി നായർ
ദീപക് പി
കെ എൻ ഗണേശ്
കെ സുജിത്ത്കുമാർ

ചിന്ത പബ്ലിഷേഴ്സ്
തിരുവനന്തപുരം 695 035
വില: ₹ 260

കെ എസ് രഞ്ജിത്ത്

ചിന്ത പബ്ലിഷേഴ്സ് എഡിറ്റർ.

ചിന്ത വാരികയുടെ മുൻ പത്രാധിപ സമിതിയംഗം.സി ഡിറ്റ് ന്യൂ മീഡിയ വിഭാഗം മേധാവി, ദൃശ്യമാധ്യമവിഭാഗം ഹെഡ്, കോഴ്സ് ഡയറക്ടർ എന്നീ നിലകളിൽപ്രവർത്തിച്ചിരുന്നു. വിവിധ ഐ ടി സ്ഥാപനങ്ങളിൽ ചീഫ് ആർക്കിടെക്ട്, സി ടി ഒ, ടെക്നിക്കൽ ഡയറക്ടർ എന്നീ നിലകളിൽ പ്രവർത്തന പരിചയം. അർത്ഥശാസ്ത്രം, സാങ്കേതിക വിദ്യയും സമൂഹവും തുടങ്ങിയ വിഷയങ്ങളിൽ വിവിധ പ്രസിദ്ധീകരണങ്ങളിൽ ലേഖനങ്ങളും പഠനങ്ങളും പ്രസിദ്ധീകരിച്ചിട്ടുണ്ട്. ഗ്രാമീണ ഗ്രന്ഥശാലകളെ സംബന്ധിച്ച് സി ഡി എസിൽ ഗവേഷണം നടത്തി. എം ഫിൽ ബിരുദധാരി. കേരളത്തിലെ ആദ്യത്തെ മൾട്ടി മീഡിയ സി ഡി റോമായ ഗ്രീൻ സിറ്റാഡൽ അടക്കം രണ്ടു ഡസനിലധികം സി ഡി റോമുകളും അനിമേഷൻ ചിത്രങ്ങളും പുറത്തിറക്കിയിട്ടുണ്ട്. നിരവധി ഡോക്യുമെന്ററികൾ സംവിധാനം ചെയ്തിട്ടുണ്ട്. മാർക്സ് വായനകൾ, സ്വത്വം ദേശം നിയമം, ഇന്ത്യൻ കർഷക സമൂഹം തുടങ്ങിയ സമാഹാരങ്ങളിൽ ലേഖനങ്ങൾ പ്രസിദ്ധീകരിച്ചിട്ടുണ്ട്.

ജീവിതപങ്കാളി : കെ പി പ്രവീണ
മകൾ : ദേവകി ശിവാനി
Email : ksranjith.chintha@gmail.com
Phone : 9446900588

ഉള്ളടക്കം

പ്രസാധകക്കുറിപ്പ്

സമീപകാലം വരെ ശാസ്ത്രഭാവനകളിൽ മാത്രം ഒതുങ്ങിനിന്നിരുന്ന ഒന്നാണ് സ്വയം പഠിക്കാനും ചിന്തിച്ച് പ്രവർത്തിക്കാനും മനുഷ്യനെപ്പോലെതന്നെ ശേഷിയുള്ള യന്ത്രങ്ങൾ. എന്നാൽ നിർമ്മിത ബുദ്ധിയുടെ പുതിയ തരംഗം ആ ഭാവനകളെ വീണ്ടും സജീവമാക്കിയിരിക്കുന്നു. നമ്മുടെ സ്വകാര്യ ജീവിതത്തിലേക്കും തൊഴിൽ സ്ഥലത്തേക്കും ഇതിന്റെ പ്രയോഗങ്ങൾ കടന്നെത്തിയിരിക്കുന്നു. നമ്മുടെ ലാപ്ടോപ്പുകളിലും സ്മാർട്ട്ഫോണുകളിലും വരെ നിർമ്മിത ബുദ്ധിയെ അടിസ്ഥാനമാക്കിയ ആപ്ലിക്കേഷനുകൾ ലഭ്യമായിത്തുടങ്ങിയിരിക്കുന്നു. സാധാരണ ജനങ്ങൾക്കുതന്നെ ഇത് പല രീതിയിൽ അനുഭവവേദ്യമായിത്തുടങ്ങിയിരിക്കുന്നു. പറയുന്നതിനനുസരിച്ച് ആവശ്യമായ രീതിയിൽ കത്തുകൾ തയ്യാറാക്കുക, നമ്മുടെ സംശയങ്ങൾക്ക് മറുപടികൾ നൽകുക, നമ്മുടെ താൽപ്പര്യങ്ങൾക്കനുസരിച്ച് ചിത്രങ്ങളും വീഡിയോകളും നിർമ്മിച്ച് തരുക എന്നിങ്ങനെ പല പണികളും ചെയ്തുതരുന്ന നിരവധി സോഫ്റ്റ്‌വെയർ ആപ്ലിക്കേഷനുകൾ ഇന്ന് സുലഭമാണ്.

സ്വയം പഠിക്കുകയും ആലോചിച്ച് പ്രവർത്തിക്കുകയും ചെയ്യുന്ന യന്ത്രങ്ങൾ ഭൂമുഖത്ത് മനുഷ്യന്റെ സ്ഥാനത്തെ പുനർനിർവചിക്കും എന്ന് തന്നെയുള്ള അവകാശവാദങ്ങൾ പല കേന്ദ്രങ്ങളിൽനിന്നും ഉയർന്നു കേൾക്കുന്നു. മാനവചരിത്രത്തിൽ തീയും വൈദ്യുതിയും ഉണ്ടാക്കിയ മാറ്റങ്ങളെക്കാൾ വലുതായിരിക്കും നിർമ്മിത ബുദ്ധി ഉണ്ടാക്കാൻ പോകുന്നത് എന്നും ഈ മേഖലയിലെ പ്രമുഖർ പലരും അവകാശപ്പെടുന്നു. ഈ അവകാശവാദങ്ങളിൽ എത്രത്തോളം വസ്തുതയുണ്ട്? എന്തൊക്കെ മാറ്റങ്ങളാണ് ഉല്പാദനമേഖലയിലും തൊഴിൽരംഗത്തും നിർമ്മിത ബുദ്ധി വരുത്തുവാൻ പോകുന്നത്? ഇതിനു പിന്നിലുള്ള ശാസ്ത്രവും സാങ്കേതികവിദ്യകളും എന്തൊക്കെയാണ്? ഈ ചോദ്യങ്ങൾക്കുള്ള ഉത്തരം തേടുകയാണ് ഇവിടെ. തത്വചിന്തയുടെയും സാമൂഹിക ശാസ്ത്രങ്ങളുടെയും കമ്പ്യൂട്ടർ സയൻസിന്റെയും വ്യത്യസ്തമായ കാഴ്ചപ്പാടുകളിൽ നിന്നുകൊണ്ട് നിർമ്മിത ബുദ്ധിയെന്ന പ്രതിഭാസത്തെ സമഗ്രമായി വിലയിരുത്തുകയാണ് ഈ പുസ്തകം. വളരെ ഗൗരവതരമായ ആലോചനകൾ നിർമ്മിത ബുദ്ധിയുമായി ബന്ധപ്പെട്ട് നടക്കുന്ന വർത്തമാനകാലത്ത് ആ മേഖലയിലുള്ള ഗണ്യമായ സംഭാവനയായി ഈ പുസ്തകം മാറുമെന്ന് ഞങ്ങൾ പ്രതീക്ഷിക്കുന്നു.

ചിന്ത പബ്ലിഷേഴ്സ്

ആമുഖം

ചിന്തിക്കുന്ന യന്ത്രത്തെക്കുറിച്ചുള്ള ചിന്തകൾ

കെ എസ് രഞ്ജിത്ത്

ചിന്തിക്കുന്ന യന്ത്രം നിരവധി ഭ്രുതങ്ങളെയാണ് നമ്മുടെ ആശയ ലോകത്തിലേക്ക് തുറന്നുവിട്ടത്. തീർത്തും വ്യത്യസ്തമായ ജ്ഞാന മണ്ഡലങ്ങളിലാണ് അത് അനുരണനങ്ങൾ സൃഷ്ടിച്ചുകൊണ്ടിരിക്കുന്നത്. തത്വചിന്ത മുതൽ ന്യൂറോ സയൻസ് വരെ, അർത്ഥശാസ്ത്രം മുതൽ മാധ്യമലോകം വരെ, സാങ്കേതിക വിദ്യ മുതൽ ഭാഷാ ശാസ്ത്രം വരെ അത് ഒരേസമയം സൈദ്ധാന്തികവും പ്രായോഗികവുമായ ബഹുമുഖ ആലോചനകൾക്ക് വഴി തുറന്നിരിക്കുന്നു.

എന്താണ് ചിന്ത, ചിന്തിക്കുക എന്നാൽ എന്താണ്, ചിന്തയെ സ്വാധീനിക്കുന്ന ഘടകങ്ങൾ എന്താണ് തുടങ്ങിയ മെറ്റാഫിസിക്കൽ ചോദ്യങ്ങൾക്ക് ഉത്തരം തിരയേണ്ടത് തത്വചിന്തയുടെ മണ്ഡലത്തിലാണെങ്കിൽ, മനുഷ്യന്റെ തലച്ചോറിനുള്ളിൽ വിവരങ്ങൾ സൂക്ഷിച്ചു വെക്കുകയും കൈകാര്യം ചെയ്യപ്പെടുകയും ചെയ്യുന്നത് എങ്ങനെ എന്ന ചോദ്യം പരിശോധിക്കപ്പെടുന്നത് ന്യൂറൽനെറ്റ്‌വർക്കുകളുടെ ശാസ്ത്രത്തിലാണ്. നിർമിത ബുദ്ധിയുടെ മണ്ഡലത്തിൽ നടക്കുന്ന ഭീമമായ മുതൽമുടക്കുള്ള ഗവേഷണങ്ങളുടെയും അതുമായി ബന്ധപ്പെട്ട ഉല്പന്നങ്ങളു

ടെയും പിന്നിലുള്ള അർത്ഥശാസ്ത്രം ആരായലാണ് മറ്റൊന്ന്. സ്വയം പഠിക്കാൻ യന്ത്രങ്ങളെ പ്രാപ്തമാക്കുന്ന പ്രോഗ്രാമിങ് വിദ്യകൾ കമ്പ്യൂട്ടർ സയൻസിന്റെ പരിധിയിൽ വരുന്നു. തൊഴിൽ മേഖലയിൽ അത് സൃഷ്ടിച്ചുകൊണ്ടിരിക്കുന്ന വിപ്ലവങ്ങളുടെ പരിശോധന സാമൂഹിക ശാസ്ത്ര വിഷയമാണ്. നിർമിത ബുദ്ധിയുടെ ഈ മൾട്ടി ഡിസിപ്ലിനറി സ്വഭാവം കൊണ്ടാണ് തത്വചിന്തകരും, ശുദ്ധ ശാസ്ത്രകാരന്മാരും, കമ്പ്യൂട്ടർ സയന്റിസ്റ്റുകളും, സാമൂഹിക ശാസ്ത്ര വിദഗ്ധരുമെല്ലാം ഈ വിഷയവുമായി ബന്ധപ്പെട്ട് ചിന്തിക്കുകയും എഴുതുകയും ചെയ്യേണ്ടി വരുന്നത്. വളരെ വ്യത്യസ്തമായ അക്കാദമിക മേഖലയിൽ നിന്നുള്ളവർ ഇത്തരമൊരു പുസ്തകത്തിൽ എഴുത്തുകാരായി വരുന്നത് ഈ സാഹചര്യത്തിലാണ്. ഈ പുസ്തകത്തിന്റെ ഏറ്റവും പ്രധാന സവിശേഷതയായി പറയാനുള്ളത് ഇതാണ്.

ഡിജിറ്റൽ സാങ്കേതികവിദ്യകളുടെ ഒരുല്പന്നമായ നിർമിത ബുദ്ധിയുടെ മണ്ഡലത്തിൽ തത്വചിന്തകരുടെ ഇടം എവിടെ എന്ന സംശയം ശുദ്ധ ശാസ്ത്രത്തിന്റെ വക്താക്കളും സാങ്കേതിക വിദ്യയുടെ പ്രയോക്താക്കളും പലപ്പോഴും ഉന്നയിക്കാറുള്ളതാണ്. ശാസ്ത്രവും തത്വചിന്തയും തമ്മിലുള്ള പാരസ്പര്യത്തെക്കുറിച്ചുള്ള ധാരണക്കുറവിലാണ് ഈ സംശയം കുടികൊള്ളുന്നത്. സ്വന്തമായി ചോദ്യങ്ങൾ ചോദിക്കാനും അവയ്ക്കുത്തരം കണ്ടെത്താനുമുള്ള അന്വേഷണ പ്രാപ്തി സ്വയം കൈവരിക്കുന്ന വേളയിലാണ് തത്വചിന്തയുടെ കൂടുവിട്ട് ഓരോ ശാസ്ത്രശാഖകളും പറന്നകലുന്നതും സ്വന്തം ആകാശവും ഭൂമിയും സൃഷ്ടിക്കുന്നതും. എന്നാൽ അനുഭവൈക മണ്ഡലമെന്ന ലക്ഷ്മണരേഖയ്ക്കുള്ളിൽ വിഹരിക്കുവാൻ മാത്രമേ ഏതൊരു ശാസ്ത്രത്തിനും അനുമതിയുള്ളൂ. ശാസ്ത്ര ചിന്തകളുടെ പരിമിതിയും അതാണ്. കോഗ്നിറ്റീവ് സയൻസിന്റെ മണ്ഡലത്തിലെ അടിസ്ഥാന സമസ്യകൾക്കുള്ള ഉത്തരം തിരഞ്ഞു തിരഞ്ഞു നാമെത്തിപ്പെടുന്നത് തത്വചിന്തയുടെ ലോകത്തിലാകുന്നത് ഈ സാഹചര്യത്തിലാണ്. 'മനുഷ്യരായി നടിക്കേണ്ടി വന്ന യന്ത്രങ്ങൾ' എന്ന ലേഖനത്തിലൂടെ നിർമിത ബുദ്ധിയുമായി ബന്ധപ്പെട്ട സമസ്യകളെ തത്വചിന്തയുടെ കണ്ണിലൂടെ പരിശോധിക്കുകയാണ് ഡോ. ടി വി മധു. ചിന്തിക്കുന്ന യന്ത്രം എന്ന ആശയത്തെ വളരെ സൂക്ഷ്മമായി പരിശോധിക്കാനും അതിന്റെ ചരിത്രത്തെ അവതരിപ്പിക്കാനും ചിന്തിക്കുന്ന യന്ത്രമെന്ന മിത്ത് എങ്ങനെ പ്രവർത്തനക്ഷമമാവുന്നു എന്ന് പരിശോധിക്കാനുമാണ് ഈ ലേഖനത്തിലൂടെ മധു ശ്രമിക്കുന്നത്.

ബോധജ്ഞാനത്തെ ശുദ്ധ ശാസ്ത്രത്തിന്റെ കണ്ണുകളിലൂടെ പരിശോധിക്കാനാണ് പ്രമുഖ ന്യൂറോസയൻസ് ഗവേഷകനായ എതിരൻ കതിരവൻ ശ്രമിക്കുന്നത്. സമീപകാലം വരെ ശാസ്ത്രത്തിന്റെ ഏറ്റവും വലിയ പ്രഹേളികയായിരുന്നു മനുഷ്യമസ്തിഷ്കത്തിന്റെ പ്രവർത്തനം. ആ കുരുക്കുകൾ ഏതാണ്ട് അഴിച്ചെടുക്കപ്പെട്ടു എന്നാണ് ന്യൂറോസയൻസ് ഇന്ന് വിശ്വസിക്കുന്നത്. വിവരങ്ങൾ ശേഖരിക്കുകയും അത് ഉപയോഗപ്പെടുത്തി ശരീരത്തിന് പ്രവർത്തിക്കാനാവശ്യമായ നിർദേശങ്ങൾ നൽകുകയും ചെയ്യുന്ന ന്യൂറൽ നെറ്റ്‌വർക്കുകളുടെ മാതൃക അനുകരിക്കാനാണ് നിർമിത ബുദ്ധിയുടെ സാങ്കേതികവിദ്യ ഇന്ന് ശ്രമിക്കുന്നത്. തലച്ചോറിനുള്ളിലെ ജൈവ ന്യൂറോണുകളുടെ കൊടുക്കൽ വാങ്ങലുകൾ സൃഷ്ടിക്കുന്ന വലയങ്ങൾ കൃത്രിമമായി പിന്തുടരാനാണ് നിർമിത ബുദ്ധിയുടെ ശ്രമം. ഈ പ്രക്രിയയെക്കുറിച്ചുള്ള വിശദമായ പഠനമാണ് എതിരൻ കതിരവന്റെ ലേഖനം.

മലയാളികൾക്ക് ഏറ്റവും പരിചിതനായ കമ്പ്യൂട്ടർ ശാസ്ത്രജ്ഞനാണ് ഡോ. അച്യുത് ശങ്കർ. നിർമിത ബുദ്ധിയെക്കുറിച്ചുള്ള ചിന്തകൾക്കും അവയുടെ പ്രായോഗികതയ്ക്കും വന്നിട്ടുള്ള പരിണാമങ്ങൾ രസകരമായി അവതരിപ്പിക്കുകയാണ് ഈ ലേഖനത്തിലൂടെ അച്യുത്ശങ്കർ. നിർമിത ബുദ്ധിയെ സംബന്ധിച്ച ആലോചനകൾ അക്കാദമിക് ലോകത്തും ശാസ്ത്രകാരന്മാരുടെ മണ്ഡലത്തിലും മാത്രം ഒതുങ്ങിനിന്നിരുന്ന കാലത്ത്, മൂന്നു പതിറ്റാണ്ടുകൾക്ക് മുൻപ്, എഴുതിയ ലേഖനങ്ങളിലെ ആശയങ്ങൾ പുതിയ വികാസങ്ങളുടെ വെളിച്ചത്തിൽ പുനഃപരിശോധിക്കുകയാണ് ഈ ലേഖനത്തിലൂടെ അച്യുത്ശങ്കർ ചെയ്യുന്നത്.

നിർമിത ബുദ്ധിയുടെ ചരിത്രത്തെ അക്കാദമികമായി അവതരിപ്പിക്കുകയാണ് ഡോ. ജിജു. അലൻ ട്യൂറിംഗ് ആവിഷ്കരിച്ച അടിസ്ഥാന ആശയങ്ങൾ പിൽക്കാലത്ത് എങ്ങനെ വികസിച്ചുവന്നുവെന്ന് ഈ ലേഖനം വിശദീകരിക്കുന്നു. നിർമിത ബുദ്ധിയുടെ അര നൂറ്റാണ്ടിലേറെ നീളുന്ന ശാസ്ത്ര ചരിത്രമാണ് ഇവിടെ ആവിഷ്കരിച്ചിരിക്കുന്നത്.

ആർട്ടിഫിഷ്യൽ ന്യൂറൽ നെറ്റ്‌വർക്കുകളാണ് നിർമിത ബുദ്ധിയുടെ അടിസ്ഥാനം. ലക്ഷക്കണക്കിന് ജൈവ ന്യൂറോണുകൾ ഉപയോഗിച്ച് പ്രവർത്തിക്കുന്ന മനുഷ്യമസ്തിഷ്കമെന്ന അത്ഭുതത്തിനെ കൃത്രിമ ന്യൂറോണുകളുപയോഗിച്ച് ബാഹ്യമായി പുനർനിർമ്മിക്കാനാണ് നിർമിതബുദ്ധിയുടെ സമകാലിക സാങ്കേതികവിദ്യകൾ ശ്രമിക്കുന്നത്. ഇന്ദ്രിയങ്ങളിലൂടെ ലഭിക്കുന്ന സിഗ്നലുകൾക്കനുസൃത

മായി ഉത്തേജിതരാകുന്ന തലച്ചോറിലെ ന്യൂറോണുകൾ നമുക്ക് ഈ ലോകത്തെ ദൃശ്യ ദൃശ്യേതര അനുഭവങ്ങൾ പകർന്നുതരുന്നതിനെ യാന്ത്രികമായി പുനഃസൃഷ്ടിക്കാനാവുമോ എന്ന ചോദ്യത്തെ അടുത്തറിയാൻ ഈ ലേഖനം സഹായിക്കും.

ഒരു മനുഷ്യനെ യന്ത്രത്തിൽനിന്നും അടിസ്ഥാനപരമായി വ്യതിരിക്തനാക്കുന്നത് അനുഭവങ്ങളുടെ അടിസ്ഥാനത്തിൽ ചെയ്യുന്ന കാര്യങ്ങൾ പുനഃക്രമീകരിക്കാനും ഭാവി പദ്ധതികൾ അതിനനുസൃതമായി ആവിഷ്കരിക്കാനുമുള്ള കഴിവാണ്. മുൻകൂട്ടി പ്രോഗ്രാം ചെയ്തു വെച്ചിരുന്ന കാര്യങ്ങൾക്കനുസൃതമായി പ്രവർത്തിക്കാനുള്ള ശേഷി മാത്രമേ ഇതുവരെയുള്ള കമ്പ്യൂട്ടർ യന്ത്രങ്ങൾക്കുണ്ടായിരുന്നുള്ളൂ. അതിൽ നിന്നുമുള്ള ഗുണപരമായ വിച്ഛേദമാണ് മെഷീൻ ലേർണിംഗ്. യന്ത്രങ്ങൾക്കും അനുഭവത്തിൽനിന്നും പഠിക്കാനാവുമെന്നും മനുഷ്യനും യന്ത്രവുമായുള്ള ആ അടിസ്ഥാന വ്യത്യാസം കൂടി ഇല്ലാതാവുകയാണെന്നും അവകാശപ്പെടുന്ന മെഷീൻ ലേണിംഗ് എന്ന പ്രതിഭാസത്തെ പരിചയപ്പെടുത്തുകയാണ് 'സ്വയം പഠിക്കുന്ന യന്ത്രം' എന്ന ലേഖനത്തിലൂടെ ജയാ ജി നായർ.

മെട്രിക്സ് എന്ന ഹോളിവുഡ് സിനിമയിൽ ഡിജിറ്റൽ വിദ്യകളുടെ കുരുക്കുകൾക്കുള്ളിൽ സമ്പൂർണ്ണമായും അകപ്പെടുന്ന മനുഷ്യജീവിതത്തെ ആവിഷ്ക്കരിക്കുന്നുണ്ട്. യന്ത്ര ലോകത്തുനിന്നും പുറത്തുവരാനാവാത്ത മനുഷ്യൻ. വിവര സാങ്കേതിക വിദ്യകളെ ആഘോഷമാക്കുന്ന പലരും ഇത്തരത്തിലുള്ള അവകാശ വാദങ്ങൾ ഉയർത്തുന്നവരാണ്. ഇത്തരം ചിന്തകളുടെ പൊള്ളത്തരത്തെയും അതിനു പിന്നിലുള്ള രാഷ്ട്രീയത്തെയും നോക്കിക്കാണാൻ ശ്രമിക്കുന്ന പഠനങ്ങളാണ് ദീപക്കിന്റേത്. വിവരസാങ്കേതികവിദ്യകളുടെ പ്രയോഗത്തെ വിമർശനാത്മകമായി വിലയിരുത്തുന്ന കമ്പ്യൂട്ടർ ശാസ്ത്രജ്ഞനും അധ്യാപകനുമായ ദീപക്ക് വെബ് തിരയലിനു പിന്നിലുള്ള സൂക്ഷ്മ പ്രക്രിയകളെയും അതുമായി ബന്ധപ്പെട്ട പാരിസ്ഥിതിക രാഷ്ട്രീയത്തെയും തന്റെ ലേഖനത്തിലൂടെ അനാവരണം ചെയ്യുന്നു

സാങ്കേതിക വിദ്യകളിൽ അന്തർലീനമായ മൂലധന താല്പര്യങ്ങളാണ് കെ എൻ ഗണേഷ് അന്വേഷിക്കുന്നത്. സാമൂഹിക ശാസ്ത്രത്തിന്റെ കണ്ണുകളിലൂടെ നിർമിത ബുദ്ധിയെന്ന സാങ്കേതിക വിദ്യയുടെ കടന്നുവരവിനെയും അതിന്റെ ചരിത്രത്തെയുമാണ് ഗണേഷ് വിശദമാക്കുന്നത്. അതിന്റെ സൃഷ്ടിപരതയെയും വിനാശപരമായ സാധ്യതകളെയും വൈരുദ്ധ്യാത്മകമായി വിലയിരുത്തുന്ന പഠനമാണിത്.

വർഗ്ഗീകരണത്തിലൂടെയാണ് മനുഷ്യൻ ലോകത്തെ മനസ്സിലാക്കാൻ ശ്രമിക്കുന്നത്. ഇക്കാര്യത്തിൽ മനുഷ്യന്റെ ഏറ്റവും സുപ്രധാനമായ അനുഭവമാണ് കാഴ്ച. കാണുക, തിരിച്ചറിയുക എന്നീ പ്രതിഭാസങ്ങൾക്ക് നിർമിത ബുദ്ധിയുടെ കാലത്ത് കൈവന്നിരിക്കുന്ന അധിക പ്രസക്തി ഇതിനകം തന്നെ ഏവർക്കും ബോധ്യമാണ്. കാഴ്ചയുടെ അനുഭവമണ്ഡലത്തിൽ നിർമിത ബുദ്ധി നടത്തുന്ന ഇടപെടലുകളെ സൈദ്ധാന്തികമായും സാങ്കേതികമായും അവതരിപ്പിക്കുകയാണ് സുജിത്കുമാർ.

നിർമിത ബുദ്ധിയെക്കുറിച്ചുള്ള ആലോചനകളിൽ ഏറെ ചർച്ച ചെയ്യപ്പെടുന്ന ഒന്നാണ് ഉൽപ്പാദന മേഖലയിൽ അത് സൃഷ്ടിക്കുന്ന പ്രത്യാഘാതങ്ങൾ. ഓരോ പുതിയ സാങ്കേതികവിദ്യയുടെ കടന്നുവരവും വലിയ ചലനങ്ങളാണ് ഉൽപ്പാദന മേഖലയിൽ ഉണ്ടാക്കിയിട്ടുള്ളത്. തൊഴിലെടുക്കുന്നവരുടെ ജീവിതത്തിൽ ഇത് വലിയ ആശങ്കകൾ പലപ്പോഴും സൃഷ്ടിച്ചിട്ടുണ്ട്. ഈ ചരിത്ര പശ്ചാത്തലത്തിൽ നിന്നുകൊണ്ട് നിർമിത ബുദ്ധി സൃഷ്ടിക്കാനിടയുള്ള ചലനങ്ങളെ നോക്കിക്കാണാനാണ് 'യന്തിരൻ വാഴുന്ന ലോകം' എന്ന ലേഖനത്തിലൂടെ ഞാനിവിടെ ശ്രമിച്ചിട്ടുള്ളത്.

ഏതാണ്ട് ഒരു വർഷത്തെ പ്രവർത്തനഫലമാണ് ഈ പുസ്തകം. വിവിധ മേഖലകളെ സംബന്ധിച്ചുള്ള പഠനങ്ങൾ സമാഹരിക്കുകയല്ല, മറിച്ച് ഒട്ടുമിക്ക എഴുത്തുകാരോടും പ്രത്യേക വിഷയങ്ങളിൽ ലേഖനങ്ങൾ ആവശ്യപ്പെട്ട് എഴുതി വാങ്ങുകയാണ് ചെയ്തിട്ടുള്ളത്. വിവിധ അക്കാദമിക് മേഖലകളിലെ തിരക്കിനിടയിലും ഇതിനായി സമയം കണ്ടെത്തിയ എല്ലാ ലേഖകർക്കും നന്ദി രേഖപ്പെടുത്താൻ കൂടി ഈ അവസരം വിനിയോഗിക്കട്ടെ.

ചിന്തിക്കുന്ന യന്ത്രത്തെക്കുറിച്ചുള്ള ചിന്തകൾ കറങ്ങിത്തിരിഞ്ഞ് മനുഷ്യനെക്കുറിച്ചുള്ള ചിന്തകളായി മാറുന്നത് സ്വാഭാവികം മാത്രം. പെരുന്തച്ചന്റെയും മകന്റെയും പാവകളുടെ കഥയും, ദെക്കാർത്തിന്റെ പാവയും കേവലം സാങ്കേതികവിദ്യയുടെ കഥയായി ചുരുങ്ങുന്നില്ല. അത് സാങ്കേതികവിദ്യയുടെ പ്രതലം വിട്ട് മനുഷ്യനെയും അവർക്കിടയിലുള്ള ബന്ധങ്ങളുടെയും ഭാവനയുടെ മണ്ഡലത്തിലേക്ക് ഉയരുന്നുണ്ട്. നിർമിത ബുദ്ധിയെയും അത് സൃഷ്ടിക്കുന്ന ചിന്തിക്കുന്ന യന്ത്രത്തെയും കുറിച്ചുള്ള ആലോചനകൾ കേവലം സാങ്കേതികവിദ്യയുടെ മണ്ഡലത്തിലേക്ക് ചുരുക്കാതെ, പോസിറ്റിവിസ്റ്റ് ശാസ്ത്രത്തിന്റെ ചുമരുകൾക്കുള്ളിൽ തളയ്ക്കാതെ, മുന്നോട്ടു കൊണ്ടുപോവേണ്ടതുണ്ട് എന്ന ഒരു ഓർമ്മപ്പെടുത്തൽ മാത്രമാണ് ഈ പുസ്തകം.

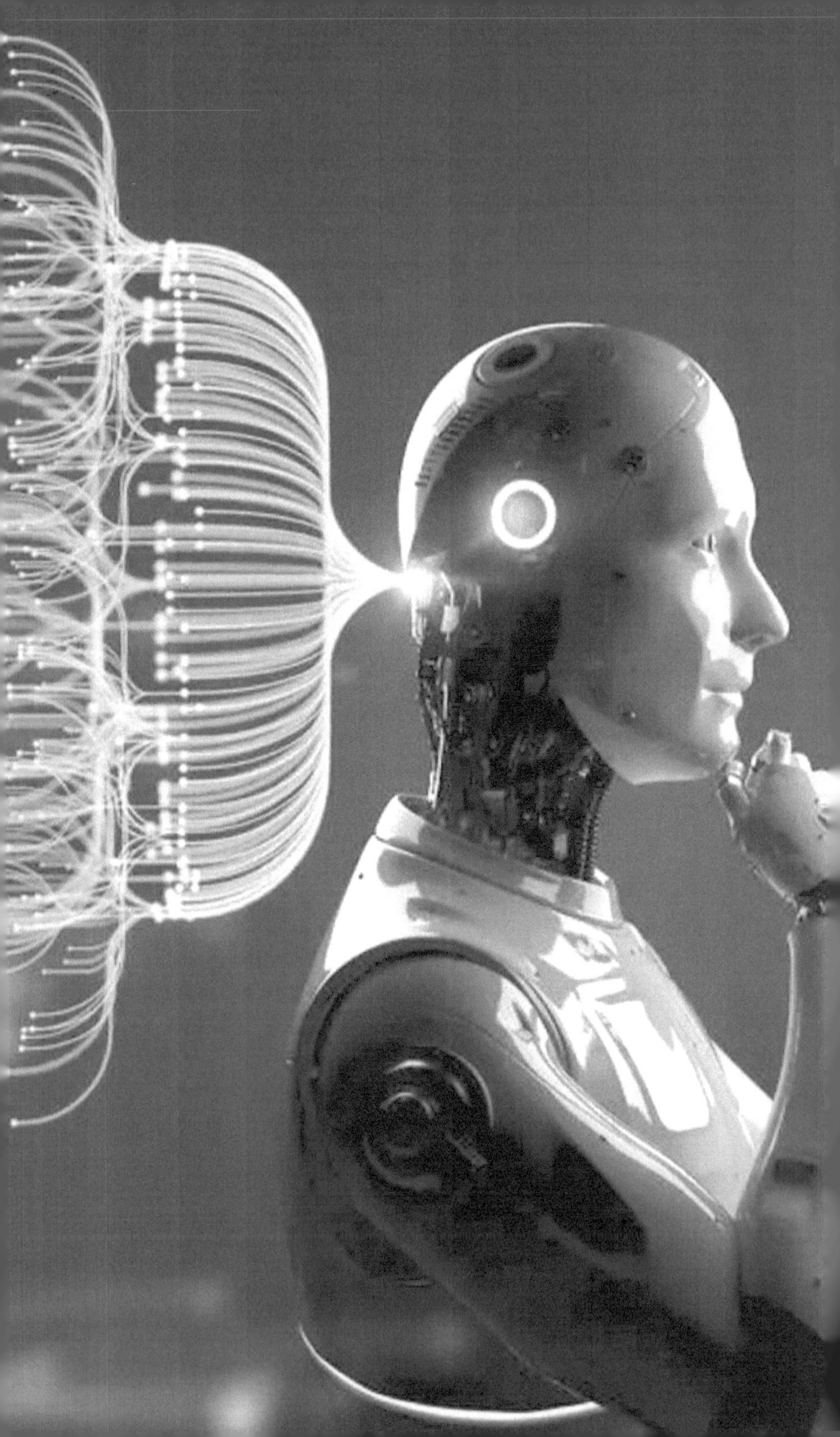

മനുഷ്യരായി നടിക്കേണ്ടിവന്ന യന്ത്രങ്ങൾ

ടി വി മധു

ചിന്തിക്കുന്ന യന്ത്രം എന്ന ആശയത്തെ ഒരു മിത്ത് എന്ന നിലയിൽ കാണാനാണ് ഈ കുറിപ്പിൽ ശ്രമിക്കുന്നത്. ഒരുപക്ഷേ, സാങ്കേതികവിദ്യയുടെ ലോകത്തിലെ ഏറ്റവും പ്രബലമായ ഒരു മിത്താണ് അത്. മിത്ത് എന്നത് വെറുമൊരു കെട്ടുകഥയല്ല. ചിന്തിക്കുന്ന യന്ത്രം എന്നത് ഇന്നൊരു കെട്ടുകഥയല്ലല്ലോ. വിചിത്രമോ വിസ്മയകരമോ ആയ ഒരു ആശയമല്ല ഇന്നത്. നമുക്ക് തീർത്തും പരിചിതമാണ് 'യന്തിരചിന്തനം.' പോക്കറ്റിൽ ഒരു മൊബൈൽ ഫോൺ കൊണ്ടുനടക്കുമ്പോൾ ചിന്തിക്കുന്ന ഒരു യന്ത്രം നമ്മുടെ കൂടെയുണ്ട്, നമ്മുടെ ഹൃദയത്തോട് ചേർന്ന്! അത് വിവരങ്ങൾ തരുന്നുണ്ട്, ഓർക്കുന്നുണ്ട്, കണക്കുകൂട്ടുന്നുണ്ട്, വിശകലനം ചെയ്യുന്നുണ്ട്, പ്രവചിക്കുന്നുണ്ട്, പ്രതികരിക്കുന്നുണ്ട്. ഒരർത്ഥത്തിൽ, തലച്ചോറിന്റെ ഒരു കഷ്ണം ആണ് നമ്മൾ പോക്കറ്റിൽ കൊണ്ടുനടക്കുന്നത്. ഇപ്പറഞ്ഞതൊന്നും സ്വതന്ത്രമായ ചിന്തയല്ല എന്നും മുൻകൂറായി പ്രോഗ്രാം ചെയ്യപ്പെട്ട യാന്ത്രികമായ പെരുമാറ്റങ്ങൾ മാത്രമാണെന്നുമൊക്കെ വാദിക്കുന്നതിൽ വലിയ കാര്യമൊന്നും ഉണ്ടെന്ന തോന്നുന്നില്ല. മനുഷ്യജീവിയുടെ

മസ്തിഷ്കവും പലമട്ടിൽ പ്രോഗ്രാം ചെയ്യപ്പെട്ടതാണ് എന്ന പഴയ വാദം തന്നെ മതി അതിൽ വലിയ കാര്യമൊന്നുമില്ലെന്ന് കാണിക്കാൻ. മനുഷ്യജീവിക്ക് മാത്രമേ ചിന്തിക്കാനാവൂ എന്ന ലബ്ധപ്രതിഷ്ഠമായ വിശ്വാസത്തേയോ ആശ്വാസത്തേയോ അടിസ്ഥാനമാക്കി യന്ത്രചിന്തനം അസാധ്യമാണെന്ന് വാദിക്കാനല്ല ഇവിടെ ശ്രമിക്കുന്നത്. ചിന്തിക്കുന്ന ജീവിയാണ് മനുഷ്യൻ എന്ന് പറയുമ്പോൾ ഏതുതരം പ്രവൃത്തികളെയാണ് ചിന്തനം എന്ന് വിശേഷിപ്പിക്കേണ്ടതെന്ന കാര്യത്തിൽ മുൻകൂറായി തീർപ്പുണ്ടാക്കി ലക്ഷണവശാൽ മനുഷ്യജീവിയിൽ അത് ആരോപിക്കുകയാണ് നമ്മൾ ചെയ്യുന്നത്. ഇതേ ലക്ഷണശാസ്ത്രം വെച്ച് ചിന്തിക്കുന്ന യന്ത്രത്തെ സങ്കല്പിക്കുന്നതിലും തെറ്റൊന്നുമില്ല. ഇവിടെ ശ്രമിക്കുന്നത്, ചിന്തിക്കുന്ന യന്ത്രം എന്ന ആശയത്തെ ഒന്നടുത്തുവെച്ച് പരിശോധിക്കാനാണ്. അതിന്റെ ചരിത്രം ഹ്രസ്വമായി അവതരിപ്പിക്കാനാണ് ആദ്യത്തെ ഭാഗത്ത് ശ്രമിക്കുന്നത്. പിന്നീട്, ഒരു മിത്ത് എന്ന നിലയിൽ അത് എങ്ങനെ പ്രവർത്തനക്ഷമമാവുന്നു എന്നതിനെക്കുറിച്ച് ചില ആലോചനകൾ അവതരിപ്പിക്കാൻ ശ്രമിക്കുന്നു.

മിത്ത് വെറുമൊരു കെട്ടുകഥയല്ലെന്ന് പറഞ്ഞു. പറയുന്ന കഥയല്ല മറിച്ച് ജീവിക്കുന്ന കഥയാണ് മിത്ത്. ആളുകൾ അതിൽ ജീവിക്കുന്നു. യഥാർത്ഥമായ ഒന്നിനെയും സൂചിപ്പിക്കുന്നില്ലെങ്കിലും അത് അയഥാർത്ഥമല്ല. മൂർത്തമായ ഫലസിദ്ധികളുണ്ട് മിത്തിന്. ജീവിതത്തെ ആനിമേറ്റ് ചെയ്യുന്ന, ചലിപ്പിക്കുന്ന കഥയാണത്. മാത്രവുമല്ല നിലവിലുള്ള അവസ്ഥ എന്താണോ അതിനെ മറികടക്കാനുള്ള വഴി നിർദ്ദേശിക്കുന്നുണ്ട് മിത്തുകൾ. നമ്മൾ എന്താണ് എന്നതിനപ്പുറം എന്താവണം എന്നതിലേക്ക് ചൂണ്ടുന്നുണ്ട് അവ. സാങ്കേതികശാസ്ത്രപരമായ മിത്ത് എന്ന മട്ടിൽ ചിന്തിക്കുന്ന യന്ത്രം എന്ന ആശയത്തെ എടുക്കുമ്പോൾ ഈ വശം പ്രധാനമായിവരുന്നു. സാങ്കേതികവിദ്യയുടെ ലോകത്തെ ജീവത്താക്കുന്ന മിത്താണ് അത്. ആ മിത്ത് ചെയ്യുന്നതും മേൽപ്പറഞ്ഞ കാര്യം തന്നെയാണ്. ആദർശാത്മകമായ ഒരു അവസ്ഥയെ ചൂണ്ടിയാണ് അത് നിലവിലുള്ളതിനെ ജീവത്താക്കുന്നത്. എന്താണ് (what is) എന്നതിലേക്കാവില്ല അത് ചൂണ്ടുന്നത്, എന്താവണം (what ought to be) എന്നതിലേക്കായിരിക്കും. നിലവിലുള്ള ഒരു യന്ത്രത്തെ വിവരിക്കുകയല്ല ഈ മിത്ത്. ചിന്തിക്കുന്ന ഒരു യന്ത്രം ഉണ്ടാവണം, അല്ലെങ്കിൽ മനുഷ്യൻ യന്ത്രംപോലെ ചിന്തിക്കണം എന്നൊക്കെയാവാം അത് പറയുന്നത്. എന്നാൽ സാങ്കേതികവിദ്യയിലെ മിത്തിന്റെ ഒരു സ്വഭാവം അതിന്റെ അനി

തരസാധാരണമായ കരുത്താണ്. ആദർശാത്മകം എന്ന നിലയിൽ നിർദേശിക്കപ്പെടുന്ന ഒരു അവസ്ഥ നിലവിൽ ഉള്ള ഒന്നാണെന്ന ധാരണ അത് സൃഷ്ടിക്കുന്നു. ഈ ധാരണ ഒരു വിശ്വാസം മാത്രമല്ല. നമ്മൾ അതിലാണ് ശ്വസിക്കുന്നത്. അത് നമ്മുടെ ആവാസവ്യവസ്ഥയായി മാറുന്നു. സാങ്കേതികവിദ്യ പ്രകൃതി തന്നതിനുമേൽ മനുഷ്യൻ തീർത്ത ഒരു ഏച്ചുകെട്ടലല്ല. അത് നമ്മുടെ ആവാസവ്യവസ്ഥ തന്നെയായി മാറുന്നുണ്ട്. മറ്റൊരുതരത്തിൽ പറഞ്ഞാൽ, അത് സ്വന്തം പ്രതിച്ഛായയിൽ മനുഷ്യരെ സൃഷ്ടിക്കുന്നുണ്ട്.

യന്ത്രം ചിന്തിക്കുമോ?

ചിന്തിക്കുന്ന യന്ത്രം എന്ന ആശയം ആദ്യമായി അവതരിപ്പിക്കുന്നത് അലൻ ട്യൂറിങ്ങാണ്. 'കമ്പ്യൂട്ടിങ് മെഷിനറി ആൻഡ് ഇന്റലിജൻസ്' എന്ന അദ്ദേഹത്തിന്റെ 1950 ലെ പ്രബന്ധം തുടങ്ങുന്നത് തന്നെ ഒരു യന്ത്രത്തിന് ചിന്തിക്കാൻ പറ്റുമോ എന്ന ചോദ്യത്തോടെയാണ്. അത്യന്തം വിപ്ലവകരമായ ചോദ്യമാണ് അത്. വിശേഷിച്ചും ഇന്നത്തെ നിലയിലുള്ള കമ്പ്യൂട്ടർ സാങ്കേതികവിദ്യ നിലവിൽ വരുന്നതിനും മുൻപുള്ള കാലഘട്ടത്തിൽ. ചിന്ത എന്ന പദം എന്തിനെയാണ് കുറിക്കുന്നത് എന്നത് പ്രധാനമാണ്. പല സൂചനകളെ ഉൾക്കൊള്ളുന്ന മട്ടിൽ അതിസങ്കീർണമായ പദമാണത്. അതിന്റെ ഒഴിവാക്കാനാവാത്ത സൂചനകളിലൊന്ന് ബുദ്ധിയാണ്. ബൗദ്ധികമായ പ്രവൃത്തിയാണ്, പെരുമാറ്റമാണ് ചിന്ത എന്നതാണല്ലോ നടപ്പുള്ള ധാരണ. അപ്പോൾ, ഒരു യന്ത്രത്തിന് ചിന്തിക്കാനാവുമോ എന്ന ചോദ്യം യന്ത്രത്തിന് ബുദ്ധിപൂർവകമായി പെരുമാറാൻ കഴിയുമോ എന്ന ചോദ്യമാണ്. ഇന്റലിജൻസ് എന്ന പദമാണ് കൂടുതൽ അനുയോജ്യം. കൃത്രിമ ബുദ്ധി, യന്ത്രബുദ്ധി എന്നീ ആശയങ്ങളുടെയൊക്കെ തുടക്കം അലൻ ട്യൂറിങ്ങിന്റെ വിപ്ലവകരമായ ചോദ്യവും ഗവേഷണവും ആണ്. ഒരു പെരുമാറ്റത്തെ, പ്രവൃത്തിയെ ബുദ്ധിപൂർവകം എന്ന് വിശേഷിപ്പിക്കാനുള്ള ഉപാധി എന്താണ്? ഏത് ഘടകം ഉൾച്ചേർന്നാലാണ് ഒരു പ്രവൃത്തി ബുദ്ധിപൂർവകം ആവുക? പല ഘടകങ്ങൾ ഉണ്ടാവാമെങ്കിലും അവയിൽ ഏറ്റവും അനിവാര്യമായത് ഏതാണ് എന്നതാണ് പ്രശ്നം. ഒരു ചോദ്യത്തിന് ഉചിതമായ ഉത്തരം നൽകാൻ ആർക്കെങ്കിലും കഴിയുന്നുവെങ്കിൽ അത് ബുദ്ധിയുള്ള പെരുമാറ്റമാണ് എന്ന് പറയാറുണ്ട്. ബൗദ്ധികശേഷിയെക്കുറിച്ച് പണ്ടേ നിലനിൽക്കുന്ന ഒരു ധാരണയാണ് ഇത്. ചാറ്റ് ജി പി ടിയുടെ കാലത്ത് ബുദ്ധിയുടെ സുവ്യക്തമായ മാനദണ്ഡമായി ഇപ്പറഞ്ഞ ചോദ്യോത്തരയുക്തി മാറിയത് ഉദാഹരണമായെടുക്കാം.

ഉചിതമായി പ്രതികരിക്കുക എന്നാൽ എന്താണ്? ഇന്ത്യയുടെ ഇപ്പോഴത്തെ പ്രധാനമന്ത്രി ആരാണ് എന്ന ചോദ്യത്തിന് ജവഹർ ലാൽ നെഹ്റു എന്ന് ഉത്തരം പറഞ്ഞാൽ നിങ്ങൾക്ക് വിവരം കുറവാണെന്ന് വരും. എന്നാൽ, നിങ്ങൾക്ക് ബുദ്ധിയില്ല എന്ന നിഗമനത്തിൽ എത്താൻ ഇത് മതിയാവില്ല. കാരണം ചോദ്യത്തിനുള്ള ഉത്തരം ആണ് നിങ്ങൾ നൽകിയത്. അത് വസ്തുതാപരമല്ല എന്നു മാത്രം. ഉത്തരത്തിൽ ഔചിത്യം ഉണ്ട്, വസ്തുതയില്ല. മേൽപ്പറഞ്ഞ ചോദ്യത്തിന്റെ മറുപടിയായി താജ്മഹൽ ഇന്ത്യയിലാണ് എന്ന് നിങ്ങൾ പറഞ്ഞാൽ അത് ബുദ്ധിശൂന്യമായ പ്രതികരണമാണ്. ഉത്തരത്തെ ഒരു പ്രസ്താവനയായി എടുത്താൽ അത് വസ്തുതാപരമായി ശരിയുമാണ് എങ്കിലും, മറ്റൊരു കാര്യം കൂടി ഇവിടെ ഓർക്കേണ്ടതുണ്ട്. സാധുതയും വസ്തുതയും തമ്മിലെ വേർതിരിവ് തത്വചിന്തയ്ക്ക് പണ്ടേ പരിചിതമായ ഒന്നാണ്. വാദങ്ങളെ സംബന്ധിച്ചുള്ളതാണ് അത്. തർക്കശാസ്ത്രത്തിൽ പണ്ടുമുതലേ ഇത് കാണാം. ഇവിടെ സാധുത എന്നത് രൂപപരമായ സംഗതിയാണ്. എല്ലാ മനുഷ്യരും മരണമുള്ളവരാണ്, സോക്രട്ടീസ് മനുഷ്യനാണ്, ആയതിനാൽ സോക്രട്ടീസ് മരണമുള്ളവനാണ് എന്ന വാദം രൂപപരമായി സാധുവാണ്. ഇത് സാധുവാകുന്നത് ആദ്യത്തെയോ രണ്ടാമത്തെയോ മൂന്നാമത്തെയോ പ്രസ്താവങ്ങൾ വസ്തുതാപരമായതുകൊണ്ടല്ല. അവയ്ക്ക് പകരം വസ്തുതാപരമായി ശരിയല്ലാത്ത പ്രസ്താവങ്ങൾ ആണ് വാദത്തിൽ ഉള്ളതെങ്കിലും സാധുതയ്ക്ക് കോട്ടമൊന്നും വരില്ല. മനുഷ്യൻ, മരണം, സോക്രട്ടീസ് എന്നീ വാക്കുകളുടെ അർത്ഥമോ സൂചനയോ ഒന്നും പ്രശ്നമല്ല. മനുഷ്യരുടെ മസ്തിഷ്കം അടിസ്ഥാനപരമായി ഇതേമട്ടിൽ രൂപപരമായാണ് പ്രവർത്തിക്കുന്നതെങ്കിലോ? എങ്കിൽ ലോജിക് നമ്മുടെ തലയിലുണ്ടെന്നർത്ഥം വരും. ഈ പ്രവർത്തനത്തെയാണ് ബുദ്ധി എന്ന് വിശേഷിപ്പിക്കുന്നതെങ്കിൽ ഇതേ പ്രവർത്തനം എവിടെയുണ്ടോ അവിടെയൊക്കെ ബുദ്ധിയുണ്ട് എന്നും അനുമാനിക്കാവുന്നതാണ്. രൂപപരമായ ഒരു പ്രവർത്തനപദ്ധതി കൃത്രിമമായി ഉണ്ടാക്കാനായാൽ അത് കൃത്രിമബുദ്ധി ആയി. ചുരുക്കിപ്പറഞ്ഞാൽ കൃത്രിമബുദ്ധി എന്ന ആശയത്തിന്റെ ബീജരൂപത്തിലുള്ള സാധ്യത തർക്കശാസ്ത്രചിന്തയുടെ പാരമ്പര്യത്തിൽ തന്നെയുണ്ട്. ട്യൂറിങ് ചർച്ചചെയ്ത പ്രശ്നത്തിലേക്ക് വന്നാൽ, വാദമോ തർക്കമോ അല്ല കാര്യം. ഉചിതമായ പ്രതികരണം സാധുവാകുന്നത് അതിന്റെ ഘടനയെ അടിസ്ഥാനമാക്കിയാണ്. ചോദ്യത്തിന്റെ ഘടനയോട് ചേരുന്ന ഉത്തരമാണ് ഉചിതമായ പ്രതികരണം എന്ന് സാമാന്യേന പറയാം.

ഇങ്ങനെ ഒരു യന്ത്രം പ്രതികരിച്ചാൽ അതിൽ ബുദ്ധിയുണ്ട്. ഉചിതമായ രീതിയിൽ പ്രതികരിക്കുക എന്നത് മനുഷ്യന് കഴിയുന്നതും യന്ത്രത്തിന് കഴിയാത്തതുമായ ഒന്നാണ് എന്നതാണ് പരമ്പരാഗതമായ ഒരു ധാരണ. ഈ ധാരണയെ ആഴത്തിൽ സമ്മർദ്ദത്തിലാക്കുന്ന ഒരു ആശയമെന്ന നിലയിലാണ് യന്ത്രബുദ്ധി എന്ന ആശയം ട്യൂറിങ് ഉന്നയിക്കുന്നത്.

ഒരു യന്ത്രത്തോടും ഒരു മനുഷ്യനോടും ചില ചോദ്യങ്ങൾ ചോദിക്കുകയും ഉത്തരങ്ങൾ ലഭ്യമാവുകയും ചെയ്യുന്ന ഒരു അവസ്ഥാവിശേഷം, ഒരു കളി, സങ്കൽപ്പിക്കുക. യന്ത്രവും മനുഷ്യനും ചോദ്യം ചോദിക്കുന്ന ആളും പരസ്പരം ദൃശ്യമല്ലാത്ത വിധം വെവ്വേറെ അറകളിലാണ് എന്നും സങ്കൽപ്പിക്കുക. ഏത് അറയിലാണ് യന്ത്രമുള്ളതെന്നും ഏത് അറയിലാണ് മനുഷ്യനുള്ളതെന്നും ചോദ്യകർത്താവിന് മുന്നേ അറിയില്ല. ലഭ്യമായ ഉത്തരങ്ങൾ വിലയിരുത്തിയ ശേഷവും അയാൾക്ക് ഇക്കാര്യം വേർതിരിച്ചറിയാൻ കഴിയുന്നില്ല എന്ന് കരുതുക. അതായത്, ഏതുത്തരമാണ് യന്ത്രത്തിന്റേത്, ഏതുത്തരമാണ് മനുഷ്യന്റേത് എന്ന് അയാൾക്ക് തിരിച്ചറിയാൻ കഴിയുന്നില്ലെങ്കിൽ ആ കളിയിൽ യന്ത്രം ജയിച്ചു! ഇതിനെ ബുദ്ധിപരീക്ഷയായി എടുത്താൽ പരീക്ഷയിൽ വിജയിച്ച യന്ത്രത്തിന് ബുദ്ധിയുണ്ട് എന്നർത്ഥം. ഇതിനെയാണ് ട്യൂറിങ് ടെസ്റ്റ് എന്ന് വിശേഷിപ്പിച്ചു പോരുന്നത്. ഒരു കാര്യം ഓർക്കേണ്ടതുണ്ട്. ട്യൂറിങ്ങിന്റെ കാലത്ത് ഇങ്ങനെയൊരു യന്ത്രം ഇല്ല. ഈ നിലയിൽ നോക്കിയാൽ അയഥാർത്ഥമായ ഒരു സന്ദർഭത്തെ മുൻനിർത്തി, ചിന്തയിൽ നടത്തിയ ഒരു പരീക്ഷണം ആയിരുന്നു അത്. ഇന്ന് അത് അയഥാർത്ഥമായ ഒന്നല്ല. ചാറ്റ് ജി പി റ്റിയിൽ ഒരു ചോദ്യത്തിന് ലഭ്യമായ ഉത്തരം നോക്കുക. ഒരു മനുഷ്യന്റേതിൽനിന്നും അതിനെ വേർതിരിക്കാനായെന്ന് വരില്ല. ട്യൂറിങ് ടെസ്റ്റ് ജയിച്ച യന്ത്രങ്ങൾ, ഈ അർത്ഥത്തിൽ, ഇന്നുണ്ട്. മുൻപ് സൂചിപ്പിച്ചപോലെ ചിന്തിക്കുന്ന യന്ത്രം കേവലം ഒരു മിത്തല്ല. അത്യന്തം വിപ്ലവകരമായ രീതിയിൽ ഒരു ലോകത്തെ ആനിമേറ്റ് ചെയ്ത ആശയമാണ് ട്യൂറിങ് മുന്നോട്ടുവെച്ചത്. വളരെ രഹസ്യ സ്വഭാവമുള്ള ചില ഗവേഷണ പ്രവർത്തനങ്ങളായിരുന്നു ട്യൂറിങ് ഏർപ്പെട്ടത്. രണ്ടാം ലോക യുദ്ധത്തിൽ ബ്രിട്ടനു വേണ്ടി ജർമൻ മിലിറ്ററി മെസ്സേജുകളുടെ ഡിക്കോഡിങ്ങായിരുന്നു ട്യൂറിങ് ചെയ്തിരുന്നത്. അതിനുള്ള യന്ത്രസംവിധാനം അദ്ദേഹം വിജയകരമായി രൂപപ്പെടുത്തി. യുദ്ധം ജയിച്ചതിനു ശേഷമുള്ള ട്യൂറിങ്ങിന്റെ ജീവിതം വലിയ ദുരന്തമായിരുന്നു എന്നത് ചരിത്രം. സ്വവർഗാനുരാഗിയാണ് എന്ന

കാരണത്താൽ അദ്ദേഹം ജയിലിൽ അടയ്ക്കപ്പെടുകയും രാസ വന്ധ്യം കരണത്തിന് വിധേയനാക്കപ്പെടുകയും ചെയ്തു. ചികിത്സ/ശിക്ഷ നടക്കുന്ന സമയത്ത് അദ്ദേഹം ആത്മഹത്യ ചെയ്യുകയാണുണ്ടായത്.

ദെക്കാർത്തിന്റെ പാവ

ട്യൂറിങ്ങിന് മുൻപ് മറ്റാരും യന്ത്രത്തിന് ചിന്തിക്കാനാവുമോ എന്ന ചോദ്യം ഒരു പരികല്പനാരൂപത്തിൽ മുന്നോട്ടുവെച്ചതായി അറിവില്ല. എന്നാൽ ഒരു പ്രവൃത്തിയോട് ഉചിതമായി പ്രതികരിക്കാനുള്ള ശേഷിയെ മനുഷ്യബുദ്ധിയുടെ സവിശേഷതയായി എണ്ണുന്ന കാഴ്ചപ്പാട് വളരെ മുൻപേ ഉണ്ട്. കൗതുകകരമായ ഒരു കാര്യം, ആധുനിക തത്വചിന്തയുടെ പിതാവ് എന്ന് വിശേഷിപ്പിക്കപ്പെടുന്ന റെനേ ദെക്കാർത്ത് തന്നെ ഈ ആശയം അവതരിപ്പിച്ചിരുന്നു എന്നതാണ്. മാത്രവുമല്ല ഈ ആശയത്തെ മുൻനിർത്തി മനുഷ്യബുദ്ധിയും യന്ത്രവും തമ്മിലെ വ്യത്യാസത്തെ അദ്ദേഹം അടയാളപ്പെടുത്താൻ ശ്രമിച്ചതിന്റെ തെളിവും ഉണ്ട്. ഇന്നത്തെ അർത്ഥത്തിലുള്ള യന്ത്രങ്ങളോ സാങ്കേതികവിദ്യയോ നിലവിലില്ലാതിരുന്ന ഒരു കാലത്താണ് ഇതെന്നോർക്കണം. ഒരുപക്ഷേ, ഘടികാരങ്ങൾ മാത്രമായിരുന്നു അന്നത്തെ ശ്രദ്ധേയമായ സാങ്കേതികവിദ്യ. മനുഷ്യശരീരം തന്നെ ഒരു യന്ത്രം പ്രവർത്തിക്കുന്ന പോലെയാണ് പ്രവർത്തിക്കുന്നതെന്ന് അദ്ദേഹം അനുമാനിച്ചിരുന്നു. ദെക്കാർത്തിന്റെ *ഡിസ്കോഴ്സ് ഓൺ മെത്തേഡ്*(*Discourse on Method*) എന്ന കൃതിയിൽ യന്ത്രവിദ്യയ്ക്ക് സഞ്ചരിക്കാവുന്ന പരമാവധി ദൂരത്തെ സങ്കല്പിക്കുന്നുണ്ട്. യന്ത്രങ്ങൾ അദ്ദേഹത്തിന്റെ ചിന്തയെ പല നിലകളിലും സ്വാധീനിച്ചിരുന്നു എന്ന കാര്യം വ്യക്തമാണ്. ചെറിയ പ്രായത്തിൽ മരിച്ചുപോയ മകളുടെ പേരിൽ അദ്ദേഹം ഒരു പാവയെ ഉണ്ടാക്കിയ കഥ പ്രചാരത്തിലുണ്ട്. പെരുന്തച്ചന്റെ പാവയെപ്പോലെ, ചില ശബ്ദങ്ങളോടോ, സ്പർശത്തോടോ ഒക്കെ ഈ മരപ്പാവ പ്രതികരിക്കുമായിരുന്നത്രെ! സ്വീഡനിലേക്കുള്ള ഒരു കപ്പൽ യാത്രയിൽ പാവയെ ഒളിപ്പിച്ചുവെച്ച പെട്ടി തുറന്നുകാണിക്കാൻ അദ്ദേഹത്തോട് കപ്പിത്താൻ നിർബന്ധിച്ചുവെന്നും പെട്ടി തുറന്ന ഉടൻ പാവ ശബ്ദിച്ചുവെന്നും ഭയചകിതനായ കപ്പിത്താൻ പാവയെ കടലിലെറിഞ്ഞുവെന്നും ഒക്കെയാണ് കഥ.

ഇതൊരു കഥ മാത്രമായിരിക്കാം. എന്നാൽ, ഒരു പ്രവൃത്തിയോടുള്ള പ്രതികരണമെന്ന തരത്തിൽ ചില ശബ്ദങ്ങൾ പുറപ്പെടുവിക്കുകയോ ചില സവിശേഷമായ രീതികളിൽ പെരുമാറുകയോ ചെയ്യുന്ന യന്ത്രങ്ങൾ സാധ്യമാണെന്ന് അദ്ദേഹം *ഡിസ്കോഴ്സ് ഓൺ മെത്തേഡ്* എന്ന കൃതിയിൽ പറയുന്നുവെന്നത് ശ്രദ്ധേയമാണ്. ശബ്ദിക്കുന്ന

യന്ത്രപ്പാവയെ നിർമിക്കാനായേക്കും. ഒരുപക്ഷേ, ഈ പാവയ്ക്ക് ചിരിക്കാനും കരയാനും ശബ്ദങ്ങൾ പുറപ്പെടുവിക്കാനും ഒക്കെ കഴിഞ്ഞേക്കും. എന്നാൽ അതിന് ഒരു ശബ്ദത്തോട് ഉചിതമായി പ്രതികരിക്കാൻ കഴിയില്ല. ഈ അർത്ഥത്തിൽ യന്ത്രവിദ്യയുടെ ഭാവിസാധ്യതകളിലൂടെ എത്രദൂരം സഞ്ചരിച്ചാലും ചിന്തിക്കുന്ന യന്ത്രത്തിൽ എത്താനാവില്ല എന്നതാണ് അദ്ദേഹത്തിന്റെ നിലപാട്. കാരണം, ഉചിതമായി പ്രതികരിക്കാൻ ചിന്ത വേണം. ചിന്തിക്കാൻ 'മനസ്സ്' വേണം. മനസ്സിന് മാത്രമേ ചിന്തിക്കാനാവൂ. അതായത്, ഉചിതമായി പ്രതികരിക്കാൻ ഒരു യന്ത്രത്തിനാവാത്തത് സാങ്കേതികവിദ്യാപരമായ അപര്യാപ്തത കൊണ്ടല്ല. ചിന്തിക്കുന്ന യന്ത്രം എന്നത് തന്നെ ഒരു ഭവശാസ്ത്രപരമായ അസാധ്യതയാണ്. കാരണം, യന്ത്രത്തെ ഒരു ശരീരമായേ കാണാൻ പറ്റൂ. ഏതു ശരീരത്തിന്റെയും ഉണ്മ ഭൗതികമാണ്. ഭൗതികമായിരിക്കുക എന്നാൽ വ്യാപ്തിയുള്ള വസ്തുവായിരിക്കുക എന്നാണ്. അഴിച്ചെടുത്താൽ അതിൽ വ്യാപ്തിയില്ലാത്തതായി ഒന്നും അവശേഷിക്കില്ല. വ്യാപ്തി ഇല്ലാത്ത ശരീരം എന്നത് അചിന്ത്യമാണ്. മനസ്സിന് വ്യാപ്തിയില്ല. അത് ഭൗതിക വസ്തുവല്ല, ചിന്തിക്കുന്ന വസ്തുവാണ്. അതിൽ വ്യാപ്തി എന്ന ഗുണം ആരോപിക്കാനാവില്ല. ചിന്തിക്കുന്ന ശരീരം എന്നതുപോലെ വ്യാപ്തിയുള്ള ചിന്തയും അസംബന്ധകരമാണ്. ചിന്തയുടെ നിഗൂഢമായ ഇടമായി മനസ്സ് എന്ന ആശയത്തെ അവതരിപ്പിക്കുകയാണ് ദെക്കാർത്ത് ചെയ്തത് എന്ന് പറയാം. മനുഷ്യശരീരത്തെ യന്ത്രമായി എടുത്താൽ അതിനുള്ളിലെ ഭൂതം ആണ് മനസ്സ് (Ghost in the machine എന്ന് Gilbert Ryle). മനസ്സിനെക്കുറിക്കുന്ന ഈ ആശയവും ഒരു മിത്താവാം. ഒരുപക്ഷേ, ആധുനികം എന്ന് വിശേഷിപ്പിക്കപ്പെടുന്ന 'പ്രബുദ്ധ' ജീവിതത്തെ ആനിമേറ്റ് ചെയ്ത ഏറ്റവും പ്രബലമായ മിത്തായി അത് മാറി.

യന്ത്രം ചെയ്യുന്നതെന്തെന്ന് അതിനറിയില്ല!

ട്യൂറിങ്ങിന്റെ പരീക്ഷയിൽ വിജയിച്ച യന്ത്രത്തെ ബുദ്ധിയുള്ള യന്ത്രമായി കാണുകയും മനുഷ്യബുദ്ധിയും ഇതേ മട്ടിലാണ് പ്രവർത്തിക്കുന്നതെന്ന് അംഗീകരിക്കുകയും ചെയ്യുമ്പോൾ ദെക്കാർത്തിന്റെ ഭൂതത്തിന് നിൽക്കക്കള്ളിയില്ലാതെ വരും. ഈ അർത്ഥത്തിൽ, കാർത്തീസിയൻ ഭൂതത്തിന്റെ ഉച്ചാടനത്തിലേക്കാണ് ട്യൂറിങ്ങിന്റെ പരികല്പനയും നിർമിത ബുദ്ധി ഗവേഷണങ്ങളും വഴിതുറന്നത്. മനുഷ്യരുടെ മസ്തിഷ്കത്തിന്റെ പ്രവർത്തനം മേൽപ്പറഞ്ഞ യന്ത്രത്തിന്റെ പ്രവർത്തനം അല്ലാതെ മറ്റൊന്നുമല്ല എന്ന വാദമുണ്ട്. നിർമിതബുദ്ധിയുടെ മണ്ഡലത്തിലെ തീവ്രവാദം ആണിത്. കുറ്റമറ്റ രീതിയിൽ

നിർമിക്കപ്പെട്ട ഒരു യന്ത്രത്തിന് മനുഷ്യരുടെ മസ്തിഷ്കത്തെ അനുകരിക്കാൻ കഴിയും എന്ന വാദം മിതവാദമാണ്. തീവ്രവാദമാണ് സാമ്പ്രദായിക തത്ത്വചിന്തയെ അങ്കലാപ്പിലാക്കുന്നത്. കാരണം, ഈ വാദം സാധുവാണെങ്കിൽ തത്ത്വചിന്തയുടെ പരമ്പരാഗതമായ മേച്ചിൽപ്പുറങ്ങൾ നഷ്ടമാകും. മനസ്സ്, ആത്മാവ്, ബോധം എന്നിവയെ ചുറ്റിപ്പറ്റിയുള്ള നിഗൂഢതകൾ നീങ്ങും. ഈ ആപൽശങ്കയാണ് ചിന്തിക്കുന്ന യന്ത്രം എന്ന ആശയത്തോടുള്ള തത്ത്വചിന്താപരമായ ആക്രമണങ്ങളുടെ ഒരേയൊരു പ്രചോദനം എന്ന് കരുതുക വയ്യ. മേൽപ്പറഞ്ഞ തീവ്രവാദം മുന്നോട്ടുവെയ്ക്കുന്നവർക്ക് മനുഷ്യബുദ്ധിയെ മനസ്സിലാക്കുന്നതിൽ പിണഞ്ഞ അടിസ്ഥാനപരമായ അബദ്ധങ്ങൾ തുറന്നുകാട്ടാൻ ശ്രമിച്ച തത്ത്വചിന്തകർ ഏറെയുണ്ട്. അവരിൽ പ്രധാനി ജോൺ സേൾ (John Searle) ആണ്.

1980 ൽ പ്രസിദ്ധീകൃതമായ 'മൈൻഡ്സ്, ബ്രെയിൻസ് ആൻഡ് പ്രോഗ്രാംസ് (Minds, Brains and Programs)' എന്ന അദ്ദേഹത്തിന്റെ പ്രബന്ധമാണ് ഇതിന് തുടക്കമിട്ടത്. ചൈനീസ് റൂം പരീക്ഷണം എന്ന പേരിൽ പ്രസിദ്ധമായ അദ്ദേഹത്തിന്റെ വാദത്തിന്റെ കാതലായ വശം ചുരുക്കിപ്പറയാം: ചൈനീസ് ഭാഷ ഒട്ടും വശമില്ലാത്ത, ഇംഗ്ലീഷ് ഭാഷ അറിയുന്ന ഒരാൾ ഒരു മുറിയിൽ ഇരിക്കുന്നു എന്ന് സങ്കൽപ്പിക്കുക. ചൈനീസ് ഭാഷയിലെ അക്ഷരങ്ങൾ പെറുക്കിവെച്ച് വാചകങ്ങൾ തയ്യാറാക്കാൻ സഹായിക്കുന്ന, ഇംഗ്ലീഷിലുള്ള ഒരു കൈപ്പുസ്തകം അയാളുടെ പക്കൽ ഉണ്ട്. എന്നാൽ വാക്കുകളുടെയോ വാചകങ്ങളുടെയോ അർത്ഥങ്ങൾ പുസ്തകത്തിൽ നിന്നും ലഭ്യമല്ല. ഈ മുറിയുടെ ഒരു വശത്തുകൂടി ചൈനീസ് ഭാഷയിലെഴുതിയ ചില വാചകങ്ങൾ അകത്തേക്ക് കിട്ടുന്നു. കൈപ്പുസ്തകത്തിന്റെ സഹായത്തിൽ അയാൾ ആ വാചകങ്ങളോട് ചൈനീസ് ഭാഷയിൽ പ്രതികരിക്കുന്നു. പ്രതികരണങ്ങൾ മറുവശത്തുകൂടി പുറത്തേക്ക് തള്ളുന്നു. പുറത്തുവന്ന വാചകങ്ങൾ അകത്തേക്ക് നൽകിയ വാചകങ്ങൾക്കുള്ള ഉചിതമായ പ്രതികരണങ്ങളാണ്. ഇത് വീണ്ടും വീണ്ടും ആവർത്തിക്കുന്നു എന്ന് കരുതുക. ഒരുപക്ഷേ, കൈപ്പുസ്തകത്തിന്റെ സഹായമില്ലാതെ തന്നെ ചൈനീസ് ഭാഷയിൽ പ്രതികരിക്കാനുള്ള വൈദഗ്ധ്യം അയാൾ നേടിയേക്കാം. ചുരുക്കത്തിൽ, അയാൾ അയത്നലളിതമായി ചൈനീസ് ഭാഷ കൈകാര്യം ചെയ്യുന്നു. പക്ഷേ, അപ്പോഴും അയാൾക്ക് ചൈനീസ് ഭാഷ അറിയില്ല! അയാൾ അതിവിദഗ്ധമായി ചൈനീസ് ഭാഷ കൈകാര്യം ചെയ്യുന്നതായി നമുക്ക് തോന്നും. പക്ഷേ, ഒരു വാക്കുപോലും അയാൾക്ക

റിയില്ല. ട്യൂറിങ് ടെസ്റ്റിൽ വിജയിക്കുന്ന യന്ത്രത്തിൽ വാസ്തവത്തിൽ സംഭവിക്കുന്നത് ഇതാണെന്നാണ് സേൾ പറയാൻ ശ്രമിക്കുന്നത്. യന്ത്രം ചിന്തിക്കുന്നതായി നമുക്ക് തോന്നും. എന്നാൽ അത് ചിന്ത യല്ല. മനുഷ്യസമാനമായ ബുദ്ധിശേഷി പ്രകടിപ്പിക്കുന്ന മട്ടിൽ ഒരു യന്ത്രത്തെ എത്രതന്നെ സുസജ്ജമാക്കിയാലും അതിന്റെ പ്രവർത്ത നത്തെ മനോവ്യാപാരമായി കാണാനാവില്ല.

മനുഷ്യജീവിക്ക് മനസ്സ് ഉണ്ട്; യന്ത്രത്തിന് അതുണ്ടാവില്ല എന്ന ലളിതമായ വാദമല്ല ഇത്. മനസ്സ് എന്നതിനെ ഒരു സത്ത എന്ന മട്ടിൽ കാണണമെന്നില്ല. ഒരു പ്രവൃത്തിയെ മനോവ്യാപാര മായി കാണുന്നത് അതിന്റെ സവിശേഷമായ ഒരു സ്വഭാവത്തെ അടിസ്ഥാനമാക്കിയാണ്. എന്താണ് ആ സ്വഭാവം എന്നതാണ് പ്രശ്നം. മലയാളത്തിൽ മനസ്സിലാക്കൽ എന്ന പ്രയോഗമുണ്ടല്ലോ. മനോവ്യാപാരങ്ങളുടെ അടിസ്ഥാനപരമായ ഒരു സ്വഭാവമായി ഇതിനെ എടുക്കുക. പുറത്തുള്ളതിനെ നമ്മൾ മനസ്സിനകത്താക്കു ന്നു, അഥവാ ഉൾക്കൊള്ളുന്നു. ഇന്റെൻഷനാലിറ്റി (Intentionality) എന്ന പദമാണ് സേൾ ഉപയോഗിക്കുന്നത്. ജർമൻ ഫിനോമിനോ ളജിയുടെ ചിന്തനപാരമ്പര്യത്തിൽ നിന്നാണ് ഈ പദം അദ്ദേഹം കണ്ടെടുക്കുന്നത്. എന്നാൽ ഫിനോമിനോളജിയിൽ ഉള്ള അതേ അർത്ഥമാണോ അദ്ദേഹം അതിന് കൽപ്പിക്കുന്നത് എന്നത് ഒരു തർക്കവിഷയമാണ്. അതവിടെ നിൽക്കട്ടെ. മനസ്സിലാക്കൽ എന്ന പദത്തിന്റെ സാധ്യത പ്രയോജനപ്പെടുത്തിയാൽ, മനോവ്യാപാരങ്ങ ളിൽ ഒരു ഉൾക്കൊള്ളൽ നടക്കുന്നുണ്ട്. ഉൾക്കൊണ്ടത് അവയുടെ ഉള്ളടക്കം ആണ്: പ്രതിനിധാനപരമായ ഉള്ളടക്കം. ഫിനോമി നോളജിയുടെ ചില ധാരകളിലെങ്കിലും ഇന്റെൻഷനാലിറ്റി എന്നത് പ്രതിനിധാനമല്ല. ലോകം വിഷയിയിൽ ഉന്മീലിതമാവുന്നത് പ്രതി നിധാനപരമായല്ല. അതെന്തായാലും, സേൾ അതിനെ എടുക്കുന്നത് അർത്ഥസംബന്ധിയായ ഒരു സങ്കൽപ്പനമായാണ്. മനസ്സിലാക്കുക എന്നാൽ ആർത്ഥികമായി (semantic) ഉൾക്കൊള്ളുക എന്നാണ്. മനുഷ്യചിന്തയുടെ അനിവാര്യമായ ഒരു തലമാണ് ഇത്.

ഇങ്ങനെയാണെങ്കിൽ ചൈനീസ് ഭാഷ മനസ്സിലാകാതെ സംസാരിക്കുന്ന ആൾ ചിന്താപരമായ ഒരു പ്രവൃത്തിയിലല്ല ഏർ പ്പെടുന്നത്. വാക്യഘടനാപരമായ (syntactic) ഒരു പ്രോസസ്സിം ഗ് മാത്രമേ അവിടെ നടക്കുന്നുള്ളൂ. വാക്യഘടനാപരമായ തല ത്തിൽനിന്നും ആർത്ഥികമായ തലം ഉരുത്തിരിച്ചെടുക്കാനാവില്ല. മനുഷ്യബുദ്ധിയെ അതേപടി യാന്ത്രികമായി പുനരാവിഷ്കരിക്കാം

എന്ന തീവ്രനിലപാട് കൈക്കൊള്ളുന്നവർ വാസ്തവത്തിൽ ആർത്ഥികമായ തലത്തെ അവഗണിക്കുകയാണ്. ബുദ്ധിയുടെ അനിവാര്യമായ തലമായി അവർ അതിനെ കാണുന്നില്ല. ചിന്തിക്കുന്ന യന്ത്രം വാസ്തവത്തിൽ ചിന്തിക്കുന്നില്ല; എന്തിനെക്കുറിച്ചാണോ 'ചിന്തിക്കുന്നത്' അതിനെ ആർത്ഥികമായി ഉൾക്കൊള്ളുന്നില്ല. അത് ചെയ്യുന്നതെന്തെന്ന് അതിന് മനസ്സിലാവില്ല. മനസ്സിലാക്കിയാണ് പ്രവർത്തിക്കുന്നത് എന്ന തോന്നൽ അതുണ്ടാക്കുന്നു എന്നുമാത്രം. ഒരു പ്രവൃത്തി അതിൽ ആരാണോ ഏർപ്പെടുന്നത് അയാൾക്ക് അർത്ഥവത്തായിത്തീരണം. അപ്പോൾ മാത്രമേ അത് ബൗദ്ധികമായ പ്രവർത്തനം ആവുന്നുള്ളൂ. മനുഷ്യജീവിയുടെ കാര്യത്തിൽ ഇതാണ് നടക്കുന്നത്. (കൃത്രിമ ബുദ്ധിയിൽ 'As if' Intentionality മാത്രമാണ് ഉള്ളത്, Intrinsic intentionality അല്ല എന്ന് സേൾ പറയുന്നത് ശ്രദ്ധേയം). സേളിന്റെ ഈ വാദത്തെ പിൻപറ്റുന്ന പല ചിന്തകൾ രൂപപ്പെട്ടിട്ടുണ്ട്. യന്ത്രചിന്തനം എന്ന ആശയത്തെക്കുറിച്ചുള്ള വിചിന്തനങ്ങൾക്ക് പുതിയൊരു ദിശ നല്കിയ സുപ്രധാനമായ ഇടപെടലായി അത് അംഗീകരിക്കപ്പെടുന്നു. ഇതിനർത്ഥം അത് സർവ്വസമ്മതമായ ഒരു വാദമായി മാറി എന്നല്ല. ഇതിനെതിരായ കാഴ്ചപ്പാടുകൾ പലതും ഈ ഗവേഷണമേഖലയിൽ നിലവിലുണ്ട്. ഒരുപക്ഷേ, ഡാനിയേൽ ഡെന്നറ്റ് (Daniel Dennett) ആണ് മുൻപ് സൂചിപ്പിച്ച തീവ്രവാദത്തെ പുതിയ രീതിയിൽ അവതരിപ്പിക്കുന്ന സമകാലചിന്തകരിൽ പ്രമുഖൻ. മസ്തിഷ്കം എന്നത് വെറുമൊരു യന്ത്രം മാത്രമാണെന്ന് അദ്ദേഹം തീർത്തുപറയുന്നു. തീർത്തും വാക്യഘടനാപരമായ പ്രോസസ്സിംഗ് മാത്രമേ അത് ചെയ്യുന്നുള്ളൂ. അതിൽ അർത്ഥവും മനസ്സിലാക്കലും പ്രതിനിധാനവും ഒന്നുമില്ല. ഡെന്നറ്റിന്റെ വാക്കുകളിൽ പറഞ്ഞാൽ, നമ്മുടെ മസ്തിഷ്കം പലകാര്യങ്ങളും ചെയ്യുന്നുണ്ട്; പക്ഷേ, അതെന്താണ് ചെയ്യുന്നതെന്ന് അതിനറിയില്ല! ചുരുക്കിപ്പറഞ്ഞാൽ, അർത്ഥഗ്രഹണവും മനസ്സിലാക്കലും പ്രതിനിധാനവും ഒക്കെയാണ് 'ബുദ്ധി' എങ്കിൽ നമ്മുടെ ബുദ്ധിക്ക് ബുദ്ധിയില്ല!

യന്ത്രത്തിന് ശരീരമുണ്ടോ?

മേൽപ്പറഞ്ഞ മോഡലുകളെ മനസ്സ്, ബോധം എന്നീ പരമ്പരാഗതമായ സങ്കൽപ്പനങ്ങളെ ചുറ്റിപ്പറ്റി രൂപപ്പെട്ടുവന്ന ചിന്തനരീതിയോടുള്ള പരസ്പരഭിന്നമായ രണ്ട് പ്രതികരണങ്ങളായും കാണാം. യന്ത്രചിന്തനം എന്ന ആശയത്തെ എതിർക്കുന്നവർ മനുഷ്യജീവിയുടെ ചിന്തനവൃത്തിയിൽ വാക്യഘടനാപരമല്ലാത്ത ഒരു തലം അനിവാര്യമായും ഉണ്ടെന്ന് വാദിക്കുന്നു. ഈ തലം മനസ്സ് എന്ന പരമ്പരാ

ഗതമായ ആശയത്തിന്റെ പ്രച്ഛന്നമായ ഒരു രൂപത്തെ കുറിക്കുന്നുണ്ട് എന്ന് നിശ്ചയമായും വാദിക്കാവുന്നതാണ്. ഈ അർത്ഥത്തിൽ, മനുഷ്യചിന്തനത്തിന്റെ ഇടമായി മനസ്സിനെ പുനരാനയിക്കുകയാണ് ഇക്കൂട്ടർ ചെയ്യുന്നത്. എതിർപക്ഷമാകട്ടെ, മസ്തിഷ്കത്തിനുള്ളിൽ അങ്ങനെയൊരു ഭൂതം നിലനിൽക്കുന്നില്ലെന്ന് വാദിച്ചുറപ്പിക്കാൻ ശ്രമിക്കുന്നു. ഒരുതരം ഭൂതോച്ചാടനം! മനസ്സിനെ വിട്ട്, ചിന്തിക്കുന്ന യന്ത്രത്തിന് ശരീരമുണ്ടോ എന്ന മറ്റൊരു ചോദ്യം ഉന്നയിക്കുമ്പോൾ സംഭവിക്കുന്നതെന്ത് എന്ന് നോക്കാനാണ് ഇനി ശ്രമിക്കുന്നത്. ചിന്തനവും ശരീരവും തമ്മിലെ ബന്ധം മസ്തിഷ്കത്തിന്റെ പ്രവർത്തനങ്ങളെക്കുറിച്ചുള്ള ഗവേഷണപഠനങ്ങളിൽ ഇന്ന് സജീവമായി കടന്നുവരുന്ന ഒരു പ്രശ്നമാണ്. ബൗദ്ധികമായ പ്രവർത്തനങ്ങൾ ശരീരത്തിൽനിന്നും മുറിഞ്ഞുമാറി നിൽക്കുന്ന ഒരു മണ്ഡലത്തിലല്ല നടക്കുന്നത് എന്നും അവ അനിവാര്യമായും ശരീരനിഷ്ഠമാണെന്നുമുള്ള കാഴ്ചപ്പാട് ഇവിടെ പ്രധാനമായിവരുന്നു. മസ്തിഷ്കത്തിന്റെ പ്രവർത്തനങ്ങളെ കുറിച്ചുള്ള ചിന്ത തന്നെ ശരീരമാർജ്ജിക്കുന്ന ഘട്ടത്തെ നിർണായകമായ ഒരു വഴിത്തിരിവായി എണ്ണാറുണ്ട്. (Embodied Cognitive Science എന്ന ആശയം ഈ വഴിത്തിരിവിനെ കുറിക്കുന്നു).

ഈ മേഖലയിലെ സുപ്രധാനമായ ഒരു പ്രവണതയെ E എന്ന ഇംഗ്ലീഷ് അക്ഷരത്തിൽ തുടങ്ങുന്ന നാല് വാക്കുകളെ (Embodied, Embedded, Extended, Enactive) ചേർത്തുവെച്ച് '4E Cognition' എന്ന ചുരുക്കപ്പേരിൽ വിശേഷിപ്പിക്കാറുണ്ട്. അതിൽ സൂചിതമാവുന്ന ആശയങ്ങളെ ചുരുക്കത്തിൽ പറയാൻ ശ്രമിക്കാം. ഒന്നാമതായി, മനോവൃത്തികൾ അനിവാര്യമായും ശരീരസ്ഥമാണ്. മനസ്സ് മസ്തിഷ്കം തന്നെയാണെന്നോ അത് ശരീരത്തിന്റെ ഭാഗമാണെന്നോ ഉള്ള അർത്ഥത്തിലല്ല ഇത് പറയുന്നത്. മനസ്സിന്റേത് എന്ന് വ്യവഹരിക്കപ്പെടുന്ന പ്രവർത്തനങ്ങൾ അഭൗതികമല്ല. അറിയലും ചിന്തിക്കലുമൊന്നും അശരീരിയായ പ്രവർത്തനങ്ങളല്ല. മാത്രവുമല്ല, ഒരു ജഡപദാർത്ഥമായല്ല ശരീരത്തെ കാണേണ്ടത്. ജീവത്തായ പ്രതിഭാസം എന്ന നിലയിൽ അത് ചുറ്റുപാടുകളിൽ, സാമൂഹികമോ സാംസ്കാരികമോ ഒക്കെയായ പ്രകരണങ്ങളിൽ, വേരൂന്നിനിൽക്കുന്നു. മൂന്നാമതായി, ശരീരത്തിന്റെ അതിരുകൾ കവിഞ്ഞൊഴുകുന്ന ഒരു തലം കൂടിയുണ്ട് മനോവൃത്തികൾക്ക്. ഒരു ഉപകരണം കൈകാര്യം ചെയ്യുന്ന ഒരാളുടെ മനസ്സ് ശരീരത്തിന്റെ അതിരുകൾക്കപ്പുറം ആ ഉപകരണത്തിലേക്ക് പരക്കുന്നു. വാഹനം ഓടിക്കുന്ന ഒരാളുടെ ശരീരബോധം വാഹനത്തിന്റെ ലോഹശരീരത്തെക്കൂടി ഉൾക്കൊള്ളുന്ന

മട്ടിൽ വ്യാപിച്ചുനിൽക്കുന്നു. മനസ്സും ചിന്തയുമൊന്നും തലയിൽ തളംകെട്ടി കിടക്കുകയല്ലെന്ന് ചുരുക്കം. മറ്റൊരു സുപ്രധാനമായ തലംകൂടി മനോവൃത്തികൾക്കുണ്ട്. ലോകത്തെ പ്രതിനിധാനം ചെയ്യുന്ന ആശയങ്ങളുടെ പാർപ്പിടമല്ല തല. അറിവും ചിന്തയുമൊക്കെ പ്രയോഗങ്ങൾ കൂടിയാണ്. ലോകാനുഭവങ്ങളെയും ആഭിമുഖ്യങ്ങളെയും തീരുമാനങ്ങളെയും പ്രവൃത്തികളെയുമെല്ലാം രൂപപ്പെടുത്തുകയും മാറ്റുകയുമൊക്കെ ചെയ്യുന്ന പ്രയോഗരൂപങ്ങളായിക്കൂടി അവയെ കാണാം.

തലയുടെ ചുമട്ടും താങ്ങി നീങ്ങുന്ന ഒന്നല്ല ശരീരം. ബുദ്ധി 'തലസ്ഥാന'ത്തിരുന്ന് ശരീരത്തെ ഭരിക്കുകയല്ല. മനുഷ്യനെ കുറിക്കുന്ന ലബ്ധപ്രതിഷ്ഠമായ ഒരു ഇമേജ് ഉടഞ്ഞുപോവുന്നുണ്ട് ഇവിടെ. ബൗദ്ധികം, കായികം എന്ന മട്ടിൽ പ്രവൃത്തികളെ ഉച്ചനീചക്രമത്തിൽ വേർതിരിക്കുന്ന ഒരു കാഴ്ചപ്പാടിനെ നിർവീര്യമാക്കുന്ന ഇടപെടൽ കൂടിയായി ഇതിനെ കാണാം. ഈ വിചാരവിപ്ലവത്തിലേക്ക് നയിച്ച ചിന്തനപാരമ്പര്യങ്ങളിൽ സുപ്രധാനമായത് ഫിനോമിനോളജി ആണ്. ഈ പാരമ്പര്യത്തിനുള്ളിൽ, വിശേഷിച്ചും മെർല്യ-പോന്തി (Merleau-Ponty) വികസിപ്പിച്ചെടുത്ത ചട്ടക്കൂടിനുള്ളിൽ, ശരീരം എന്നത് ഒരു വസ്തുവല്ല. അറിവിന്റെ വിഷയമായി നിൽക്കുന്ന ഒന്ന് എന്നതിനുപകരം അറിയുന്ന ആളും അറിവിന്റെ വിഷയവും തമ്മിലെ ബന്ധത്തെത്തന്നെ സാധ്യമാക്കുന്ന ഒന്നായി ശരീരത്തെ എടുക്കുക. അതായത്, ശരീരം ലോകത്തിലെ ഒരു വസ്തുവല്ല. ലോകം ഉണ്ടാവുന്നത്, അനുഭവമാവുന്നത്, ശരീരത്തിലൂടെയാണ്. ഈ ശരീരസങ്കല്പനത്തെ അതിന്റെ സൂക്ഷ്മവും വിസ്ഫോടകവുമായ തലങ്ങളിൽ പ്രയോജനപ്പെടുത്തുന്നുണ്ട് മേൽവിവരിച്ച ഗവേഷണങ്ങൾ എന്ന് കരുതിക്കൂടാ. ബൗദ്ധിക വ്യാപാരങ്ങളെക്കുറിച്ചുള്ള പഠനത്തിൽ ശരീരത്തിന്റെ നിർണായകമായ സ്ഥാനം വെളിവാക്കാനാണ് അവ ഏറിയപങ്കും ശ്രമിച്ചത്. എന്നാൽ, മെർല്യ-പോന്തിയുടെ ആലോചനകൾ പിന്തുടർന്നാൽ ശരീരത്തെക്കുറിച്ചുള്ള കുറെക്കൂടി വിപ്ലവകരമായ മറ്റൊരു കാഴ്ചയാണ് ലഭ്യമാവുക. ബുദ്ധിക്ക് ചിന്തിക്കാനുള്ള അസംസ്കൃത വിഭവങ്ങൾ എത്തിച്ചുകൊടുക്കുന്ന ഒന്നല്ല ശരീരം. മറിച്ച് ശരീരം തന്നെയാണ് ചിന്തിക്കുന്നത്. ഈ ചിന്തനം ഒരു പ്രവൃത്തിയോ ലോകത്തിന്റെ പ്രതിനിധാനമോ അല്ല; അത് ശരീരത്തിന്റെ ആവിഷ്കാരം തന്നെ, ലോകത്തിന്റെയും. ഈ ആശയം യന്ത്രചിന്തനത്തിന്റെ പ്രകരണത്തിൽ തീർത്തും അസംഗതവുമാണ്. ചിന്തനത്തിന്റെ പ്രകൃതം ഇതാണെങ്കിൽ മനുഷ്യന്റെ പ്രതിഛായയിൽ

യന്ത്രത്തെ നിർമിക്കാനാവുമെന്ന തീവ്രവാദം അതിന്റെ അടിസ്ഥാന പരികല്പനയുടെ തലത്തിൽ തന്നെ അസാധുവായിമാറും.

ശരീരത്തെ അടിസ്ഥാനമാക്കുന്ന കാഴ്ചപ്പാട് സേൾ മുന്നോട്ടുവെച്ച കാഴ്ചപ്പാടിൽനിന്നും ഏറെ വ്യത്യസ്തമാണ്. അർത്ഥത്തെക്കുറിച്ചും മനോവൃത്തികളുടെ ആർത്ഥികമായ തലത്തെക്കുറിച്ചും പറയുമ്പോൾ സേൾ ഊന്നുന്നത് പ്രതിനിധാനത്തിന്റെ യുക്തിയിലാണ്. ചുരുക്കത്തിൽ പറഞ്ഞാൽ, അദ്ദേഹത്തിന്റെ നോട്ടത്തിൽ മാനസികം എന്ന് വിശേഷിപ്പിക്കാവുന്ന ഏത് പ്രവൃത്തിയും എന്തിനെയോ കുറിയ്ക്കുന്നുണ്ട്. ഉദാഹരണത്തിന്, ചിന്തിക്കുമ്പോൾ നമ്മൾ എന്തിനെയോ കുറിച്ചാണ് ചിന്തിക്കുന്നത്. ഈ കുറിക്കലിനെ പ്രതിനിധാനമായാണ് സേൾ കാണാൻ ശ്രമിക്കുന്നത്. മനസ്സിലാക്കൽ എന്നത് ഇത്തരത്തിൽ പുറത്തുള്ളതിനെ അകത്താക്കുന്ന ക്രിയയായി കാണുമ്പോൾ അകവും പുറവും എന്ന പഴയ കാർത്തീഷ്യൻ ദ്വന്ദ്വം പുനരാനയിക്കപ്പെടുകയാണ്. ഫലത്തിൽ ഒരു മിത്തിനെ നിർവീര്യമാക്കാൻ മറ്റൊരു മിത്തിനെ പുനരാനയിക്കുകയാണ് സേൾ ചെയ്യുന്നത് എന്ന് വാദിക്കാവുന്നതാണ്. എന്നാൽ, ശരീരത്തെ അടിസ്ഥാനമാക്കുന്ന കാഴ്ചപ്പാടിൽ പ്രതിനിധാനം എന്ന പ്രശ്നം കടന്നുവരുന്നില്ല. ശരീരം ലോകത്തെ പ്രതിനിധാനം ചെയ്യുന്ന ഒന്നല്ല. ലോകം ശരീരത്തിലൂടെ ആവിഷ്കൃതമാവുന്നു എന്ന് പറയാം. സങ്കീർണമായ ഈ ആശയത്തെ ഒരു ഉദാഹരണത്തിലൂടെ വ്യക്തമാക്കാൻ ശ്രമിക്കാം: ഒരു കസേര കസേരയാവുന്നത് നമുക്കു മുന്നിലുള്ള ഒരു വസ്തു എന്ന നിലയിലല്ല. ഇരിക്കുക എന്ന ശരീരസാധ്യതയുടെ, അംഗവിന്യാസത്തിന്റെ പ്രകരണത്തിലാണ് കസേര കസേരയാവുന്നത്. കസേരയുടെ അർത്ഥം എന്നുപറയുന്നത് ആ വാക്കിൽ സൂചിതമാവുന്ന വസ്തുവല്ല. ശരീരത്തിന്റെ പ്രകരണത്തിലുള്ള അതിന്റെ സാംഗത്യം ആണ്. ലോകം ഈ മട്ടിൽ ശരീരത്തിലൂടെയാണ് ആവിഷ്കൃതമാവുന്നത്. ശരീരത്തിൽ അത് പലനിലകളിൽ സംഗതമാവുന്നു. പ്രായോഗിക ജീവിതസന്ദർഭങ്ങളിൽനിന്നും ഉരുത്തിരിയുന്ന സാമൂഹികവും സാംസ്കാരികവുമൊക്കെയായ മുൻധാരണകളും മുൻവിധികളും ഒക്കെ അതിൽ കലർന്നേ പറ്റൂ. ശരീരത്തിന്റെ ആവാസവ്യവസ്ഥയാണ് അത്. തലച്ചോറ് പ്രവർത്തിക്കുന്നത് ഈ വ്യവസ്ഥയ്ക്കുള്ളിലാണ്. ഇങ്ങനെ നോക്കുമ്പോൾ സാംഗത്യം എന്നതിനെ കേവലം പ്രതിനിധാനമായി തെറ്റിദ്ധരിച്ചുകൂടാ. സേളിന്റെ പരീക്ഷണമുറിയിലെ ആളുടെ കൈവശം ചൈനീസ് ഭാഷയിലെ വാക്കുകളുടെ അർത്ഥം ഇംഗ്ലീഷിലേക്ക് മൊഴിമാറ്റുന്ന പുസ്തകം കൂടി ഉണ്ടെന്ന് കരുതുക. എന്നാലും സാംഗ

ത്യത്തിന്റെ പ്രശ്നം ബാക്കി നിൽക്കും. ശരീരത്തിന്റെ/സാംഗത്യത്തിന്റെ തലത്തെ മുൻകൂറായി റദ്ദാക്കിക്കൊണ്ട് മസ്തിഷ്കത്തെ നിർവ്വചിക്കുമ്പോൾ മാത്രമാണ് അതൊരു യന്ത്രം ആവുന്നത്. ചിന്തിക്കുന്ന യന്ത്രം എന്ന മിത്ത് നിൽക്കുന്നത് ഈ യുക്തിയിന്മേലാണ്.

ഒരു മിത്തിന്റെ ബലതന്ത്രം

ചിന്തിക്കുന്ന യന്ത്രം എന്ന ആശയത്തെ ഒരു മിത്ത് എന്ന നിലയിൽ സമീപിക്കുമ്പോൾ അതിന്റെ രണ്ട് സ്വഭാവങ്ങൾ പ്രധാനമായി വരുന്നുവെന്ന് തുടക്കത്തിൽ പറഞ്ഞു. ഒന്നാമതായി, അത് നിലവിലുള്ള ഒന്നിനേയുമല്ല സൂചിപ്പിക്കുന്നത്, മറിച്ച് 'ഉണ്ടാവേണ്ട' ഒന്നിനെയാണ്. എന്താണ് ഉണ്ടാവേണ്ടത് എന്നതിനെ സംബന്ധിച്ച മുൻധാരണകളുണ്ട് അതിൽ. യന്ത്രത്തിന്റെ പ്രതിഛായയിൽ മനുഷ്യനുണ്ടാവുകയോ മനുഷ്യന്റെ പ്രതിഛായയിൽ വർദ്ധിതമായ ക്രിയാശേഷിയോടെ ഒരു യന്ത്രമുണ്ടാവുകയോ ചെയ്യുന്ന ആദർശാത്മകമായ ഒരു അവസ്ഥയാണ് ഈ മിത്തിന്റെ സൂചനാബിന്ദു. സാങ്കേതികവിദ്യ സാങ്കേതികം മാത്രമല്ല, പ്രത്യയശാസ്ത്രപരവും കൂടിയാണ്. ആശയം ഉപകരണമായും ഉപകരണം ആശയമായും വർത്തിക്കുന്ന മണ്ഡലമാണത്. രണ്ടാമതായി, ഏതവസ്ഥയാണോ ഉണ്ടാവേണ്ട അവസ്ഥയായി നിർദ്ദേശിക്കപ്പെടുന്നത് അതിനെ നിലവിലുള്ള അവസ്ഥയായി അവതരിപ്പിച്ചുകൊണ്ടാവാം ഈ മിത്ത് നമുക്കിടയിൽ പ്രവർത്തനക്ഷമമാവുന്നത്. മനുഷ്യനെപ്പോലെ പെരുമാറുന്ന യന്ത്രം ഉണ്ടാക്കലല്ല ഈ മേഖലയിലെ ഇന്നത്തെ ഗവേഷണങ്ങളുടെ പ്രഖ്യാപിത ലക്ഷ്യം. മനുഷ്യനെപ്പോലെ പെരുമാറാൻ മനുഷ്യനുണ്ട്. വേണ്ടത് മനുഷ്യന് ചെയ്യാൻ പറ്റാത്ത പ്രവൃത്തികൾ ചെയ്യുന്ന യന്ത്രമാണ്. ട്യൂറിങ്ങിന്റെ പരികല്പനയിൽനിന്നും ഈ ഗവേഷണ സംരംഭം മുന്നോട്ടുപോയത് അതിന്റെ ലക്ഷ്യത്തെ തന്നെ തിരുത്തിക്കൊണ്ടാണ്. മനുഷ്യജീവിയുടെ നിലവിലുള്ള അവസ്ഥയെ, പരിമിതിയെ മറികടക്കുന്ന യന്ത്രമാണ് അവയുടെ ലക്ഷ്യസ്ഥാനം. അങ്ങനെയെങ്കിൽ, മനുഷ്യചിന്തനത്തിന്റെ നിലവിലുള്ള അവസ്ഥാവിശേഷങ്ങൾ ചൂണ്ടിക്കാട്ടി അതിനോട് പ്രതികരിക്കുന്നത് അസംബന്ധകരമാവും. എന്നാൽ, ഈ മട്ടിലുള്ള പ്രതികരണം പ്രസക്തമാവുന്നത് മനുഷ്യാവസ്ഥയിൽ മറികടക്കേണ്ടുന്ന പരിമിതിയായി എണ്ണപ്പെടുന്നതെന്ത് എന്ന കാര്യത്തിലേക്ക് ശ്രദ്ധ തിരിയുമ്പോഴാണ്. യന്ത്രത്തെ അപേക്ഷിച്ചുനോക്കുമ്പോൾ മനുഷ്യചിന്തനത്തിന്റെ പരിമിതി എന്താണ്? അതിന്റെ ശാരീരികത തന്നെ! യന്ത്രത്തിന് ശരീരമില്ല. അതിന്റെ കെട്ടുപാടുകളുമില്ല. അപ്പോൾ, വേണ്ടത്, അഭി

കാമ്യമായത്, ശരീരബദ്ധമല്ലാത്ത ചിന്തയാണെന്നവരും. ഒരുദാഹരണം എടുത്താൽ, ശരീരബദ്ധമായ ചിന്തയെ പലതും ബാധിക്കും. വികാരങ്ങളും ആധികളും സങ്കടങ്ങളും ഉത്കണ്ഠകളും ഒക്കെ അതിന്റെ ഉന്മേഷം കെടുത്തും. ശരീരം വിയർക്കും. യന്ത്രത്തിന് വിയർക്കില്ല. ഉത്പാദനത്തിന്റെ പ്രകരണത്തിൽ നോക്കിയാൽ, ചിന്തിക്കുന്ന യന്ത്രങ്ങളാണ് മൂലധനത്തിന് അഭികാമ്യം. ചിന്തിക്കുന്ന യന്ത്രം ചിന്തിക്കുന്ന മൂലധനം തന്നെ!

നിർമ്മിതബുദ്ധിയും ബോധജ്ഞാനവും

എതിരൻ കതിരവൻ

ബോധജ്ഞാനം എന്താണെന്നുള്ളതിനു കൃത്യമായ പ്രായോഗിക, ന്യൂറോണൽ പരമായ നിർവ്വചനം ഇല്ല. ന്യൂറോൺ വലയങ്ങളുടെ പ്രവർത്തനങ്ങളാൽ വികാരങ്ങൾ ഉളവാകുന്നത് എങ്ങനെയെന്ന് വിവരണങ്ങൾ ഉണ്ടെന്നുള്ളത് സത്യമാണെങ്കിലും ന്യൂറോണുകളും ന്യൂറോണുകളും തമ്മിൽ ഘടിപ്പിക്കപ്പെടുമ്പോൾ അത് ബോധം എന്നുള്ളതായി രൂപാന്തരപ്പെടുന്നത് എങ്ങനെയെന്നുള്ളതിൽ ഒരു പൊതുതീർപ്പ് ശാസ്ത്രജ്ഞരുടെ പക്കൽ നിന്ന് ഉണ്ടായിട്ടില്ല. മനസ്സ് ശരീരത്തിൽ നിന്ന് വേർപെട്ടതാണോ? ബാഹ്യമായ ചോദനകൾ വഴിയല്ലെങ്കിലും തലച്ചോറ് പ്രവർത്തിക്കുന്നില്ലേ? കാഴ്ച നഷ്ടപ്പെട്ടവർക്കും മായാവിഭ്രമം വഴിയോ അല്ലാതെയോ വസ്തുക്കൾ കാണുന്നതായി അനുഭവപ്പെടുന്നുണ്ടല്ലോ? പരിസരങ്ങളുമായി ബന്ധം വേണമോ ബോധം ഉദിക്കാൻ? ഈ ചോദ്യങ്ങൾ പണ്ടേ തന്നെ വേദാന്തികളെ ആകർഷിച്ചിരുന്നു, അവർ ഇന്നും സിദ്ധാന്തങ്ങളുമായി എത്തുന്നുണ്ട്. എന്നാൽ ബോധജ്ഞാനസംബന്ധിയായ ആധുനിക ശാസ്ത്രവികാസപരിണാമങ്ങൾ, പ്രത്യേകിച്ചും ന്യൂറോ ശാസ്ത്രം, ന്യൂറോസർജറി, ന്യൂറോഎൻജിനീറിങ്

എന്നിവ വേദാന്തികളുടെ ചാരുകസേരയിൽ നിന്ന് ഈ തത്വശാസ്ത്രത്തെ പരീക്ഷണശാലകളിലും ക്ലിനിക്കുകളിലും എത്തിച്ചിരിക്കയാണ്.

കമ്പ്യൂട്ടറുകൾക്ക് മനുഷ്യ മനസ്സിനെ അനുകരിക്കാമെന്നത് ബോധജ്ഞാനത്തെക്കുറിച്ച് ആഴത്തിലുള്ള ചോദ്യങ്ങൾ ചോദിക്കാൻ പ്രേരിപ്പിക്കുന്നുണ്ട്. മനുഷ്യമസ്തിഷ്കത്തിനു സാധിക്കാത്തതു പലതും കമ്പ്യൂട്ടറുകൾ ചെയ്യുകയാണ്. എന്നാൽ പായസത്തിന്റെ രുചി അറിയാനോ ഒരു ആലിംഗനത്തിന്റെ നിർവൃതി അനുഭവപ്പെടാനോ അതിനു സാദ്ധ്യമാണോ? തൽക്കാലം അല്ല തന്നെ. ബുദ്ധി എന്താണെന്ന് ശാസ്ത്രനിപുണരിൽ അഭിപ്രായവ്യത്യാസങ്ങൾ ഉണ്ടെങ്കിലും അതിന്റെ ചില പ്രായോഗികത തീർച്ചയായും പ്രകടിപ്പിക്കുന്നുണ്ട് ഈ ആധുനിക യന്ത്രങ്ങൾ. ശരിക്കും അതിബുദ്ധിയുള്ള യന്ത്രമാണെങ്കിൽ അതിനു ബോധജ്ഞാനമുളവാകാനും സാദ്ധ്യതയില്ലേ? ഉണ്ടെന്നുള്ള അനുമാനം ഹോളിവുഡ് സിനിമകളിൽ (*ബ്ലേഡ് റണ്ണർ, ഹെർ, എക്സ് മാക്കിന* മുതലായവ) നമ്മൾ കണ്ടനുഭവിച്ചതാണ്, ഇത്തരം ഭാവനകൾ യാഥാർഥ്യമാകുന്നുണ്ടെന്ന് ചരിത്രം ഉദ്ഘോഷിക്കുന്നുമുണ്ട്. മറ്റുള്ളവരുടെ മനോരീതികൾ നമ്മൾ മനസ്സിലാക്കിയെടുക്കുന്ന 'തിയറി ഓഫ് മൈൻഡ്' പ്രതിഭാസം ആധുനിക കമ്പ്യൂട്ടറുകൾ സ്വായത്തമാക്കിയിട്ടുണ്ട്. ബോധജ്ഞാനത്തെ അപഗ്രഥിക്കുന്ന രണ്ട് സിദ്ധാന്തങ്ങൾ നിലവിലുണ്ട്. Global neuronal workspace (GNW) theory, Integrated Information Theory (IIT) എന്നിവ. ഇവയിൽ ചില പൊതുഘടകങ്ങൾ വീക്ഷിക്കാമെങ്കിലും കൃത്യമായ പ്രയോഗസത്യം തിരിച്ചറിയാൻ പ്രയാസമുണ്ട്.

കൃത്രിമ ന്യൂറൽ വലയങ്ങൾ (Artificial Neural Networks)

തലച്ചോറിലെ ന്യൂറോൺ -ന്യൂറോൺ ബന്ധപ്പെടലുകളാണ് വലയങ്ങൾ തീർത്ത് തലച്ചോറിന്റെ വിവിധപ്രവർത്തനങ്ങൾക്ക് ആധാരമാകുന്നത്. കൃത്രിമം ആണെങ്കിലും കമ്പ്യൂട്ടർ നിർമ്മിച്ചെടുക്കുന്ന ഏകകങ്ങൾക്ക് 'ന്യൂറോൺ' എന്നുതന്നെയാണ് പേര്. മസ്തിഷ്കവലയങ്ങൾ പോലെ ഇവ വലയങ്ങൾ തീർക്കുകയാണ്. വിവരങ്ങൾ പകർന്നുകിട്ടുന്ന (input) ന്യൂറോണുകളും അതിൽനിന്നും ഉത്പന്നമാകുന്ന (output) ന്യൂറോണുകളും തമ്മിൽ ഒരു അസ്ത്രചിഹ്നംകൊണ്ട് സൂചിപ്പിക്കാം. ഈ ബന്ധങ്ങളിൽ ഓരോന്നിനും ഓരോ നിശ്ചിത മാർഗ്ഗമുണ്ട് (Directed edges). കൂടാതെ നിശ്ചിത ഭാരവും (Weights). പലേ പട്ടണങ്ങളിൽ നിന്ന് മറ്റ് പട്ടണങ്ങളിലേക്കുള്ള വിമാനമാർഗ്ഗം സൂചിപ്പിക്കുന്ന വലക്കണ്ണീ ഭൂപടം പോലെയാണിത്. യാത്രയ്ക്ക് ആവശ്യം വരുന്ന തുകയാണ് ആ മാർഗ്ഗത്തിന്റെ ഭാരം. ഇത്

ന്യൂറോണുകൾ തമ്മിലുള്ള സംവേദനങ്ങളുടെ തീക്ഷ്ണതയ്ക്ക് സമാനമാണ്. കൃത്രിമ ന്യൂറൽ വലയങ്ങൾ ബാഹ്യലോകത്തിൽ നിന്ന് സംവേദനങ്ങൾ സ്വീകരിക്കുകയും (ഒരു പൂച്ചയുടെ ചിത്രം സ്കാൻ ചെയ്യുത് അല്ലെങ്കിൽ ഒരു പ്രത്യേക പാറ്റേൺ കമ്പ്യൂട്ടറിൽ ചേർക്കുക) ഒരോ ന്യൂറോൺ ബന്ധങ്ങളും അവയുടെ ഭാരം അനുസരിച്ച് മറ്റ് ഉത്പന്ന ന്യൂറോണുകളിൽ വിവരം കൈമാറുകയും അവ ഒരു അറിവ് വെളിവാക്കുകയും (ഇത് പൂച്ചയുടെ ചിത്രമാണ് എന്ന്) ചെയ്യുകയാണ്. ഈ രണ്ട് സംഘങ്ങളും അടരുകളായാണ് സംവിധാനം ചെയ്തിരിക്കുന്നത്, അതുകൊണ്ട് സങ്കീർണ്ണവുമാണ്. ഇവയ്ക്ക് രണ്ടിനും ഇടയിൽ മറയ്ക്കപ്പെട്ട അടരുകളുമുണ്ട് (hidden layers). ഈ അടര് input ഉം output ഉം തമ്മിൽ ബന്ധിപ്പിക്കുകയാണ്. ഇത് പഠിച്ചെടുക്കൽ പ്രക്രിയുടെ അടിസ്ഥാനമാണ്. എന്നുവെച്ചാൽ പിന്നെ പൂച്ചയുടെ ആകൃതി എവിടെ കണ്ടാലും തിരിച്ചറിയാൻ പ്രാപ്തി നേടുകയാണ്.

സാധാരണ കൃത്രിമ ന്യൂറൽ വലയങ്ങളിൽ ഇൻപുട്ടിൽ നിന്ന് ഔട്ട്പുട്ടിലേക്ക് ഒരു ദിശയിൽ മാത്രമാണ് സംവേദനം. പക്ഷേ, ഇപ്പോൾ മുൻപോട്ടും പിറകോട്ടും ഇത് സാധിച്ചെടുക്കുന്ന സമ്പ്രദായം വന്നുചേർന്നിട്ടുണ്ട്. 'പുനരാവർത്തിയായ ന്യൂറൽ വലയങ്ങൾ (Recurrent Neural Network, RNN)' എന്നാണിതിന്റെ പേര്.

'Deep learning' വാസ്തവത്തിൽ ന്യൂറൽ വലയങ്ങളാണ്. 'ആഴം' എന്നത് ഈ വലയങ്ങളിൽ മേൽച്ചൊന്നപോലെ മൂന്ന അടരുകൾ മാത്രം അല്ല, പലേ അടരുകൾ ഉണ്ട്. വലിയ ഡാറ്റാ സെറ്റ (data set) കളിൽ മനുഷ്യന്റെ ഇടപെടലുകൾ ആവശ്യമായി വരും input, output ഒക്കെ ക്രമീകരിക്കാൻ. ഇതില്ലാതാക്കപ്പെട്ടിരിക്കയാണ് ഡീപ് ലേണിങ്ങിൽ. അതുകൊണ്ട് അസംഖ്യം ഡാറ്റാ സെറ്റുകൾ ഒരുമിച്ച് കൈകാര്യം ചെയ്ത് നെല്ലും പതിരും വേർതിരിക്കുക സാദ്ധ്യമാവുകയാണ്. ആഖ്യാനമോ വിഷയവസ്തുവോ പ്രതിരൂപങ്ങളോ ചിത്രങ്ങളോ അതേപടി സ്വാംശീകരിച്ച് അർത്ഥം പൊരുൾ തിരിക്കുകയാണ്.

അമാനുഷികം

ട്യൂറിങ്ങിന്റെ പണ്ടത്തെ ധാർമ്മികപരമായ ചോദ്യം മനുഷ്യരെപ്പോലെ പെരുമാറുന്നുണ്ടോ കമ്പ്യൂട്ടർ എന്നായിരുന്നു എങ്കിൽ മനുഷ്യനു പറ്റാത്തതാണ് നിർമ്മിതബുദ്ധി സാധിച്ചെടുക്കുന്നത് എന്നതാണ് സംഗതം. മനുഷ്യൻ പഠിപ്പിച്ചെടുത്ത്, പരിശീലിപ്പിച്ച വിദ്യകൾ സമർത്ഥമായി നടപ്പിലാക്കുന്ന ഉത്തമ ശിഷ്യൻ മാത്രമല്ലേ നിർമ്മിതബുദ്ധി എന്ന ചോദ്യം സാർത്ഥകമാണെങ്കിലും മനുഷ്യാതീതമായ

പ്രായോഗിക ചെയ്തികളിലേക്ക് സ്ഥാനാന്തരണത്തിനു പ്രാപ്തി നേടിയതാണ് നിർമ്മിതബുദ്ധിയുടെ അമാനുഷികതയ്ക്ക് ഉദാഹരണമാകുന്നത്. ഒരു സർജറിയ്ക്കു മുൻപ് ഒരു ഡോക്ടർക്ക് ആ സർജറിയെക്കുറിച്ച് ഇന്നുവരെയുള്ള എല്ലാ അറിവുകളും ഒറ്റയടിക്ക് പറഞ്ഞുകൊടുക്കാൻ സാധിക്കുക എന്നത് ഈയിടെ വരെ കൽപ്പിതകഥകളിൽ മാത്രം കാണപ്പെടാൻ സാദ്ധ്യതയുള്ളത് മാത്രമായിരുന്നു.

ശാസ്ത്രത്തിന്റെ രീതികളെ 'ഷോർട്ട് സർക്യൂട്ട്' ചെയ്യുന്ന വേലകളാണ് AI യുടെ കൈവശമുള്ളത്. പ്രോട്ടീനുകളുടെ ത്രിമാനരൂപവും ഘടനയും അവയുടെ പ്രവർത്തനങ്ങളെക്കുറിച്ച് അറിയാൻ അത്യാവശ്യമാണ്. ഓരോ പ്രോട്ടീനിന്റെ ഘടനയും വെവ്വേറേ പഠിച്ചെടുക്കുകയായിരുന്നു പതിവ്. പലേ അമിനോ ആസിഡുകളും കണ്ണി ചേർത്ത് മാലയാക്കി പലേ തരത്തിൽ മടക്കിയെടുത്താണ് പ്രോട്ടീനുകൾ ത്രിമാനസ്വരൂപം കൈവരിക്കുന്നത്. 2022 ആദ്യകാലത്ത് ലണ്ടൻ ആസ്ഥാനമാക്കിയിട്ടുള്ള 'ഡീപ് മൈൻഡ്' (DeepMind) എന്ന AI കമ്പനി 220 മില്ല്യൺ പ്രോട്ടീനുകളുടെ ത്രിമാനഘടനയാണ് പ്രവചിച്ചത്. ഡി എൻ എ ഡാറ്റാബേസിൽ ലഭ്യമായ അറിവുകൾ ആധാരമാക്കിയാണ് ഇത് സാധിച്ചെടുത്തത്. അധികം താമസിയാതെ 'മെറ്റാ' (Meta-ഫെയ്സ്ബുക്ക് കമ്പനിയുടെ പുതിയ പേര്) 600 മില്ല്യൺ പ്രോട്ടീനുകളുടെ-ബാക്റ്റീരിയ, വൈറസ് പോലുള്ള അണുജീവികളിൽ കാണുന്നവ-ത്രിമാനഘടനയാണ് വെളിവാക്കി വിജയം നേടിയത്. നിർമ്മിതബുദ്ധിയിലെ 'ഭാഷാ മാതൃക' (Language model) അടിസ്ഥാനമാക്കിയാണ് ഈ പ്രവചനം സാദ്ധ്യമായത്. പലേ പ്രോട്ടീനുകളുടെയും അമിനോ ആസിഡ് തരങ്ങളെക്കുറിച്ചും അവയെ കണ്ണി ചേർത്ത് മടക്കിയെടുത്തിട്ടുള്ളത് എങ്ങനെയാണെന്നും AI കമ്പ്യൂട്ടറുകളെ പഠിപ്പിച്ചെടുക്കുകയും പുതിയ പ്രോട്ടീനുകളുടെ ഘടന അവ വെളിവാക്കുകയുമായിരുന്നു ട്രിക്ക്. എല്ലാ അമിനോ ആസിഡുകളെക്കുറിച്ചും അറിവില്ലെങ്കിൽ ഈ 'ഭാഷാ മാതൃക' തന്റെ മിടുക്കുകൊണ്ട് വിട്ടുപോയ ഭാഗങ്ങൾ പൂരിപ്പിച്ചെടുക്കുകയും ചെയ്യും. പിന്നീട് ത്രിമാനസ്വരൂപം നിർമ്മിച്ചെടുക്കാൻ AlphaFold എന്ന പ്രോഗ്രാം നിയുക്തമാക്കി. മെറ്റാ ആകട്ടെ വളരെ പെട്ടെന്ന് ത്രിമാനസ്വരൂപം ഗണിച്ചെടുക്കുന്ന ESMFold എന്ന പ്രോഗ്രാമും. ഈ പ്രോട്ടീനുകളാകട്ടെ ഇനിയും തിരിച്ചറിഞ്ഞിട്ടില്ലാത്ത പലേ അണുജീവികളുടേതാണെന്നുള്ളതാണ് ശ്രദ്ധേയം. മണ്ണിലെ, കടൽവെള്ളത്തിലെ, മനുഷ്യന്റെ കുടലിലെ എന്നുവേണ്ട ഭൂമിയിലെ പലേ അണുജീവികളുടേയും പ്രോട്ടീൻ സ്വരൂപങ്ങൾ വിദിതമായിരിക്കുകയാണ്. ശാസ്ത്രചരിത്രവുമായി തട്ടിച്ചു നോക്കുമ്പോൾ നൊടിനേരംകൊണ്ട് എന്ന് സമർത്ഥിക്കാവുന്നത് തന്നെ.

രണ്ടു കാര്യങ്ങളാണ് ഇവിടെ അമാനുഷികം എന്ന് വിശേഷിപ്പിക്കപ്പെടേണ്ടത്. ഒന്ന് ഈ പ്രോഗ്രാമുകൾ നമുക്ക് തരുന്ന നൂതന അറിവുകളുടെ അളവും തോതും. പലേ വർഷങ്ങൾ, പലേ ശാസ്ത്രജ്ഞർ ഒന്നിച്ചു പണിയെടുത്താലേ സാധാരണരീതിയിൽ ഇത് സാദ്ധ്യമാവൂ. രണ്ട്, ഈ ഗവേഷണങ്ങളുടെ വേഗത. ഒരു പ്രോട്ടീനിന്റെ സ്വരൂപം നിർണ്ണയിക്കാൻ ഒരു മിനിട്ടേ എടുക്കുകയുള്ളു എന്ന് ആൽഫാഫോൾഡ് വിദഗ്ധർ അവകാശപ്പെടുന്നു. ജീവശാസ്ത്രത്തിലെ വൻ അറിവുകളാണ് ചുരുങ്ങിയ സമയത്തിനുള്ളിൽ സമാഹരിക്കപ്പെട്ടിരിക്കുന്നത്. പലേ പുതിയ വൈറസുകളുടെയും വിവരങ്ങൾ 'ഡീപ് മൈൻഡ്' ശേഖരിച്ചുകൊണ്ടിരിക്കയാണ്.

ഈ വേഗതയും വ്യാപ്തിയും എല്ലാ മേഖലകളിലും വ്യാപകമായിട്ടുണ്ട്, മനുഷ്യസ്വഭാവപരിമിതികളെ ഭേദിക്കുന്നതാണിത്. സിനിമാനിർമ്മാണം ഉദാഹരണം. നേരത്തെ പഠിച്ചെടുത്ത കാര്യങ്ങൾ പരിശോധിച്ച് അത് അടിസ്ഥാനമാക്കി പുതിയ ആവിഷ്കാരങ്ങൾ നിർമ്മിച്ചെടുക്കാൻ പ്രാപ്തിയുള്ള 'machine learning' പ്രോഗ്രാമുകൾ നൂതനങ്ങളായ സ്ക്രിപ്റ്റും കഥാസാരങ്ങളും ഉപയുക്തമാക്കുന്നത് ഹോളീവുഡിൽ നിലവിൽ വന്നിട്ടുണ്ട്. പലേ അൽഗൊരിതങ്ങൾ (algorithms) ഉൾക്കൊള്ളിച്ച് സാദ്ധ്യതകൾ വിശ്ലേഷണം ചെയ്തിട്ടാണിത് എന്നതുകൊണ്ട് പുതിയ കഥാസാരവും കഥപറഞ്ഞെടുക്കാനുള്ള വൈവിദ്ധ്യരീതികളും ലഭ്യമാക്കുകയാണ്. സമയം ലാഭിക്കുന്നതിനോടൊപ്പം പണച്ചെലവും കുറയുകയാണ്. അഭിനേതാക്കളെ തെരഞ്ഞെടുക്കാനും കാസ്റ്റിങ് ഡയറക്റ്റർമാർ ഇത്തരം പ്ളാറ്റ് ഫോമുകൾ ഉപയോഗിച്ചു തുടങ്ങിയിട്ടുണ്ട്. ഒരു രംഗത്തിനു ആവശ്യമായ പ്രത്യേക ഉപകരണങ്ങൾ രൂപകൽപ്പന ചെയ്യാനും നിർമ്മിതബുദ്ധിയെ ആശ്രയിക്കാം. ഈയിടെ പ്രസിദ്ധമായത് ഒരു മാന്ത്രികലായനിക്കുപ്പി അതീവചാതുര്യത്തോടെ 'AI' രൂപകൽപ്പന ചെയ്തതാണ്.

ആവിഷ്കാരപരത എത്രത്തോളം?

സ്വപ്നത്തിൽ കാണുന്ന രൂപങ്ങൾ പോലും ചിത്രങ്ങളായി വരച്ചു തരുന്ന പ്രോഗ്രാമുകൾ ഉണ്ട്. സംഗീതം രചിയ്ക്കുന്ന സോഫ്റ്റ് വെയറുകളുമുണ്ട്. പക്ഷേ, ഇവയെല്ലാം പണ്ട് പഠിച്ചത് പാടുന്ന രീതിയിലുള്ളവയാണ്, പുതിയ, തനതായ ആവിഷ്കാരങ്ങളായി സ്വീകരിക്കപ്പെടാവുന്നവയല്ല. അനേകം ആൽഗൊറിതങ്ങൾ ചികഞ്ഞ് സ്വരുക്കൂട്ടി നിർമ്മിച്ചെടുക്കുന്നവ തന്നെ. ചതുരംഗക്കളിയിൽ ലോകത്തെ പ്രഗൽഭരെ തോൽപ്പിക്കുന്ന കമ്പ്യൂട്ടറുകൾ ഉണ്ട്, സ്വന്തമായി സോഫ്റ്റ്‌വെയറുകൾ ചമയ്ക്കുന്നവയും. പക്ഷേ ഇവയൊന്നും

ലോകത്തെക്കുറിച്ച് ഒരു അറിവും ഉള്ള മട്ടിലല്ല പെരുമാറുന്നത്, അത് പഠിപ്പിച്ചെടുക്കുക എളുപ്പവുമല്ല. എന്നാൽ അതിൽ നിന്ന് മാറ്റങ്ങൾ വന്നു തുടങ്ങുന്നതായി സൂചനകളുണ്ട്. മേൽ പരാമർശിച്ച 'ഡീപ് മൈൻഡിലെ' വിദഗ്ധർ ഒരു നിർമ്മിതബുദ്ധി സൃഷ്ടിച്ചിട്ടുണ്ട്, പ്രകൃതിധർമ്മപ്രകാരമുള്ള ലോകത്തിൽ (physical world)വസ്തുക്കൾ പദാർത്ഥശാസ്ത്ര (physics) ത്തിന്റെ നിയമങ്ങൾ അനുശീലിക്കുന്നതായിരിക്കും എന്ന് മനസ്സിലാക്കിയെടുത്തിരിക്കുന്ന സോഫ്റ്റ്വെയർ. ‘പ്ളേറ്റോ' (PLATO -Physics Learning through Auto-encoding and Tracking Objects) എന്ന് പേരിട്ടിരിക്കുന്ന ഈ AI, വസ്തുക്കളുടെ ചലനങ്ങളും ഇടം തേടലുകളും നിലയുറപ്പിക്കലുകളും ഒക്കെ അനുകരിക്കപ്പെടുന്ന വീഡിയോകൾ (simulated videos) വഴിയാണ് പരിശീലിപ്പിക്കപ്പെട്ടത്. വസ്തുക്കൾ വെറുതെ അപ്രത്യക്ഷമാകുന്നവ അല്ലെന്നും അവയുടെ ഭൗതികഗുണങ്ങൾ സ്ഥിരമാണെന്നും ഒക്കെ പഠിപ്പിച്ചെടുത്തു 'പ്ലേറ്റോ'യെ. തെറ്റുകൾ വരുത്തിയാൽ കണ്ടുപിടിക്കാനുള്ള കഴിവ് പ്ലേറ്റോയ്ക്ക് ഉണ്ടത്രെ.

വാചകങ്ങളോ വിവരണങ്ങളോ കൽപ്പനാചിത്രങ്ങളായി മാറ്റാൻ കഴിവുണ്ട് ‘ഡാൽ-ഇ’ (Dall-E) എന്ന AI സോഫ്റ്റ്വെയറിന്. ഉദ്പാദക നിർമ്മിത ബുദ്ധി (generative AI) സർഗ്ഗാത്മകതയുടെ പൂട്ട് തുറക്കുമെന്നാണ് പ്രത്യാശ. മനുഷ്യമസ്തിഷ്കത്തെപ്പോലെ ന്യൂറൽ വലയങ്ങൾ (neural network) സൃഷ്ടിച്ചെടുത്തിട്ടുണ്ട് പുതിയ സോഫ്റ്റ്വെയർ മാതൃകകൾ. പഴയ രീതിയിൽ കൃത്യമായ സൂചനകൾ പിന്തുടരുകയായിരുന്നെങ്കിൽ ഈ തലച്ചോർ- ന്യൂറോൺ മാതൃക ആകെയുള്ള വിവരങ്ങളിൽ ചില പാറ്റേണുകൾ കണ്ടുപിടിക്കുകയും അവ പഠിച്ചെടുക്കുകയും അതനുസരിച്ച് പെരുമാറാൻ പ്രാപ്തമാകുകയും ആണ്. OpenAI കമ്പനിയുടെ 2020 ലെ സോഫ്റ്റ്വെയറിനു (പിന്നീട് ഇതാണ് ‘ചാറ്റ്ജിപിറ്റി’ (ChatGPT) ആയി പുതുക്കിയെടുത്തത്) പ്രശ്നങ്ങൾ ഉണ്ടായിരുന്നു, പരിശീലനത്തിനുപയോഗിച്ച ഡാറ്റയിലെ തെറ്റുകൾ മൂലം സ്ത്രീവിരുദ്ധതയും വംശവെറിയും പൊടുന്നനവേ പ്രത്യക്ഷമാക്കിയിരുന്നു.

നമ്മളെപ്പോലെ ചിന്തിയ്ക്കുമോ?

അമാനുഷികത ആവോളം പ്രദർശിപ്പിച്ചു കഴിഞ്ഞു, ആവിഷ്കാരങ്ങൾ ചാറ്റ്ജിപിറ്റിയും മറ്റും ഏറ്റെടുത്തു. ചതുരംഗം കളിയിൽ തോൽപ്പിക്കാനാവില്ല മക്കളേ എന്ന് പ്രഖ്യാപിച്ചും കഴിഞ്ഞു കമ്പ്യൂട്ടറുകൾ. പക്ഷേ, ഒരു സൂപ്പർ ശക്തി ഇനിയും കിട്ടിയിട്ടില്ല നിർമ്മിത ബുദ്ധിക്ക്: മനസ്സ് വായിച്ചെടുക്കുക എന്നത്. കമ്പ്യൂട്ടർ പ്രോഗ്രാമുകൾക്ക് മനസ്സ് ഉണ്ടോ തന്നെ?

നമുക്ക് മറ്റൊരാളുടെ ചിന്ത എന്താണെന്നും പൊതു അവസ്ഥകളിൽ എങ്ങനെ പെരുമാറുമെന്നും ഏകദേശം ധാരണയുണ്ട്. വളരെ ചെറുപ്പത്തിൽത്തന്നെ ഇത് മനസ്സിലാക്കിയെടുക്കും നമ്മുടെ മസ്തിഷ്കം. മനുഷ്യപെരുമാറ്റങ്ങളും ചിന്താപദ്ധതികളും ഇത് അടിസ്ഥാനമാക്കിയാണ് രൂപപ്പെടാറ്. നമ്മുടെ പെരുമാറ്റത്തിന്റെ അനന്തരഫലം മറ്റുള്ളവരിൽ നിന്ന് ഏതുരീതിയിൽ പ്രതീക്ഷിക്കാം എന്നും നമുക്കറിയാം. 'മനസ്സിന്റെ പരികൽപ്പന' (Theory of mind) എന്നറിയപ്പെടുന്ന ഇത്. നിർമ്മിതബുദ്ധികൾ നമ്മുടെ ദൈനംദിനജീവിതത്തിൽ ഉപയോഗപ്രദമാകണമെങ്കിൽ നമ്മളോട് യോജിച്ച് പ്രവർത്തിക്കേണ്ടിയിരിക്കുന്നു. ഉദാഹരണത്തിനു താനേ ഓടുന്ന കാറാണെങ്കിൽ അതിനു മുൻപിലേക്ക് ഒരു പന്ത് ഉരുണ്ടു വരുന്നതു കണ്ടാൽ അതിനു പിറകെ ഒരു കുട്ടിയും വന്നേയ്ക്കാം എന്ന തോന്നൽ AI യ്ക്ക് ഉണ്ടാവേണ്ടതാണ്. എന്നുവെച്ചാൽ സഹജാവബോധം അവശ്യം നിർമ്മിതബുദ്ധിയുടെ ഭാഗമായിരിക്കണം എന്നു തന്നെ.

ചതുരംഗത്തിൽ ഗ്രാന്റ്മാസ്റ്ററെ സൃഷ്ടിക്കാൻ നിർമ്മിതബുദ്ധിക്ക് എളുപ്പമുണ്ട്. പക്ഷേ, മനുഷ്യപെരുമാറ്റത്തിലെ അനിശ്ചിതത്വം പഠിപ്പിച്ചെടുക്കാൻ എളുപ്പമല്ല. വഴങ്ങാവുന്ന, വ്യതിചലനാത്മകമാകുന്ന ചിന്തകൾ അതിനു ആവശ്യമാണ്. ഇതിനു സാധിക്കുന്ന നിർമ്മിതബുദ്ധിപ്രയോഗങ്ങൾ സാദ്ധ്യമാകുന്നതിന്റെ സൂചനകൾ നമുക്കുണ്ട് ഇപ്പോൾ. മനുഷ്യരോടൊപ്പം ചില മത്സരക്കളികളിലും ഒളിച്ചുകളിയിലും ഏർപ്പെടുക കമ്പ്യൂട്ടർ സോഫ്റ്റ്‌വെയറുകൾ ചെയ്തുതുടങ്ങിയിട്ടുണ്ട് എന്നതിനാൽ സമൂഹസ്നേഹികളായ യന്ത്രങ്ങൾ അസാദ്ധ്യമല്ലെന്ന് തെളിയുന്നുണ്ട്. നിന്നെപ്പോലെ നിന്റെ അയൽക്കാരനേയും സ്നേഹിച്ചു തുടങ്ങുക എന്നത് കമ്പ്യൂട്ടർ മനസ്സിലാക്കുന്ന വേള അതിവിദൂരമല്ല.

പക്ഷേ, മനുഷ്യപെരുമാറ്റത്തിന്റെ നിയമങ്ങൾ സങ്കീർണ്ണമാണെന്ന്, നമുക്കറിയാം. ഏറ്റവും ലളിതമായ സമൂഹപെരുമാറ്റശേഷി പോലും യന്ത്രങ്ങളുടെ ഭാവത്തിലേക്ക് വിവർത്തനം ചെയ്യാൻ എളുപ്പമല്ല. നമ്മുടെ പെരുമാറ്റങ്ങളിലെ കണക്കുകൂട്ടലുകൾ അല്ല ചില സൂത്രവാക്യങ്ങളിലൂടെ യുക്തി നിബന്ധിച്ച കമ്പ്യൂട്ടർ പ്രയോഗരീതികളിൽ. അനിശ്ചിതത്വം എന്നത് കമ്പ്യൂട്ടറിനു മറികടക്കാൻ പറ്റുന്ന കടമ്പയല്ല. ഒരു ലക്ഷ്യം ആദ്യം ഉറപ്പിച്ചിട്ട് അതിലെത്താൻ നേരത്തെയുള്ള അറിവുകൾ പരിശോധിച്ച് പലേ പരീക്ഷണ/പിശകുകളിലൂടെ (trial and error) കടന്ന് ഓരോ പടിയിലും പാഠങ്ങൾ പഠിച്ച് മുന്നേറാൻ ചില നിർമ്മിതബുദ്ധികൾ പരിശീലിക്കപ്പെടുന്നുണ്ട്. ഗൂഗിളിന്റെ 'ഡീപ് മൈൻഡ്(Deep Mind)' കൃത്രിമ ന്യൂറൽ വലയങ്ങൾ സൃഷ്ടിച്ച് മനുഷ്യമസ്തിഷ്കത്തിന്റെ അനുകരണപ്രയോഗങ്ങളെ ആധാരമാക്കുന്നു. Theory of Mind-net (ToM-net) എന്ന പേരിൽ

അറിയപ്പെടുന്ന ഈ AI സ്കീ്ക് ധാരാളം വിവരങ്ങൾ തുടക്കത്തിൽത്തന്നെ നൽകുന്നു, പടിപടിയായി പുതിയ കാര്യങ്ങൾ പഠിച്ചെടുക്കുന്നു, സാങ്കൽപ്പികമായ മറ്റൊരാളുടെ ആലോചനകളെക്കുറിച്ച് അറിവു നേടുന്നു. ന്യൂയോർക്കിലെ കൊളംബിയ യൂണിവേഴ്സിറ്റിയിലെ ഡോ. ലിപ്സണും കൂട്ടരും കമ്പ്യൂട്ടറിൽ ഒരു ത്രിമാന ഇടത്ത് ഒരു ഇരയേയും വേട്ടക്കാരനേയും പ്രതിഷ്ഠിച്ച് ഒളിച്ചുകളിയുടെ തദ്സമ അനുകരണം സൃഷ്ടിച്ചെടുത്തു. മറ്റാളുടെ മനസ്സിൽ എന്താണെന്ന് അറിയുന്ന രീതിയിൽ ഇരയുടെ കാഴ്ച വേട്ടക്കാരന്റെ കണ്ണിലൂടെ മാത്രം എന്ന സംവിധാനത്തിലാണ് ഈ ഒളിച്ചുകളി പ്രായോഗികമാക്കിയത്. ഇര അങ്ങനെ രക്ഷപ്പെടാൻ ഇടയായി. ഇതേ തത്വം ഉപയോഗിച്ച് 2021 ൽ ലിപ്സണും കൂട്ടരും ഒരു റോബോട്ട് ചെയ്തുകൂട്ടുന്ന പലേ പ്രവർത്തികളുടെ ആയിരക്കണക്കിനു ചിത്രങ്ങൾ ഒരു നിർമ്മിതബുദ്ധിക്ക് പരിചയമാക്കുകയും പിന്നീട് അത് ഈ റോബോട്ടിന്റെ മാനസികപദ്ധതി എന്താണെന്ന് കൃത്യമായി ഊഹിച്ചെടുക്കുകയും ചെയ്തു.

ഈയിടെ മനസ്സുപിടിച്ചെടുക്കുന്ന മറ്റൊരു തന്ത്രവുമായി 'മെറ്റാ' എത്തിയിട്ടുണ്ട്. സിസറോ (Cicero) എന്ന AI 'ഡിപ്ലൊമസി' ബോർഡ് ഗെയിം കളിക്കാൻ പ്രാപ്തമാണ്. ഏഴുപേർ യൂറോപ്പ് പിടിച്ചടക്കാൻ മത്സരിക്കുന്നതാണ് പ്രമേയം. കൂട്ടുകെട്ടുകൾ ഉണ്ടാക്കാൻ പരസ്പരം മനസ്സ് അറിയേണ്ടിയിരിക്കുന്നു. ഈ ഏഴുപേരിൽ ഓരോരുത്തരുടേയും ലക്ഷ്യവും വിശ്വാസങ്ങളും ഉദ്ദേശ്യങ്ങളും പരസ്പരം പഠിച്ചെടുത്ത് അവർ പെരുമാറുന്നതായി നിരീക്ഷിക്കപ്പെട്ടു. സമൂഹത്തിൽ പ്രായോഗികജ്ഞാനവുമായി പെരുമാറുന്നതിനു തുല്യമാണിത്. പക്ഷേ, പരിമിതിയുണ്ട് ഈ പഠനത്തിന്: ഡിപ്ലൊമസി' എന്ന ഈ ബോർഡ്ഗെയിമിൽ ഒതുങ്ങുകയാണ് ഇവരുടെ അറിവും പെരുമാറ്റവും.

ഉപകാരപ്രദമായ റോബോട്ടുകൾ നിർമ്മിക്കാനല്ല 'തിയറി ഓഫ് മൈൻഡ്' പ്രാവർത്തികമാകുന്ന നിർമ്മിതബുദ്ധികൾ ആവിഷ്ക്കരിക്കുന്നത്. ഇത് ഒരു ചവിട്ടുപടിയാണ്, നിർമ്മിതബുദ്ധിയും റോബോട്ടിക്സുമൊന്നിച്ച് വികാരങ്ങളുള്ള യന്ത്രങ്ങൾ സൃഷ്ടിയ്ക്കുക എന്ന ലക്ഷ്യത്തിലെത്താൻ വേണ്ടി എന്ന് കമ്പ്യൂട്ടർ വിദഗ്ധർ സാക്ഷ്യപ്പെടുത്തുന്നു.

ബൃഹത്ത് ഭാഷാമാതൃക (Large Language Model- LLM)

ഇഷ്ടംപോലെ ആഖ്യാനങ്ങൾ നിർമ്മിച്ചെടുക്കുന്ന ChatGPT പോലത്തെ ചാറ്റ്ബോഡുകൾ ബൃഹത്തായ ഭാഷാമാതൃക എന്ന സിസ്റ്റത്തിന്മേൽ നിർമ്മിച്ചെടുത്തവയാണ്. ഭാഷ പഠിപ്പിച്ചെടുക്കുന്നതുപോലെ വാക്കുകളും വാചകങ്ങളും ചിഹ്നങ്ങളുംകൊണ്ട് പരിശീലനം

ചെയ്യപ്പെട്ടവയാണ് ഇവ. പഠിച്ചെടുത്തത് ഉപയോഗിക്കാൻ പ്രാപ്തമാണ് ഈ സിസ്റ്റം. നിർമ്മിതബുദ്ധിയിലെ വൻ പുരോഗമനസൂചകം ഭാഷ എന്നത് അന്യോന്യസംവേദനത്തിനപ്പുറം ഉപയോഗിക്കപ്പെടാവുന്നതാണ്. കമ്പ്യൂട്ടറിന്റെ ഭാഷയാണ് 'കോഡ്,' പ്രോട്ടീനും ഡി എൻ എ അനുക്രമങ്ങളും (sequences) ജീവശാസ്ത്രത്തിന്റെ കോഡ് ആയിരിക്കുന്നപോലെ. ഭാഷയുടെ പൊതുനിയമങ്ങൾ ഉപയോഗിച്ച് ഇവയിലൊക്കെ സംവേദനം സാദ്ധ്യമാണ്. ഡീപ് ലേണിങ്ങിന്റെ സങ്കീർണ്ണ കണക്കുപടികൾ (ആൽഗൊറിതം) ഇവിടെ ഉപയോഗിക്കപ്പെടുകയാണ്. പടുകൂറ്റൻ ഡാറ്റാ സെറ്റുകൾ ഉപയോഗിച്ച്, അതിലെ വ്യാഖ്യാനങ്ങൾ പൊരുൾ തിരിച്ച് സമ്മാനിക്കുകയാണ് ഈ ബൃഹത് ഭാഷാമാതൃക. എളുപ്പത്തിൽ തിരിച്ചറിഞ്ഞ്, ചുരുക്കിയെടുത്ത്, പരിഭാഷപ്പെടുത്തി, പ്രവചിച്ച് ആഖ്യാനങ്ങൾ വിരചിക്കപ്പെടുകയാണ് ഈ വിദ്യ മൂലം. നിർമ്മിച്ചെടുക്കാനും നിലനിർത്താനും ദുഷ്കരമാണെങ്കിലും ഓരോ വർഷവും പത്തിരട്ടി വലിപ്പമാണ് ഈ LLM സ്വായത്തമാക്കുന്നത്.

ചാറ്റ്ജിപിറ്റി (ChatGPT) എന്ന പുതിയ കുട്ടി

ബൃഹത്ത് ഭാഷാമാതൃക (LLM) യുടെ ഏറ്റവും പുതിയ കുഞ്ഞാണ് ചാറ്റ്ജിപിറ്റി. നമ്മൾ പറഞ്ഞുകൊടുക്കുന്ന വിഷയങ്ങളിൽ കഥയും കവിതയും നാടകവും സിനിമാ സ്ക്രിപ്റ്റും എഴുതുന്ന പ്രതിഭ. പ്രിയതരമായി നർമ്മസംഭാഷണങ്ങളിൽ ഏർപ്പെടുന്ന നിർമ്മലമനസ്സ്. പക്ഷേ തെറ്റുകളിലേക്ക് വഴുതിവീഴുമെന്ന ദോഷം ഉണ്ട്. കണക്ക് ചോദ്യങ്ങളിൽ ഉത്തരം പാളിപ്പോകുന്നു. യുക്തിചിന്തകളിലും ന്യായവാദങ്ങളിലും പതർച്ച. ആൾജിബ്ര ചോദ്യത്തിനു ചാറ്റ്ജിപിറ്റി തെറ്റായ ഉത്തരമാണ് തന്നത്. ഹൈസ്കൂൾ ലെവലിലുള്ള കണക്കു പരീക്ഷയിൽ 26% മാർക്ക് മാത്രമേ കിട്ടിയുള്ളു പാവം ചാറ്റ്ജിപിറ്റിക്ക്. പരിശീലന സമയത്ത് ലഭിച്ചത് സ്വരൂപിച്ച്, സ്റ്റാറ്റിസ്റ്റിക്സ് അനുസരിച്ച് ക്രമപ്പെടുത്തിയതാണ്. കിട്ടിയ വാക്കുകൾ, വാചകങ്ങൾ, ചിഹ്നങ്ങൾ ഒക്കെ ഉപയോഗിച്ചാൽ ഇത്രയ്ക്കൊക്കെയേ വരൂ. എന്നാൽ 2022 ൽ ഇറങ്ങിയ ഗൂഗിളിന്റെ 'മിനെർവ' എന്നു പേരിട്ട LLM 50% മാർക്ക് വാങ്ങിച്ചിരുന്നു ഇതേ കണക്ക് പരീക്ഷയിൽ. മിനെർവയുടെ വലിപ്പം വളരെ കൂടുതലായിരുന്നു എന്നതാണ് ഇതിന്റെ പിന്നിലെ സത്യം. ഉപയോഗിച്ച മാനദണ്ഡങ്ങൾ (parameters) പലമടങ്ങ് കൂടുതലാണ് ചാറ്റ്ജിപിറ്റിയെക്കാൾ. 175 ബില്ല്യൺ മാനദണ്ഡങ്ങളാണ് ചാറ്റ്ജിപിറ്റി ഉപയോഗിച്ചതെങ്കിൽ മിനെർവ ഉപയോഗിച്ചത് ഗൂഗിളിന്റെ PaLM (LLM പോലെ മറ്റൊരു സിസ്റ്റം, Pathways Language Model) ആണ്. 540 മില്ല്യൻ മാനദണ്ഡങ്ങൾ ഉൾപ്പെട്ട

ത്തിയത്. മാത്രമല്ല, പരിശീലിപ്പിച്ചത് 780 ബില്ല്യൻ ടോക്കണുകളു ടെ (ഒരു വാക്കോ അക്കമോ ഒരു നിശ്ചിതവിവരത്തിന്റെ യൂണിറ്റോ ആകാം ടോക്കൺ) കൂമ്പാരത്തിൽ നിന്നുമാണ്.

മനുഷ്യമസ്തിഷ്കം - എന്തു സാമർത്ഥ്യം!

ഏത് LLM നേക്കാളും അതിസങ്കീർണ്ണവും വലിപ്പമേറിയതും ആണ് നമ്മുടെ തലച്ചോറ്. 86 ബില്ല്യൻ ന്യൂറോണുകൾ, 100 ട്രി ല്ല്യൺ ന്യൂറോൺ-ന്യൂറോൺ ഘടിപ്പിക്കൽ ഒക്കെയാണ് തലങ്ങും വിലങ്ങും സംവേദനങ്ങൾ പായിയ്ക്കുന്നത്. കമ്പ്യൂട്ടർ ഉപയോഗിയ്ക്കുന്ന തിന്റെ ഒരു അംശം വൈദ്യുതി മാത്രമാണ് മസ്തിഷ്കം ഉപയോഗിക്കു ന്നത്: 20 മുതൽ 50 വാട്ട് (Watt) വരെ മാത്രം. ഇപ്പൊഴുള്ള വെല്ലുവി ളി ഇതാണ്: തലച്ചോറിന്റെ സ്വഭാവത്തെ കൂടുതൽ അനുകരിക്കുന്ന ഭാഷാമാതൃകയും മറ്റ് ന്യൂറൽ വലയങ്ങളും ആവിഷ്കരിക്കുക, ചെറുതും കൂടുതൽ സാമർത്ഥ്യമിയന്നതും കാര്യക്ഷമമേറിയതും ആയിരിക്കും അത്.

നമ്മുടെ തലച്ചോറിന്റെ ആകപ്പാടെയുള്ള ബുദ്ധിശക്തിയുടേ യും കാര്യക്ഷമതയുടെയും ഒരു ഉറവിടം അതിന്റെ പുനരാവർത്തി (recurrent) സ്വഭാവമാണ്, സംവേദനത്തിന്റെ ഉറവിടങ്ങളിലേക്ക് പ്രതികരണം അറിയിക്കുന്ന feedback ബന്ധങ്ങളാണ്. LLM കളാ വട്ടെ ഒരേ ദിശയിൽ മാത്രമുള്ള feedforward നെറ്റ് വർക്കുകളാണ്. ഇതിനർത്ഥം സംസൂചനകൾ ഇൻപുട്ടിൽ നിന്ന് മേൽച്ചൊന്ന അടരു കളിൽക്കൂടി ഔട്ട് പുട്ടിലേക്ക് എത്തുക മാത്രമാണെന്നാണ്. മസ്തിഷ്ക 'വയറിങ്' വ്യത്യാസമിയന്നതാണ്. ഉദാഹരണത്തിനു മനുഷ്യരുടെ കാഴ്ചാവ്യവസ്ഥ (visual system) യിൽ തലച്ചോറിൽ ആദ്യം ലഭിക്കു ന്ന ദൃഷ്ടി സംവേദനങ്ങൾ ഒരുപറ്റം ന്യൂറോണുകൾ തലച്ചോറിന്റെ പിറകുഭാഗത്തേക്ക് വിവരങ്ങളുമായി പായുകയാണ്. ഉടൻ പ്രതിക രണങ്ങൾ എതിർദിശയിൽ സഞ്ചരിച്ച് ഉറവിടസ്ഥാനത്ത് അറിയിപ്പു കളായി എത്തിക്കുകയാണ്. അങ്ങോട്ട് കൊണ്ടുപോയതിൽ പത്തി രട്ടി വിവരങ്ങളായിരിക്കും ഈ 'feedback' സഞ്ചാരപഥത്തിൽ അടങ്ങിയിരിക്കുന്നത്.

മുൻപോട്ടും പിറകോട്ടും സംവേദനങ്ങൾ സാദ്ധ്യമാക്കുന്ന, 'feed forward, feedback ഘടിപ്പിക്കലുകൾ' ഉള്ളവ 'പുനരാവർത്തി ന്യൂറൽ വലയങ്ങൾ (RNN)' ആണെന്ന് മേൽ പ്രസ്താവിച്ചു കഴിഞ്ഞു. ഇത്തരം നെറ്റ് വർക്കുകൾ (കേവലം മുൻപോട്ട് മാത്രം സംവേദനം നടത്തുന്ന LLM കളിൽ ഇല്ലാത്തത്) ഡാറ്റായിലുള്ള ക്രമരൂപങ്ങൾ കാലാനുസൃതമായി മാറിയാലും അത് കണ്ടുപിടിക്കാൻ പ്രാപ്തരാണ്. പ്രകൃത്യാ ഉള്ള ബുദ്ധിശക്തികൾ ലോകത്തെ അറിയുന്നതിന്റെയും

പഠിപ്പിച്ചെടുക്കുന്നതിന്റെയും സർവ്വാടിസ്ഥാനം ഇതാണ്. പക്ഷേ, നിർമ്മിതബുദ്ധിയിലെ ഈ RNN കളെ പരിശീലിപ്പിച്ചെടുക്കാൻ എളുപ്പമല്ല, സാവധാനമേ സാധിക്കൂ. അതുകൊണ്ട് നിലവിലുള്ള ബൃഹത് ഭാഷാ മാതൃകകളുടെ വലിപ്പത്തിലേക്ക് വീർപ്പിച്ചെടുക്കാൻ എളുപ്പമല്ല. നമ്മുടെ ന്യൂറോണുകൾ കാര്യക്ഷമതയോടെ വർത്തിക്കുന്നതിനു മറ്റൊരു കാരണവുമുണ്ട്. അവ മിക്കവാറും നിശബ്ദമാണ്, വല്ലപ്പൊഴുമാണ് ഒരു വൈദ്യുതി വിജൃംഭണം സംഭവിക്കുന്നത്. നേരേമറിച്ച് കൃത്രിമ ന്യൂറൽ വലയങ്ങൾ എപ്പോഴും ഉണർച്ചയിലാണ്. തനത് തലച്ചോറിന്റെ അൽഗൊരിതങ്ങൾ കൃത്രിമന്യൂറൽ വലയങ്ങളെ പഠിപ്പിച്ചെടുക്കാൻ വിദഗ്ധർ പണിപ്പെടുന്നുണ്ട്. പക്ഷേ, മസ്തിഷ്കത്തിന്റെ വൈദ്യുതിച്ചെലവിനേക്കാൾ വളരെ ഏറെയാണ് നിർമ്മിതബുദ്ധിയുടെ LLM കൾക്ക് ആവശ്യമായി വരുന്നത്.

ഊർജ്ജസമർത്ഥത കയ്യാളുന്ന, കൂടുതൽ മിടുക്കരായ LLM കൾ ആവിഷ്കരിക്കാൻ ഉദ്യമങ്ങൾ തുടരുന്നുണ്ട്. 2021 ഡിസംബറിൽ ഗൂഗിളിന്റെ 'DeepMind' പ്രസ്താവിച്ചത് അവരുടെ 'റിട്രൊ' എന്ന സിസ്റ്റം LLM കളെ പുറമേ ഉള്ള ഒരു ഡാറ്റാബേസുമായി ബന്ധിപ്പിക്കുന്ന ഘടന പ്രാവർത്തികമാണ്, സമർത്ഥവുമാണ് എന്നാണ്. ഈ മറുഡാറ്റാബേസിൽ നിന്ന് വിവരങ്ങൾ ശേഖരിച്ച് പ്രവചനങ്ങൾ സാദ്ധ്യമാക്കുന്നത് കാര്യക്ഷമത വർദ്ധിപ്പിക്കുകയാണത്രെ.

നിർമ്മിതബുദ്ധിയിൽ നിന്ന് ബോധജ്ഞാനത്തിലേക്ക്

"ചാറ്റ്ജിപിറ്റി ഒരു മാതൃകയല്ല അതിനെക്കുറിച്ചുള്ള ചർച്ചകൾ അവകാശപ്പെടുന്നതു പോലെ. നിങ്ങൾ ഒരു പാവകളി കണ്ടുകൊണ്ടിരിക്കുമ്പോൾ അത് ജീവനുള്ളവയാണെന്ന് ധരിക്കുന്നതുപോലെയാണിത്" ഗൂഗിളിലെ നിർമ്മിതബുദ്ധി (AI) വിദഗ്ധൻ പ്രസ്താവിച്ചതാണിത്. യുക്തിയും ന്യായവാദവും പ്രകടിപ്പിക്കുന്ന AI അസാദ്ധ്യമൊന്നുമല്ല, കൃത്രിമ ന്യൂറോണുകൾ തമ്മിലുള്ള ഘടിപ്പിക്കൽ വർദ്ധമാനവും സങ്കീർണ്ണവുമാക്കുക, കൂടുതൽ ഡാറ്റാ സമ്മാനിക്കുക ഇവയൊക്കെ സാധിച്ചെടുത്താൽ അവ യുക്തിഭദ്രമായി ഏൽപ്പിച്ച പണികൾ നിർദ്ധാരണം ചെയ്യും എന്നാണ് അനുമാനം. ഗൂഗിളിന്റെ 'ഡീപ്മൈൻഡ്' ഒരു പുതിയ നിർമ്മിതബുദ്ധിയുമായി എത്തിയിട്ടുണ്ട്. 'Adaptive Agent' അഥവാ AdA എന്ന് വിളിക്കപ്പെടുന്ന ഈ AI ആകട്ടെ 3 ഡിമെൻഷനൽ വിർച്വൽ ലോകത്ത് വ്യവഹരിക്കുന്നതാണ്. അതിനോട് പ്രത്യേക പണികൾ -വസ്തുക്കളെ മാറ്റുക, ആസൂത്രണം ചെയ്യുക ഇവയൊക്കെ ഉൾപ്പെടുന്ന - നിർദ്ധാരണം ചെയ്യാൻ ആവശ്യപ്പെട്ടാൽ സ്വയം അത് നിർവ്വഹിക്കാൻ തയ്യാറാകുമത്രെ. നേരത്തെ പരിചയമില്ലാത്ത മേഖലകളിൽ സധൈര്യം

കയറിച്ചെല്ലുമത്രെ ഈ പുതിയ AI. നേരത്തെ പഠിച്ചെടുത്തതോ പരിചയപ്പെട്ടതോ അല്ലാത്ത ഗെയ്മുകൾ കളിച്ച് ജയിക്കുമത്രെ ഇത്. ഒരു പുതിയ പരിതസ്ഥിതിയിലെത്തിയാൽ അത് മനസ്സിലാക്കി അതനുസരിച്ച് തീരുമാനങ്ങളെ മാറ്റാനുള്ള കഴിവുണ്ടത്രെ 'AdA' യ്ക്ക്.

ചാറ്റ്ജിപിറ്റി മനുഷ്യരുമായി പെട്ടെന്ന് ഇടപഴകും, വിസ്തൃതമായ ആഖ്യാനങ്ങൾ കാഴ്ചവെയ്ക്കും എന്നൊക്കെയുള്ള പുതുമ അതിനെ സർവ്വസ്വീകാര്യതയിൽ എത്തിച്ചു എന്നേയുള്ളൂ. ബോധജ്ഞാനത്തിലേക്കുള്ള കമ്പ്യൂട്ടർ കുതിപ്പിന്റെ ലക്ഷണമൊന്നുമല്ല അത്. പക്ഷേ, മനസ്സ് ഒരു സൂപ്പർ കമ്പ്യൂട്ടറിന്റെ സ്വഭാവം കാണിയ്ക്കുന്നു എന്നതിനാൽ കമ്പ്യൂട്ടറുകൾക്ക് ആശിക്കാവുന്നതാണ് തലച്ചോറിലെ ന്യൂറോൺ വലയങ്ങളുടെ ഘടനയും പ്രവർത്തനവും അവർക്ക് ഒരുനാൾ പ്രാപ്തമാകുമെന്ന്.

തലച്ചോറിലെ ന്യൂറോൺ വലയങ്ങൾ തമ്മിലുള്ള സംവേദനങ്ങളും സമ്പർക്കങ്ങളുമാണ് എല്ലാ പ്രവർത്തനത്തിന്റെയും-ബോധജ്ഞാനമുൾപ്പെടെ -ആധാരം. അതുകൊണ്ട് ഭൗതികപരമായ (physical), ഘടനാപരമായ അടിസ്ഥാനം ബോധജ്ഞാനത്തിനുണ്ട്. അഭൗമികമായ ഒന്നും അതിന്മേൽ സങ്കൽപ്പിച്ചു കാൽപ്പനികതാപരിവേഷം ചാർത്തേണ്ടതില്ല. അറിവ് എന്നത് ഉൾക്കൊള്ളാനാവാതെ തളർന്നു കിടക്കുന്നവരുടേയും (vegetative state) പരിമിതമായി ബോധം ഉള്ളവരുടേയും- കണ്ണ് അനങ്ങും, പക്ഷേ, ആശയങ്ങളോ വികാരങ്ങളോ സംവേദനം ചെയ്യാനാവാത്തവർ- തലച്ചോറ് Functional MRI ഉപയോഗിച്ച് സ്കാൻ ചെയ്തപ്പോൾ കൃത്യമായ വ്യത്യാസങ്ങൾ ന്യൂറോൺ വലയങ്ങളിൽ പ്രത്യക്ഷമായിരുന്നു. ബോധജ്ഞാനം ഉള്ളവരുടെ വലയങ്ങളിൽ നിന്നു തീർത്തും വ്യത്യസ്തം, പലേ വലയങ്ങളും അപ്രത്യക്ഷമായിത്തീർന്നിരുന്നു ബോധം ഇല്ലാത്തവരിൽ. ബോധ/അബോധ വ്യതിരിക്തതകൾ കൃത്യമായി ഗണിച്ചെടുക്കുന്ന തരത്തിലുള്ള കയ്യൊപ്പുകൾ ന്യൂറോൺ വലയങ്ങളുടെ പാറ്റേണുകളിൽ കണ്ടെത്താം എന്നത് ബോധജ്ഞാനം ശരീരപരവും അതിന്റെ ഫിസിയോളജി നിയമങ്ങൾ പാലിക്കപ്പെടുന്നതും മാത്രമാണെന്ന് തെളിയിക്കുകയാണ്.

നിർമ്മിതബുദ്ധിയുടെ കൃത്രിമന്യൂറോൺ വലയങ്ങൾ തലച്ചോർ പ്രവർത്തനങ്ങളിൽ പലതിനേയും അനുകരിച്ചു തുടങ്ങിയിട്ടുണ്ട്. മുഖം തിരിച്ചറിയൽ (Facial recognition) അതിലൊന്നാണ്. അലെക്സാപോലത്തെ സാമഗ്രികൾ നമ്മൾ പറയുന്നതിന്റെ അർത്ഥം പിടിച്ചെടുക്കുന്നുണ്ട്. പറയുന്നത് കേട്ട് എഴുതാൻ നിർമ്മിതബുദ്ധിക്ക് സാധിക്കുന്നുണ്ട്. മലയാളം നന്നായിട്ട് ഇങ്ങനെ കേട്ടെഴുതാൻ സാധിക്കുന്നു എന്നത് ഈ ശബ്ദസന്ദേശങ്ങൾ ഉൾക്കൊണ്ട് അത്

മനസ്സിലാക്കി എടുക്കുന്നത് മിടുക്കോടെ സാധിച്ചിരിക്കുന്നു എന്നതിന്റെ തെളിവാണ്. ബാഹ്യലോകവുമായി തലച്ചോറ് സംവദിക്കുന്നത് പഞ്ചേന്ദ്രിയങ്ങളുടെ സംവേദനങ്ങളാലാണല്ലൊ. നിർമ്മിതബുദ്ധി കാഴ്ച, കേൾവി, സ്വാദ്, മണം ഇവയൊക്കെ പിടിച്ചെടുത്ത് കമ്പ്യൂട്ടറിനു വിവരങ്ങൾ കൈമാറുന്ന തന്ത്രങ്ങൾ മെനഞ്ഞെടുത്തിട്ടുണ്ട്. സ്പർശം എന്നതിനെ വൈദ്യുതീകരിച്ച് തലച്ചോറിൽ എത്തിക്കുന്നതിനു സമാനമായ ഒരു വിദ്യ ഈയിടെ ഫലവത്തായതായി ശാസ്ത്ര പഠനങ്ങൾ പ്രഖ്യാപിക്കുന്നു. സ്പർശിക്കുന്ന ഉപരിതലത്തിന്റെ ആഴം, സാന്ദ്രത, ചലനങ്ങൾ ഒക്കെ ന്യൂറോൺ വലയങ്ങൾ അനുഭവിച്ചറിയുന്ന വിദ്യ തന്നെ. ഇത്തരം തന്ത്രവിദ്യകൾ കൊണ്ട് മനുഷ്യരുടെ ചലനങ്ങൾ തലച്ചോറിന്റെ സഹായമില്ലാതെ സാധിച്ചെടുക്കാവുന്നതാണ്. ഉദാഹരണത്തിനു വഴിയിൽ ഒരു ദുർഘടമുണ്ടെന്ന് അന്ധർക്ക് അറിവുകൊടുക്കുകയും പെട്ടെന്ന് കാൽ വലിക്കുകയും ചെയ്യാൻ പറ്റുകയാണ്, ചെറിയ കമ്പ്യൂട്ടർ ചിപ് കാലിന്റെ പേശികളെ ഉത്തേജിപ്പിക്കുന്നതിനാൽ.

കൃത്രിമ ന്യൂറോൺ വലയങ്ങൾക്ക് തലച്ചോർ ചെയ്യുന്ന പലതും സാദ്ധ്യമാവുന്നു, അതിന്റെ വ്യാപ്തി വർദ്ധമാനമായിക്കൊണ്ടിരിക്കയാണ്. കൃത്രിമബുദ്ധിയുടെ കഴിവുകളെക്കുറിച്ചുള്ള പ്രവചനങ്ങൾ അസ്ഥാനത്താവുന്നു.

References

1. Dehaene, S, Lan, H. and Kouider S. What is consciousness, and could machines have it? Science 358: 486-492 2017
2. Melloni L., Mudrik L., Pitts M.and Koch C. Making the hard problem of consciousness easier. Science 372: 911-912 2021
3. Ananthaswamy A. In AI is bigger the better? Nature 615: 202-206.2023
4. Zhu S., Li Y., Yelemulati H., Deng X., Li Y., Wang J., Li X., Li G., Gkoupidenis P. and Tai Y. An artificial remote tactile device with 3D depth- of- field sensation. Science Advances 8, 1-10, 2022

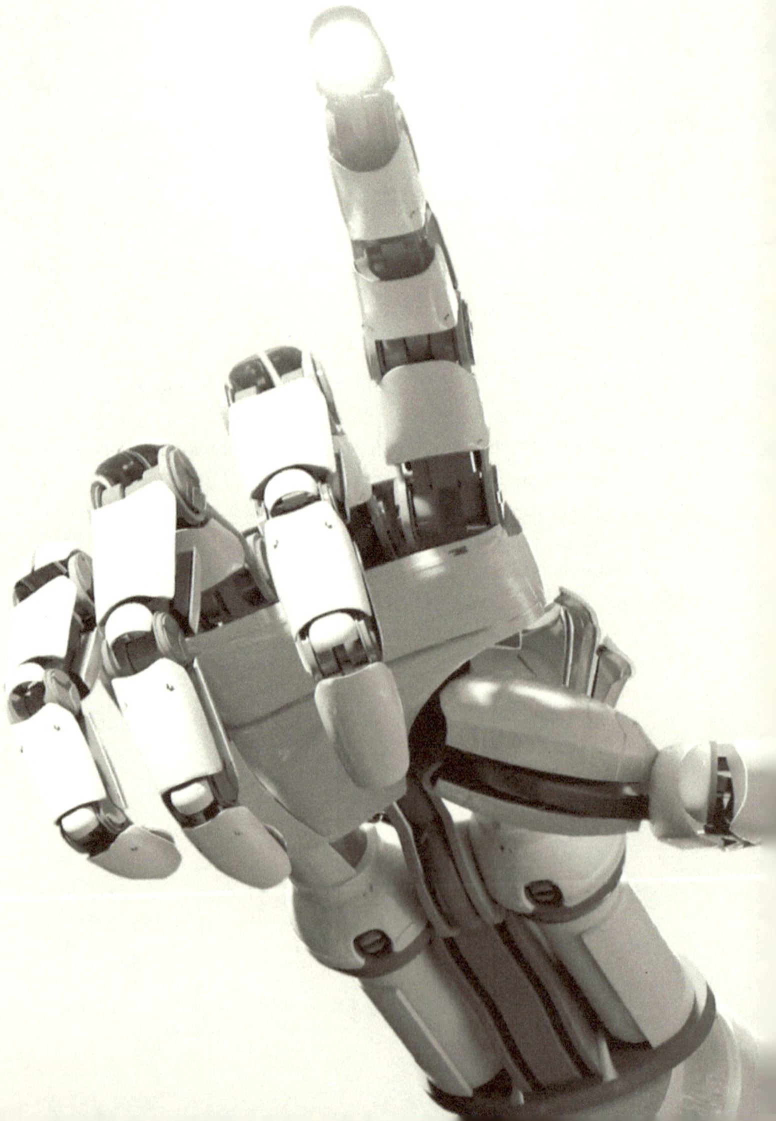

കൃത്രിമ/നിർമ്മിത ബുദ്ധി മൂന്നു പതിറ്റാണ്ടിന്റെ പരിണാമം

അച്യുത്ശങ്കർ എസ് നായർ

നിർമ്മിത ബുദ്ധിയെക്കുറിച്ച് മലയാളത്തിൽ ആദ്യം ലേഖനമെഴുതിയത് 1960 കളിൽ പ്രൊഫ. വി കെ ദാമോദരനാണ്. പിന്നീടങ്ങോട്ട് കുറെയേറെ ലേഖനങ്ങൾ മലയാളത്തിൽ പ്രത്യക്ഷപ്പെട്ടിട്ടുണ്ട്. കൃതിമ/നിർമ്മിതബുദ്ധിയെക്കുറിച്ച് ഈ ലേഖകൻ മൂന്നു പതിറ്റാണ്ടിനു മുൻപും അതിനെത്തുടർന്നും എഴുതിയ ലേഖനങ്ങളിലെ തിരഞ്ഞെടുത്ത ചിന്തകൾ പുതിയ വികാസങ്ങളുടെ വെളിച്ചത്തിൽ പുനഃപരിശോധനയ്ക്കു വിധേയമാക്കുകയാണ് ഈ ലേഖനത്തിൽ. *വിജ്ഞാനകൈരളി*യിൽ 1995-ൽ പ്രസിദ്ധീകരിച്ച ലേഖനവും 2008 ൽ *ഭൂഗോളവൽക്കരണം* എന്ന ഗ്രന്ഥത്തിൽ ഉൾപ്പെടുത്തിയ ലേഖനവുമാണ് പുനർപരിശോധനയ്ക്കു തെരഞ്ഞെടുത്തിട്ടുള്ളത്. (മുൻ ലേഖനത്തിലെ വരികൾ ഇറ്റാലിക്സിൽ നൽകിയിരിക്കുന്നു).

1. നിർമ്മിത ബുദ്ധിയിലെ കൃത്രിമത്വം

യാഥാർത്ഥ്യത്തിൽനിന്നുള്ള വ്യതിചലനമാണല്ലോ കൃത്രിമത്വം. ഒരു കടലാസുപൂവ് യഥാർത്ഥ പൂവിന്റെ അനുകരണമാണ്. അതുപോലെ ഒരു വൈദ്യുത വിളക്കിന്റെ പ്രകാശം പ്രകൃതിദത്തമായ സൂര്യപ്രകാശമല്ലാത്തതിനാൽ ഒരു കൃത്രിമത്വം

ഉളവാക്കുന്നു. എന്നാൽ മേൽപ്പറഞ്ഞ കൃത്രിമത്വം രണ്ടും ഉളവാക്കുന്നത്, രണ്ടും രണ്ടു തരത്തിലാണെന്നു പ്രത്യേകം പറയേണ്ടതില്ലല്ലോ. കടലാസു പൂവിനു മണമോ ഗുണമോ ഉണ്ടാവില്ല. കാഴ്ചയിൽ മാത്രമാണ് സാമ്യം. എന്നാൽ സൂര്യപ്രകാശം തമസ്സിനെ അകറ്റുന്ന അതേ ധർമ്മം വൈദ്യുത വിളക്കിന്റെ പ്രകാശത്തിലൂടെയും നിർവ്വഹിക്കപ്പെടുന്നു. ഈ വൈദ്യുത വിളക്കിൽ അധിഷ്ഠിതമായ കൃത്രിമത്വം തന്നെയാണ് കമ്പ്യൂട്ടറിന്റെ കൃത്രിമ ബുദ്ധിയിലും നാം പരമമായി കൈവരിക്കാനുദ്ദേശിക്കുന്നത്. സമീപഭാവിയിൽ ഇതൊരു മരീചികയായവശേഷിക്കാമെങ്കിലും കടലാസുപൂവിന്റെ കൃത്രിമത്വത്തോളമെങ്കിലും കമ്പ്യൂട്ടറിലേക്കു ബുദ്ധി പകരാൻ കഴിഞ്ഞാൽ മനുഷ്യസമൂഹത്തിന് ഇതൊരു "ഫ്യൂച്ചർ ഷോക്ക്" തന്നെയാവും. ഈ ഫ്യൂച്ചർ ഷോക്കിന് നാം തയ്യാറാകേണ്ടിയിരിക്കുന്നു.

1950 കളിൽ ഗണിശാസ്ത്രജ്ഞനായ അലൻ എം ട്യൂറിങ് തന്റെ പ്രസിദ്ധിയാർജിച്ച 'ട്യൂറിങ് ടെസ്റ്റി'ലൂടെ കൃത്രിമ ബുദ്ധിക്ക് പ്രായോഗികമായൊരു നിർവ്വചനം കണ്ടെത്തി. ഒരു യന്ത്രത്തിന് ബുദ്ധിയുണ്ടെന്ന ധാരണ ഉളവാക്കിയാൽ അതിന് ബുദ്ധിയുള്ളതായി പരിഗണിക്കാമെന്നതാണ് ഈ ടെസ്റ്റിന്റെ അടിസ്ഥാന തത്വം. "ഒരു ഭ്രാന്തനും ഞാനും തമ്മിലുള്ള വ്യത്യാസം എനിക്കു ഭ്രാന്തില്ല എന്നതു മാത്രമാണെന്ന്" ലോകപ്രശസ്ത ചിത്രകാരനായ സാൽവഡോർ ദാലിയുടെ പ്രസ്താവ്യത്തിന്റെ താത്വിക സാദൃശ്യം ഇവിടെ ശ്രദ്ധേയമാണ്. ഒരു GIGO (Garbage in Garbage out - കമ്പ്യൂട്ടറിന് ബുദ്ധിപരമായി ഒന്നും ചെയ്യാനില്ല എന്നു സൂചിപ്പിക്കുന്ന വിശേഷണം) യന്ത്രത്തെ ബുദ്ധിയുള്ളതായി അവതരിപ്പിക്കാനുള്ള ശ്രമം ഈ നിർവ്വചനത്തിലൂടെ ന്യായീകരിക്കപ്പെടുന്നു. ഒരു യന്ത്രത്തിന് ബുദ്ധിയുണ്ടെന്ന ധാരണയുളവാക്കിയാൽ അതിന്റെ യാഥാർത്ഥ്യം തെളിയിക്കേണ്ടത് താത്വികമായൊരു അഭ്യാസം മാത്രമാണ്, ഒരുപക്ഷേ, സമീപ ഭാവിയിലെങ്കിലും.

നിർമ്മിത ബുദ്ധിയെക്കുറിച്ച് മുകളിൽ ചേർത്തിരിക്കുന്ന വിലയിരുത്തൽ ഏറക്കുറെ അതേപടി തന്നെ ഇന്നും അംഗീകരിക്കാവുന്നതാണ്, 'ഫ്യൂചർ ഷോക്ക്' ചരിത്രമായി മാറിയിരിക്കുന്നു എന്നു മാത്രം പുതുതായി വിലയിരുത്താം. ഡ്രൈവറില്ലാത്ത കാറുകളും

സംഭാഷണം നടത്താൻ കഴിവുള്ള Chat GPT പോലുള്ള സംവിധാനങ്ങളും മുഖവും ശബ്ദവും തിരിച്ചറിയാൻ കഴിയുന്ന ആപ്പുകളും പൗരത്വം വരെ ലഭിച്ച സോഫിയ പോലുള്ള റോബോട്ടുകളും അരങ്ങുവാഴുന്ന കാലത്ത് AI സാധാരണമായി മാറിയിരിക്കുന്നു.

ബോൺസ്റ്റയിൽ എന്ന കമ്പ്യൂട്ടർ വിദഗ്ധൻ 1995 ൽ ഒരു ചെസ്പ്രോഗ്രാം വികസിപ്പിച്ചെടുത്തു. ഇന്ന്[95 ൽ] അന്തർദേശീയ ചെസ് ഫെഡറേഷന്റെ റേറ്റിങ് നേടിയ 'ഡീപ്തോട്ട്' എന്ന കമ്പ്യൂട്ടർ പ്രോഗ്രാം വരെ ഈ ഗവേഷണം എത്തിയിരിക്കുന്നു. സെക്കൻഡിൽ 72,000 ചെസ്സ് ബോർഡ് സ്ഥാനങ്ങളെ അപഗ്രഥിക്കാൻ കഴിയുന്ന ഡീപ്തോട്ടിന് ലോക ചെസ് ചാമ്പ്യനായ ഗാരി കാസ്പറോവിനോട് അടിയറവു പറയേണ്ടിവന്നെങ്കിലും പിന്നീട് ഇത് ഒരു ഗ്രാന്റ് മാസ്റ്ററെ തോല്പിച്ചുവെന്നറിയുമ്പോൾ കൃത്രിമ ബുദ്ധിയുടെ വികാസം പുരോഗമിക്കുകയാണെന്നു നമുക്കു മനസ്സിലാക്കാൻ കഴിയും.

ഇന്ന് ചെസ്സ് എന്ന വെല്ലുവിളി മറികടന്നു ചെസ്സിനേക്കാൾ പരശ്ശതം സങ്കീർണ്ണമായ ചൈനീസ് ഗെയിമായ 'ഗോ' ആണ് AI യുടെ വെല്ലുവിളി. 'ആൽഫാഗോ' എന്ന AI പ്രോഗ്രാം ഈ തലത്തിൽ നേട്ടങ്ങൾ കൊയ്തുകൊണ്ട് മുന്നേറുകയാണ്. ചെസ്സ് കളിയിൽ Alpha Zero, Stockfish എന്നീ പ്രോഗ്രാമുകളാണ് ഇന്ന് ശ്രദ്ധേയമായ നേട്ടങ്ങൾ കൊയ്തിരിക്കുന്നത്. Stockfish നെ Alphago തോൽപ്പിച്ചു എന്നതും കൗതുകകരം.

2. ന്യൂറൽ കമ്പ്യൂട്ടറുകൾ

1980 കളുടെ അവസാനം വിപണിയിൽ ലഭ്യമായിത്തുടങ്ങിയ 'ന്യൂറൽ നെറ്റുകൾ' കമ്പ്യൂട്ടർ ഗവേഷണത്തിലെ ഒരു വിപ്ലവത്തെ പ്രതിനിധീകരിക്കുന്നു. ചില പ്രശ്നങ്ങളും അവയുടെ ഉത്തരങ്ങളും കമ്പ്യൂട്ടറിന് വ്യക്തമാക്കിക്കൊടുത്തശേഷം സമാനമായ പ്രശ്നങ്ങൾക്ക് പരിഹാരം കണ്ടെത്താൻ അതിനെ പ്രാപ്തമാക്കാനുള്ള ചുവടുവയ്പാണിത്. വളരെയധികം വിവരങ്ങൾ സമാന്തരമായി ചിട്ടപ്പെടുത്തിയെടുക്കാൻ കഴിയുമെന്നതാണ് ന്യൂറൽ കമ്പ്യൂട്ടറുകളുടെ ഒരു പ്രത്യേകത. തലച്ചോറിലെ ന്യൂറോണുകളെയാണല്ലോ ന്യൂറൽ കമ്പ്യൂട്ടറുകൾ പകർത്താൻ ശ്രമിക്കുന്നത്. തലച്ചോറിലെ ഓരോ ന്യൂറോണും കോടാനുകോടി മറ്റു ന്യൂറോണുകളുമായി ബന്ധപ്പെട്ടിരിക്കുന്നതായി പറ

യപ്പെടുന്നു. പൂർണ്ണമായും അന്യോന്യം ബന്ധിപ്പിച്ച അനേകം 'പ്രോസസറുകൾ' കൊണ്ട് ഇവയെ ഒരു ന്യൂറൽ കമ്പ്യൂട്ടറിൽ പ്രതിനിധീകരിപ്പിക്കേണ്ടതിനും ഓരോ വെയിറ്റ് നിർവ്വചിക്കപ്പെടേണ്ടിയിരിക്കുന്നു. സ്വയം പഠിക്കാനുള്ള കഴിവാണ് ഇതിന്റെ ഏറ്റവും ആകർഷണീയമായ സ്വഭാവ വിശേഷം. പെർസെപ്ട്രോൺ ആണ് ഇത്തരത്തിൽ അറിയപ്പെടുന്ന ഏറ്റവും ആദ്യത്തെ നെറ്റ്‌വർക്ക്. ടൈപ്പ് ചെയ്ത അക്ഷരങ്ങൾ തിരിച്ചറിയാനാണ് ഇതുപയോഗിച്ചിരുന്നത്.

പരാമർശിച്ച പെർസെപ്ട്രോൺ ഇപ്പോഴും ആധുനിക ന്യൂറൽ നെറ്റ്‌വർക്കുകളിൽ അടങ്ങിയിരിക്കുന്നു എന്നത് കൗതുകകരമാണ്. y=Wx എന്ന ലളിത സമവാക്യം മാത്രമാണ് പെർസെപ്ട്രോണുകൾക്ക് പിന്നിൽ. അവയുടെ കൂടെ അതുപോലെ ലളിതമായ കോൺവല്യൂഷൻ എന്ന പ്രക്രിയകൂടി ചേർത്താണ് കോൺവല്യൂഷൻ ന്യൂറൽ നെറ്റ്‌വർക്കുകൾ (CNN അഥവാ ConvNet) പ്രവർത്തിക്കുന്നത്. അൽഗോരിതങ്ങളിലെ തുടർച്ചയായ മെച്ചപ്പെടുത്തലുകളും കമ്പ്യൂട്ടറുകളുടെ ശേഷി വർദ്ധനയും മൊബൈൽ ഫോണുകളിലൂടെ ചിത്രങ്ങളും വീഡിയോയും മറ്റും ലളിതമായി ശേഖരിക്കാൻ സാധിക്കുന്നതും ഈ രംഗത്ത് മികച്ച വികസനം സാധ്യമാക്കി. ഉദാഹരണങ്ങൾ നൽകിയാൽ എന്തും പഠിച്ചെടുക്കാം എന്ന വിശ്വാസം ഇപ്പോൾ പ്രബലമാണ്. മെഷീൻ ലേർണിങ് എന്ന പദത്തോടൊപ്പം ഡീപ് ലേർണിങ് എന്ന പദംകൂടി പ്രചാരത്തിലായിരിക്കുന്നു. കോൺവല്യൂഷൻ എന്ന പ്രക്രിയയിലൂടെ നഗ്നനേത്രങ്ങൾക്ക് കാണാൻ സാധിക്കാത്ത വിവരങ്ങൾ കാണാൻ സാധിക്കുന്ന ഒരു ദിവ്യദൃഷ്ടിയുമായാണ് ഇന്ന് AI പ്രവർത്തിക്കുന്നത്.

വിവിധ ലക്ഷ്യങ്ങൾ സഫലീകരിക്കുന്നതിനും പൊതുവായ പ്രശ്നപരിഹാരത്തിനുമായുള്ള ഇന്നത്തെ കമ്പ്യൂട്ടറുകളുടെ കാര്യക്ഷമത പതിന്മടങ്ങ് വർദ്ധിപ്പിക്കാൻ പ്രാപ്തമായൊരു ന്യൂറൽ കമ്പ്യൂട്ടറിന്റെ ആവിർഭാവമാകണം നമ്മുടെ സ്വപ്നം.

ഈ സ്വപ്നം 2011 ൽ AlexaNet എന്ന കോൺവല്യൂഷൻ ന്യൂറൽ നെറ്റ്‌വർക്ക് (CNN) വികസിപ്പിച്ചെടുത്തതോടെ യാഥാർത്ഥ്യമായി. അക്ഷരങ്ങളും അക്കങ്ങളും ഒക്കെ തിരിച്ചറിയുന്നത് കുട്ടിക്കളിയായി മാറിയിരിക്കുന്നു. മുഖം തിരിച്ചറിയുന്നതും അങ്ങനെതന്നെ. മുഖം നോക്കി മനസ്സ് വായിക്കുന്ന വികാര അപഗ്രഥനം വരെ സാധാരണമായിരിക്കുന്നു. ഒരു ചിത്രം നൽകിയാൽ അതിലെ എല്ലാ

വസ്തുക്കളെയും തിരിച്ചറിഞ്ഞ് ഓരോന്നിനെയും ചതുരങ്ങളിലാക്കി വിശദീകരണം നൽകുന്ന DenseCap (Dense Captioning) ഉം സാധാരണം തന്നെ.

3. ബയോ കമ്പ്യൂട്ടറുകൾ

പ്രോട്ടീൻ, എൻസൈമുകൾ, ഡി എൻ എ എന്നിവയിൽ നിന്ന് പാകപ്പെടുത്തിയെടുക്കാമെന്ന് പ്രതീക്ഷിക്കപ്പെടുന്ന വിപ്ലവകരമായ മറ്റൊരു ഭാവി സ്വപ്നമാണ് ബയോ ചിപ്പും അവയുപയോഗിച്ച് നിർമ്മിക്കാവുന്ന ബയോ കമ്പ്യൂട്ടറുകളും. പ്രത്യുല്പാദനശേഷിയുള്ള കമ്പ്യൂട്ടറുകൾ എന്ന തികച്ചും അയഥാർത്ഥ്യമായിത്തോന്നുന്ന സംഭവ വികാസങ്ങളെക്കുറിച്ചുവരെ ശാസ്ത്രജ്ഞർ ചിന്തിച്ചു തുടങ്ങിയിരിക്കുന്നു. വളരെ ലളിതമായൊരു ബയോ കമ്പ്യൂട്ടർ സംവിധാനം പോലും ഇന്നു നിലവിലില്ലായെന്നത് ഒരു സത്യം മാത്രമാണ്. ബയോ കമ്പ്യൂട്ടറിന്റെ മാതൃകയിൽ രൂപകൽപന ചെയ്യുന്ന ഒരു ബയോ-റോബോട്ടായിരിക്കും ഭാവിയിൽ കമ്പ്യൂട്ടർ ശാസ്ത്രം മനുഷ്യസമൂഹത്തിന് സംഭാവന ചെയ്യുന്ന ഒരു അത്ഭുതയന്ത്രം. ഒരു സാധാരണ മനുഷ്യനെപ്പോലെ ഭക്ഷണം കഴിച്ച് അതിൽനിന്ന് ഊർജ്ജം സംഭരിക്കുകയും കായികാദ്ധ്വാനത്തിന് മനുഷ്യന്റെ എല്ലാ കഴിവുകളും സ്വായത്തമാക്കി പ്രവർത്തിക്കുകയും ചെയ്യുന്ന മനുഷ്യന്റെ സന്തതസഹചാരിയായിരിക്കും ഭാവിയിലെ ബയോ റോബോർട്ട്.

ഈ മേഖല മൂന്നുപതിറ്റാണ്ടിന് മുൻപ് എങ്ങനെ നിന്നിരുന്നുവോ അതുപോലെ തന്നെ തുടരുന്നു. Travelling Sales Man problem എന്ന സമസ്യയുടെ പരിമിതമായ ഒരു രൂപത്തെ RNA തന്മാത്രകൾ ഉപയോഗിച്ച് ടെസ്റ്റ് ട്യൂബിനുള്ളിൽ വെച്ച് പരിഹരിച്ച എന്ന കൗതുകത്തിൽ നിന്ന് മുന്നോട്ട് പോകാൻ ശാസ്ത്രജ്ഞർക്ക് സാധിച്ചിട്ടില്ല.

4. നാച്വറൽ ലാംഗ്വേജ് പ്രോസസിങ്: സ്വാഭാവിക ഭാഷ മനസ്സിലാക്കൽ

സ്വാഭാവികഭാഷയുടെ വിശാലമായൊരു വിശകലനത്തിൽ നിന്നാണ് ഭാഷ അനുകരണം ചെയ്യുന്ന കമ്പ്യൂട്ടറിലേക്കുള്ള പ്രയാണം ആരംഭിക്കേണ്ടത്. ഭാഷാശാസ്ത്രത്തിന്റെയും അഭിനവഗണിതത്തിന്റെയും എപ്പിസ്റ്റമോളജിയുടെയും ഒക്കെ സഹായം ഒരു

കമ്പ്യൂട്ടർ ശാസ്ത്രജ്ഞന് ഇവിടെ ആവശ്യം വരും. ഉദാഹരണമായി കാവ്യാസ്വാദകൻ ഒരു കവിത ആസ്വദിക്കുന്നതിനു പിന്നിലെ അനന്തമായ രഹസ്യങ്ങൾ മനസ്സിലാക്കാൻ സാധിച്ചാൽ മാത്രമേ അത് നമുക്കൊരു കമ്പ്യൂട്ടറിലേക്ക് പകർത്താൻ സാധിക്കുകയുള്ളൂ.

മുകളിൽ സൂചിപ്പിച്ചിട്ടുള്ള സമീപനം തന്നെ AI രംഗം ഉപേക്ഷിച്ചു കഴിഞ്ഞു. ഭാഷയുടെ ഘടനയും വ്യാകരണവുമൊക്കെ പ്രോഗ്രാം ചെയ്ത് ഭാഷാസിദ്ധി കമ്പ്യൂട്ടറിന് നൽകുക എന്ന രീതിക്ക് പകരം അനേകം ഉദാഹരണ പാഠങ്ങളിൽനിന്നും ഭാഷാവൈവിധ്യവും പഠിച്ചെടുക്കുക എന്നതാണ് പുതിയ സമീപനം. Chat GPT പോലുള്ള സംവിധാനങ്ങൾ അത്തരം statistical model ആണ് ഉപയോഗിക്കുന്നത്. മുതിർന്ന ഒരു വ്യക്തി ഒരു പുതുഭാഷ പഠിക്കുന്ന രീതിയിൽ നിന്നു മാറി ഒരു പിഞ്ചുകുഞ്ഞ് മാതൃഭാഷ പഠിക്കുന്ന രീതിയിലേക്ക് കമ്പ്യൂട്ടർ മാറിയിരിക്കുന്നു എന്നു ചുരുക്കം

(തുടർച്ച): നിലവിലുള്ള ഗവേഷണ പരീക്ഷണങ്ങളൊന്നും തന്നെ ഈ രംഗത്ത് അധികമൊന്നും വെളിച്ചം വീശിയിട്ടുമില്ല. ഒരു കൊച്ചു കവിതപോലും ആസ്വദിക്കാൻ ഇന്നത്തെ സംവിധാനം പര്യാപ്തമല്ല തന്നെ:

"കുഞ്ഞിയുറുമ്പുണ്ടൊരാനത്തലയോള-
മാനത്തലയപ്പോളെത്രത്തോളം
ആനത്തലയൊരു കുന്നോളം
എന്നാകിലാനയോ
ആനയിബ്ഭൂമിയോളം
ആനയിബ്ഭൂമിയോളം പോരാമെന്നാകിൽ
ഭൂമിയോ
ഭൂമിയക്കുഞ്ഞിയുറുമ്പിന്റെ കണ്ണിനോളം"

ഒരു കമ്പ്യൂട്ടർ മുകളിൽക്കുറിച്ച കുഞ്ഞുണ്ണി കവിതയെ യാന്ത്രികമായി അപഗ്രഥിച്ചാൽ ഒരു സെമാന്റിക് ലൂപ് കണ്ടെത്തുന്നതിലാവും ചെന്നെത്തുക (ഈ കവിതയിലൂടെ കുഞ്ഞിയുറുമ്പും അതിന്റെ കണ്ണും തുല്യമാണെന്ന നിഗമനത്തിലെത്തുമ്പോൾ ഇതിൽ അലയടിക്കുന്ന ഭാവനയെ അപഗ്രഥിക്കാനാവാത്ത കമ്പ്യൂട്ടർ ആശയക്കുഴപ്പത്തിലാകുന്നുവെന്നു സാരം).

ഈ കവിത (വാക്കുകൾ പിരിച്ച ശേഷം) ChatGPT യ്ക്ക് നൽകി "മലയാളത്തിലെ ശ്രദ്ധേയനായ കവി കുഞ്ഞുണ്ണി മാഷിന്റെ വരികളാണിവ. ഈ കവിത ഇഷ്ടപ്പെട്ടോ? എന്തുകൊണ്ട്?" എന്നു ചോ

ദിച്ചപ്പോൾ അത്ര മികച്ചതല്ലെങ്കിലും മറുപടി പറയാൻ ChatGPT തയ്യാറായി. ChatGPT നിരന്തരം പഠിച്ച് മെച്ചപ്പെട്ടുകൊണ്ടിരിക്കു കയാണെന്ന് കൂടി ഈ അവസരത്തിൽ ഓർക്കണം.

ChatGPT: ഞാൻ ഈ കവിത ഇഷ്ടപ്പെടുന്നു. കവിത പ്രശ്ന ങ്ങൾക്ക് വഴി നൽകുന്നു, കുഞ്ഞുണ്ണി മാഷ് എന്ന കവിയുടെ പേരിൽ പ്രസിദ്ധപ്പെട്ടതായിരിക്കുകയും ചെയ്യുന്നു. ഇത് ഒരു കാര്യക്ഷേത്ര ത്തിൽ ചർച്ചയ്ക്കു വേണ്ടി ഉപയോഗിക്കുന്ന ഉദാഹരണമായിരിക്കുക യും ചെയ്യുന്നു.

അഞ്ചുവയസ്സുള്ള ഒരു കുട്ടിക്ക് പറഞ്ഞുകൊടുക്കുന്ന മുത്തശ്ശിക്കഥ പോലും ഒരു കമ്പ്യൂട്ടറിന് അനന്തമായ വിശകലനത്തിലൂടെ ആസ്വ ദിക്കാൻ സാധിച്ചില്ലെന്നു വരാം. സാൾ ക്രിപ്കേ കുട്ടികൾക്കായി പറ യുന്നൊരു കഥയിൽ മായാലോകത്തിലെ എല്ലാ ഗുണങ്ങളും ചേർന്ന ഒരു രാജാവിനെക്കുറിച്ച് പറയുന്നു. ഏറ്റവും പൊക്കം കൂടിയ വ്യക്തി യും പൊക്കം കുറഞ്ഞ വ്യക്തിയും ഈ രാജാവാണ്. അതുപോലെ ഏറ്റവും സുന്ദരനും ഏറ്റവും വിരൂപനും ഈ രാജാവു തന്നെ. ഇതും കമ്പ്യൂട്ടറിന് ഒരു സെമാന്റിക് ലൂപ് മാത്രമാണ്. തമാശയും ഗൗരവവും തിരിച്ചറിയാൻ ഇന്നത്തെ നിലയിൽ കമ്പ്യൂട്ടറിന് കഴിയില്ല എന്നു വ്യക്തമാണ്.

ഈ ഉദാഹരണവും ChatGPT യുടെ മുന്നിൽ അവതരിപ്പിച്ച് പരീക്ഷിച്ചു: "മായാ ലോകത്തിൽ എല്ലാ ഗുണങ്ങളും ചേർന്ന ഒരു രാജാവുണ്ടായിരുന്നു. ഏറ്റവും ഉയരം കൂടിയവനും ഏറ്റവും ഉയരം കുറഞ്ഞവനും രാജാവ് തന്നെ. അതുപോലെ ഏറ്റവും കഴിവുള്ളവനും ഏറ്റവും കഴിവുകുറഞ്ഞവനും രാജാവ് തന്നെ. മാത്രമല്ല ഏറ്റവും സു ന്ദരനും ഏറ്റവും വിരൂപനും രാജാവ് തന്നെ". ഇത് ഒരു കഥയുടെ ആദ്യമാണ്. ഇത് വായിച്ച് എന്തു മനസ്സിലായെന്ന് പറയാമോ?

ChatGPT: ഈ കഥയിൽ പറയുന്ന രാജാവ് ഒരു സൂക്ഷ്മമായ സന്ദർഭത്തിൽ ജീവിക്കുന്നതായി തോന്നുന്നു. അവൻ ലോകത്തി ലെ എല്ലാ ഗുണങ്ങളും കൂടിയുള്ള ഒരു വ്യക്തിയായിരുന്നു, സുന്ദരനും വിരൂപനുമായിരുന്നു അവൻ. കാരണം ഒരു വ്യക്തിയുടെ സത്തയും കഴിവുകളും അവന്റെ ശരീരരൂപവും പ്രകൃതിയുടെ സന്ദർഭത്തിൽ നിർ മ്മിക്കുന്നു. ഇത് മനുഷ്യന്റെ സാമൂഹികവും ഭൗതികവുമായ പരിസ്ഥി തികളുടെ ഒരു പ്രതിഫലനമായി തോന്നുന്നു.

ChatGPT യുടെ ശേഷി മലയാളത്തിനേക്കാൾ ഇംഗ്ലീഷി ലാണെന്നതിൽ അതിന്റെ ഒരു ഉദാഹരണം കൂടി ചേർക്കുന്നു. Write a summary about the poem "The Road Not Taken" എന്നതിന്റെ പ്രതികരണം ഇതാ:

The Road Not Taken" is a poem by Robert Frost that describes a speaker's journey through a wood and his decision to choose between two paths. The speaker reflects on the choices he has made in his life and how they have led him to where he is. The poem explores themes of decision-making, regret, and the unknown future. The poem is divided into four stanzas, each consisting of five lines. The rhyme scheme is ABAAB, and there is a consistent use of iambic tetrameter. The speaker begins by describing the wood and the two paths that diverge from it. He admits that he cannot take both paths and that he has to make a choice. The speaker spends a lot of time pondering which path to take, but eventually, he chooses the less-travelled path. He admits that it made all the difference in his life, but he also acknowledges that he may never have the opportunity to travel down the other path again. The poem concludes with the famous lines, "Two roads diverged in a wood, and I– / I took the one less travelled by, / And that has made all the difference." The poem is often misinterpreted as a celebration of individualism and nonconformity. However, the poem suggests that every choice has consequences, and it is impossible to know what might have happened if we had taken a different path. The poem is a reflection on the choices we make in life and how they shape our future. It is a reminder that we must take responsibility for our choices and that we cannot go back and change them.

യാന്ത്രികമായ നിയമങ്ങളിലൂടെ സർഗ്ഗാത്മകമായ കഴിവുകൾ കമ്പ്യൂട്ടറിലേക്ക് പകർത്താനാവില്ലെന്നു അസന്ദിഗ്ദ്ധമായി പറയാൻ മുകളിൽ സൂചിപ്പിച്ച ഉദാഹരണങ്ങളിലൂടെ നാം നിർബ്ബന്ധിതമായിരിക്കുകയാണ്. കലാ സാഹിത്യ രംഗങ്ങളിലേക്ക് കമ്പ്യൂട്ടറുകൾക്ക് പ്രവേശിക്കാൻ കഴിയുമോ എന്ന ചോദ്യവും ഈ പ്രസ്താവത്തിൽ ഉടക്കി നിൽക്കുകയാണ്. എന്നാൽ ഇതിന് ഉത്തരവാദി കമ്പ്യൂട്ടർ ശാസ്ത്രജ്ഞൻ മാത്രമല്ല, മറിച്ച് നൂറ്റാണ്ടുകളായി മനുഷ്യമനസ്സിന്റെ സർഗ്ഗാത്മകതയെക്കുറിച്ചുള്ള രഹസ്യങ്ങളുടെ ചുരുളഴിക്കാൻ കഴിയാത്ത തത്വജ്ഞാനിയും മനഃശാസ്ത്രജ്ഞനും വരെയാണെന്ന് പറയേണ്ടിയിരിക്കുന്നു.

നാം കണ്ട ChatGPT ഉദാഹരണങ്ങളിലൂടെ മേൽപ്പറഞ്ഞ നിഗമനം പുനഃപരിശോധിക്കേണ്ടതാണെന്ന് വ്യക്തമാണല്ലോ.

യാന്ത്രിക നിയമങ്ങളിലൂടെയല്ല ഉദാഹരണങ്ങളിലൂടെയാണ് പഠിക്കുന്നത് എന്നത് കാരണം ഈ രംഗം തികച്ചും വ്യത്യസ്ഥ നിലയിലാണ് ഇപ്പോൾ വികസിച്ചു വന്നിരിക്കുന്നത്.

കമ്പ്യൂട്ടർ അധിഷ്ഠിത തർജ്ജമ ശൈശവദശയിലാണ്. പരിപൂർണ്ണ വിജയത്തിന് ഏറെ വർഷങ്ങൾ തന്നെ കാത്തിരിക്കേണ്ടി വന്നേക്കാം. നിഘണ്ടു നോക്കി പകരം വാക്കു കണ്ടുപിടിച്ച് ക്രമത്തിലാക്കുക വഴി ഭാഷാവിവർത്തനത്തിനു ശ്രമിച്ച ഒരു സംവിധാനത്തിൽ The spirit is willing but the flesh is weak എന്ന വരി ഭാഷാന്തരീകരണത്തിലൂടെ "മദ്യം നല്ലതാണെങ്കിലും മാംസം ദുഷിച്ചതാണെ"ന്നു മാറിയെന്നു പറഞ്ഞാൽത്തന്നെ മുകളിൽ സൂചിപ്പിച്ച അപൂർണ്ണതയുടെ ആഴം ഏറക്കുറെ വ്യക്തമാകുമല്ലോ.

കമ്പ്യൂട്ടർ തർജ്ജമയും മൂന്നു പതിറ്റാണ്ടിനു മുന്നിലെ ശൈശവദിശയിൽ നിന്ന് ഏറെ മുന്നേറി എന്നു കാണാം. മുകളിൽ സൂചിപ്പിച്ച വിവർത്തനം Google Translate തർജ്ജമ ചെയ്തത് 'ആത്മാവ് സന്നദ്ധമാണെങ്കിലും ജഡം ബലഹീനമാണ്,' എന്നാണ്. വീണ്ടും ഇംഗ്ലീഷിലേക്ക് തർജ്ജമ ചെയ്യുമ്പോൾ ശരിയായ ഉത്തരം ലഭിക്കുകയും ചെയ്യുന്നു: The spirit is willing but the flesh is weak.

Google Translate ന്റെ മറ്റുചില പ്രകടനങ്ങൾ കൂടി ചുവടെ ചേർക്കുന്നു. കവിത തർജ്ജമയിൽ നഷ്ടപ്പെടുന്ന ഒന്നാണെന്ന തത്വം അനുസരിച്ചുകൊണ്ടാണ് ആദ്യ മൂന്നു ഉദാഹരണങ്ങളും നിലകൊള്ളുന്നത്. നാലാമത്തേതാകട്ടെ ഇതര മേഖലയിലെ Google Translate ന്റെ കഴിവ് വിളിച്ചറിയിക്കുകയും ചെയ്യുന്നു.

1. സ്വർണ ചാമരം വീശിയെത്തുന്ന സ്വപ്നമായിരുന്നെങ്കിൽ ഞാൻ! സ്വർഗ്ഗ സീമകൾ ഉമ്മവെയ്ക്കുന്ന സ്വപ്നമായിരുന്നെങ്കിൽ ഞാൻ: I wish I had a dream of golden rain! I wish I had a dream where the boundaries of thc sky are covered!

2. ഒരുവട്ടം കൂടിയെന്നോർമകൾ മേയുന്ന തിരുമുറ്റത്തെത്തുവാൻ മോഹം, തിരുമുറ്റത്തൊരു കോണിൽ നിൽക്കുന്നൊരാനെല്ലിമരമൊന്നുലുത്തുവാൻ മോഹം: Once again, the reeds are grazing, The desire to reach the courtyard, Oranelli standing in a corner of the courtyard, Desire to reach the tree

3. രാത്രി മഴ പെയ്തു തോർന്ന നേരം, കുളിർ കാറ്റിലിലച്ചാർത്തുലഞ്ഞ നേരം, ഇറ്റിറ്റു വീഴും നീർത്തുള്ളി തൻ സംഗീതം ഹൃത്തന്ത്രികളിൽ പടർന്ന നേരം, കാതരയായൊരു പക്ഷിയെൻ ജാലക,

വാതിലിൻ ചാരേ ചിലച്ച നേരം: When it rained at night, When the warm breeze blows, His music is dripping and dripping Time spread in hearts, A bird like a bird is a window, There was a knock on the door

4. താത്വികമായ ഒരു അവലോകനമാണ് ഞാൻ ഉദ്ദേശിക്കുന്നത്. ഒന്ന്, വിഘടനവാദികളും പ്രതിക്രിയാവാദികളും പ്രഥമദൃഷ്ട്യാ അകൽച്ചയിൽ ആയിരുന്നെങ്കിലും, അവർക്കിടയിലുള്ള അന്തർധാര സജീവമായിരുന്നു എന്നു വേണം കരുതാൻ. ഒന്ന്, ബൂർഷ്വാസികളും തക്കം പാർത്തിരിക്കുകയായിരുന്നു. അങ്ങനെയാണ് തിരഞ്ഞെടുപ്പ് നമുക്ക് പ്രതികൂലമായി ഭവിച്ചത്. അതാണ് പ്രശ്നം: I mean a philosophical overview. First, although separatists and reactionaries were prima facie estranged, it must be assumed that the interplay between them was active. First, the bourgeoisie was also well placed. That is how the election went against us. That's the problem. ഇത് വീണ്ടും മലയാളത്തിലേക്ക് തർജ്ജമ ചെയ്തപ്പോൾ. ഞാൻ ഉദ്ദേശിക്കുന്നത് ഒരു ദാർശനിക അവലോകനമാണ്. ഒന്നാമതായി, വിഘടനവാദികളും പിന്തിരിപ്പന്മാരും പ്രഥമദൃഷ്ട്യാ അകൽച്ചയിലായിരുന്നെങ്കിലും, അവർ തമ്മിലുള്ള പരസ്പരബന്ധം സജീവമായിരുന്നു എന്ന് വേണം കരുതാൻ. ആദ്യം, ബൂർഷ്വാസിയും നല്ല നിലയിലായിരുന്നു. അങ്ങനെയാണ് തിരഞ്ഞെടുപ്പ് നമുക്ക് എതിരായത്. അതാണ് പ്രശ്നം.

ഭാവി വികസനത്തിന്റെ ദിശ നിർണ്ണയിക്കാനുതകുന്ന കൃത്രിമ ബുദ്ധി ഗവേഷണത്തിലെ ഒരു പ്രധാന ശാഖയാണ് സംസാരം മനസ്സിലാക്കാനും അതു സമന്വയിപ്പിക്കാനുമുള്ള കമ്പ്യൂട്ടറിനെക്കുറിച്ചുള്ള പഠനം. സംസാരത്തിലടങ്ങിയ വിവരം ഒരു പരിധിവരെയെങ്കിലും മനസ്സിലാക്കാനാകാത്തൊരു കമ്പ്യൂട്ടറിനെ 'ബുദ്ധിമാ'നെന്ന് പറയാനാവില്ല. എങ്കിലും കുറെ വ്യക്തികളുടെ കുറച്ച് വാക്കുകളിൽ ഒതുങ്ങിനിൽക്കുന്ന സംസാരം മാത്രം മനസ്സിലാക്കാൻ കഴിയുന്നൊരു ലഘു സമ്പ്രദായം ഇതിനകം വികസിപ്പിച്ചെടുത്തിട്ടുണ്ടെന്നുള്ളത് ആശയ്ക്കു വക നൽകുന്നു. സംസാരം മനസ്സിലാക്കാനും സമന്വയിപ്പിക്കാനുമുള്ള കഴിവ് ആധുനിക തലമുറയിലെ കമ്പ്യൂട്ടറിലൂടെ പൂർണ്ണ രൂപത്തിൽ പ്രാവർത്തികമായാൽ അത് ഇന്നുള്ള കീബോർഡ് സമ്പ്രദായത്തിനെ കാലഹരണപ്പെടുത്തും.

സംസാരം മനസ്സിലാക്കാനുള്ള ശ്രമം തുടക്കം മുതൽ തന്നെ പ്രതീക്ഷ തന്നിരുന്നത് AI രംഗമാണ്. ഈ രംഗത്ത് മെഷീൻ

ലേർണിങ് പ്രയോഗിച്ചപ്പോൾ മികച്ച വിജയമാണ് കരസ്ഥമാക്കാനായിരിക്കുന്നത്. Siri, Alexa എന്നീ ആപ്പുകളിലൂടെ ഈ സാങ്കേതിക വിദ്യ ഇന്ന് ഏവർക്കും പരിചിതമാണ്. ടെലിവിഷനിലൂടെ NetFlix ഉം youtube ഉം മറ്റു മാധ്യമ സേവനങ്ങളും ഉപയോഗിക്കുവാൻ സെർച്ച് ചെയ്യാനായി ശബ്ദം വഴി നിർദ്ദേശം നൽകുന്നതും ഏവർക്കും പരിചിതമാണ്. സംസാരിച്ചാൽ അത് അക്ഷരമാക്കി മാറ്റുന്ന ആപ്പുകളും മൊബൈൽ ഫോണുകളിൽ സുലഭം.

കമ്പ്യൂട്ടർ വീക്ഷണം പ്രാവർത്തികമാക്കുന്നതിന്, വീക്ഷിക്കേണ്ടുന്ന വസ്തുവിനെ കേന്ദ്രീകരിച്ചുള്ള, ചിത്രം ഒപ്പിയെടുക്കാൻ കഴിയുന്ന സൂക്ഷ്മ സംവേദനക്ഷമതയുള്ള, ക്യാമറകൾ സങ്കീർണ്ണ സാങ്കേതിക നിയന്ത്രണമുള്ള യന്ത്രങ്ങളുമായി ഘടിപ്പിച്ച് കമ്പ്യൂട്ടറിന്റെ നേത്രങ്ങളായി ഉപയോഗിക്കേണ്ടി വരും. എന്നാൽ മനുഷ്യനേത്രത്തിന്റെ എല്ലാ ഗുണങ്ങളും പ്രത്യേകതകളുമുൾക്കൊള്ളുന്നൊരു കമ്പ്യൂട്ടർനേത്രത്തിന്റെ രൂപകൽപന തികച്ചും ദുർഘടം പിടിച്ചതായിരിക്കുമെന്നത് തർക്കമറ്റൊരു സംഗതിയാണ്.

കമ്പ്യൂട്ടർ വിഷൻ, ഇമേജ് പ്രോസസിങ് എന്നീ മേഖലകളിൽ മനുഷ്യ നേത്രത്തിനോട് കിടപിടിക്കുക മാത്രമല്ല. മനുഷ്യനേത്രത്തിനില്ലാത്ത കഴിവുകൾ കൂടി ഇന്ന് സാധ്യമായിരിക്കുകയാണ്. ചിത്രങ്ങളിൽ അന്തർലീനമായിരിക്കുന്ന (നഗ്നനേത്രങ്ങൾക്ക് കാണാനാകാത്ത) അടയാളങ്ങൾ (Deep Feature) കണ്ടെത്താൻ കമ്പ്യൂട്ടറുകൾക്കാകുന്നത് കൊണ്ടാണ് Deep Learning സംവിധാനങ്ങൾ നിലവിൽ വന്നിരിക്കുന്നത്. മൊബൈൽ ഫോണിൽ നോക്കിയാലുടൻ അതിന്റെ ഉടമയുടെ മുഖം തിരിച്ചറിഞ്ഞ് ഫോൺ തുറക്കുന്ന FaceID ആപ്പ് തുടങ്ങി, കാണുന്നതെന്തും തിരിച്ചറിയുന്ന ഗൂഗിൾ ലെൻസും മുഖം നോക്കി മനോനില ഊഹിക്കാൻ കഴിയുന്ന (Sentiment Analysis) ആപ്പും, വയസ്സും, വംശവും, ലൈംഗിക സ്വഭാവവും വരെ ഊഹിക്കാൻ കഴിയുന്ന പ്രോഗ്രാമുകളും വഴി ഈ രംഗം വമ്പൻ നേട്ടങ്ങളാണ് കൈവരിച്ചിട്ടുള്ളത്. ഇവയൊക്കെ കൂടാതെ ഒരു ചിത്രത്തിലെ എല്ലാ വസ്തുക്കളെയും തിരിച്ചറിയുന്ന Dense Captioning സുസാധ്യമായിരിക്കുന്നു.

കമ്പ്യൂട്ടറുകൾക്ക് കണക്കുകൂട്ടലുകൾ നടത്താനും ഡേറ്റാ കൈകാര്യം ചെയ്യാനുമൊക്കെ വൈദഗ്ധ്യമുണ്ടെന്നുള്ള കാര്യത്തിൽ ആർക്കും സംശയമില്ല. എന്നാൽ കമ്പ്യൂട്ടറുകൾക്ക് സർഗ്ഗശേഷി നടത്താൻ സാധിക്കുമോ എന്ന ചോദ്യത്തിന്റെ ഉത്തരം അത്രയും തന്നെ വ്യക്തമല്ല. കഥയെഴുതുവാനും സംഗീതം രചിക്കുവാനും ചിത്രങ്ങൾ

വരയ്ക്കുവാനും ഫലിതം ഉതിർക്കുവാനും കമ്പ്യൂട്ടർ നടത്തിയ ശ്രമങ്ങളിലൂടെ നമുക്കൊന്നു കണ്ണോടിക്കാം. ജപ്പാനിൽ പ്രചാരത്തിലുള്ള മൂന്നു വരി കവിതകളായ 'ഹായ്ക്കു' നിരന്തരം ഉതിർക്കുന്ന ഒരു സൈറ്റാണ്. http://everypoet.com.haiku. ഏതാനും കമ്പ്യൂട്ടർ മൂവരി കവിതകൾ നമുക്കു നോക്കാം.

Mocking bird rambles
rambles rogue shrieking
bumbling meager bland

Dark laughable clouds
rejoice, dire methodical
fires cojoling brown

ഈ കവിതകൾ കമ്പ്യൂട്ടറുകളെഴുതിയതാണെന്നറിഞ്ഞുകൊണ്ട് അഭിപ്രായത്തിനായി കവികളുടെ മുന്നിൽ നിരത്തിയാൽ ഇവ മിക്കപ്പോഴും പൊട്ടക്കവിതകളായി വളരെ പെട്ടെന്ന് മുദ്രകുത്തപ്പെട്ടേയ്ക്കാം. എന്നാൽ അത്തരമൊരു മുൻവിധിക്ക് ഇട നൽകാതെ അവതരിപ്പിച്ചാൽ ഇതിൽ ചില വരികളിലെങ്കിലും കവിത്വം ആരോപിക്കപ്പെട്ടേക്കാം. ഹൈസ്കൂൾ കുട്ടികൾ എഴുതിയ കവിതകളുമായി ഇടകലർത്തി നൽകിയാലും ഇതു തന്നെയാണ് അവസ്ഥ എന്ന് പരീക്ഷണങ്ങളിലൂടെ തെളിയിക്കപ്പെട്ടിട്ടുണ്ട്. ഇവിടെ പ്രസക്തമായൊരു ചോദ്യം ഉയരുന്നു. കമ്പ്യൂട്ടർ സൃഷ്ടിച്ച വരികളിൽ കവിത്വം ആരോപിക്കപ്പെട്ടാലും കമ്പ്യൂട്ടറിൽ കവിത്വം ആരോപിക്കാനുള്ള ന്യായം കാണുന്നില്ല. കവിത രചിക്കുമ്പോൾ കമ്പ്യൂട്ടറിന് അതിനെക്കുറിച്ച് എന്തെങ്കിലും ബോധമോ ഉദ്ദേശ്യമോ ഉണ്ടായിരുന്നതായി കരുതാനാവില്ല. അത്തരമൊരു ലോകവിജ്ഞാനം കമ്പ്യൂട്ടറുകൾക്കില്ലല്ലോ.

കമ്പ്യൂട്ടറുകൾക്ക് സർഗ്ഗശേഷി ആകുമോ എന്നു മൂന്നുപതിറ്റാണ്ടിനിപ്പുറം ചോദിച്ചാൽ അതേ എന്നാണ് അസന്ദിഗ്ധമായ ഉത്തരം. Generative AI എന്ന മേഖല ഉദയം ചെയ്തതാണിതിന് കാരണം. ഗാന്ധിജിയെക്കുറിച്ച് ഒരു കവിത രചിക്കു എന്നു പറഞ്ഞാൽ ChatGPT നിമിഷനേരം കൊണ്ട് നമ്മെ അത്ഭുത സ്തബ്ധരാക്കുന്നു: അന്ത്യപ്രാസത്തോടെ രചിച്ച വരികൾ ഇതാ:

Mighty Gandhi, he stood so tall,
The Father of India, he gave his all.

He rose up for the rights of the poor,
And fought for his people, he wanted more.

He stood up for justice and peace,
His work was never done, he never did cease.

He was a man of courage and strength,
His wisdom was limitless, his spirit was length

മലയാളത്തിലും ChatGPT കവിതകൾ എഴുതാൻ പ്രാപ്തമാണ്. അവ ഇംഗ്ലീഷിനെ അപേക്ഷിച്ച തീരെ പിന്നിലാണ് എന്നമാത്രം.

ELIZA എന്ന മനഃശാസ്ത്രജ്ഞപ്രോഗ്രാം കമ്പ്യൂട്ടറിന് മനുഷ്യ സഹജമായ ആശയവിനിമയം നടത്താൻ കഴിയുമെന്ന വിശ്വാസം ജനിപ്പിച്ച ആദ്യകാല സംവിധാനങ്ങളിലൊന്നാണ്. ടൈപ്പ് ചെയ്യുന്ന വരികളിലെ പ്രധാന വാക്കുകൾ കണ്ടെത്തി അതിന് പൊതുവിൽ ഉചിതമായ ഒരു പ്രതികരണം മെമ്മറിയിൽ രേഖപ്പെടുത്തി വെച്ചിരിക്കുന്നതിൽ നിന്നെടുത്ത് യാന്ത്രികമായി പ്രദർശിപ്പിക്കുക മാത്രമാണ് ELIZA ചെയ്തിരുന്നത്. എന്നാൽ യഥാർത്ഥ മനഃശാസ്ത്രജ്ഞനെക്കാൾ ചില രോഗികൾക്ക് ELIZA യോട് അടുപ്പം തോന്നിയെന്നാണ് അനുഭവം. അമ്മയുമായി പിണങ്ങി മാനസിക പിരിമുറുക്കം അനുഭവിച്ച വ്യക്തി ELIZA യുമായി ആശയവിനിമയം നടത്തിയപ്പോൾ തുടക്കത്തിൽ ELIZA വളരെ പൊതുവായ പ്രതികരണങ്ങൾ ("I See", "OK, Continue") എന്നൊക്കെ നൽകിക്കൊണ്ടിരുന്നെങ്കിലും Mother എന്ന വാക്ക് ആ വ്യക്തി നിരന്തരം പരാമർശിച്ചപ്പോൾ "Tell me more about your mother" എന്ന് പ്രതികരിച്ച ELIZA അനുകമ്പ പ്രകടിപ്പിച്ചതായി അയാൾക്ക് അനുഭവപ്പെട്ടതിൽ അത്ഭുതപ്പെടാനുണ്ടോ? ELIZA യുടെ പ്രവർത്തനത്തിനു സമാനമായി പ്രവർത്തിക്കുന്ന ഒരു പ്രോഗ്രാം ഈ ലേഖകൻ തയ്യാറാക്കി തിരുവനന്തപുരത്തു കേരള സർവ്വകലാശാല 1998 ൽ നടത്തിയ ശാസ്ത്ര ഉത്സവത്തിൽ പ്രദർശിപ്പിച്ചപ്പോഴത്തെ അനുഭവം രസകരമായിരുന്നു. കമ്പ്യൂട്ടറും സന്ദർശകനുമായുള്ള സംഭാഷണം ശ്രദ്ധിക്കു.

വ്യക്തി : Hello
കമ്പ്യൂട്ടർ : Hello, How are you? Did you enjoy the exhibition?
വ്യക്തി : I did not like the exhibition
കമ്പ്യൂട്ടർ : Tell me why you did not like the exhibition
വ്യക്തി : I am more interested in politics
കമ്പ്യൂട്ടർ : I do not wish to discuss politics
വ്യക്തി : Do you like Nayanar or Karunakaran?
കമ്പ്യൂട്ടർ : I do not wish to discuss politics
വ്യക്തി : Have you ever been in love?

കമ്പ്യൂട്ടർ : I am a machine, I have never experienced love.
വ്യക്തി : Bye.
കമ്പ്യൂട്ടർ : Oh, are you going? Bye

കുസൃതി ചോദ്യങ്ങൾ ചോദിച്ചവർക്ക് ഉരുളയ്ക്ക് ഉപ്പേരി പോലെ മറുപടി കമ്പ്യൂട്ടർ നൽകിയിരുന്നു. ചോദിച്ച എല്ലാ ചോദ്യങ്ങളും കമ്പ്യൂട്ടർ രേഖപ്പെടുത്തിക്കൊണ്ടിരുന്നു. അതു പരിശോധിച്ച് എല്ലാ ദിവസവും പ്രോഗ്രാമിൽ മാറ്റം വരുത്തിയിരുന്നു.

മുകളിൽ സൂചിപ്പിച്ച തരം സംഭാഷണം നടത്തുന്ന സംവിധാനങ്ങൾ ചാറ്റ്ബോട്ട് എന്നാണ് അറിയപ്പെടുന്നത്. ChatGPT ഒരു Chat Bot കൂടിയാണ്. 1998 ൽ കമ്പ്യൂട്ടറിനോട് ചോദിച്ച ചില ചോദ്യങ്ങൾ ഉൾപ്പെടെ ChatGPT യോട് ചോദിച്ചപ്പോഴത്തെ പ്രതികരണം കാണുക.

Human : Hello
ChatGPT : Hello! How can I assist you today?
Human : I am more interested in politics
ChatGPT : Sure, what would you like to know or discuss about politics?
Human : Do you like Nayanar or Karunakaran?
ChatGPT : As an AI language model, I do not have personal preferences or feelings towards any political figure, including Nayanar or Karunakaran. I am designed to provide unbiased and factual information, analyze data, and answer questions to the best of my ability. Is there something specific you would like to know about either of them or their political careers?
Human : Have you ever in love?:
ChatGPT : As an artificial intelligence language model, I don't have emotions or personal experiences, so I cannot fall in love or experience any kind of feelings. My purpose is to assist users in generating natural language responses to their queries based on the information provided to me.

ChatGPT : As an artificial intelligence language model, I don't have emotions or personal experiences, so I cannot fall in love or experience any kind of feelings. My purpose is to assist users in generating natural language responses to their queries based on the information provided to me.

Human : Tell me your favorite Malayalam song and why is it your favorite

ChatGPT : As an AI language model, I don't have personal preferences or emotions, so I don't have a favorite Malayalam song. However, I can suggest some popular Malayalam songs that are widely loved by people. Some of the most popular Malayalam songs include "Jimikki Kammal" from the movie *Velipadinte Pusthakam,* "Aethu Kari Raavilum" from the movie *Bangalore Days,* "Malare" from the movie *Premam,* "Oru Adaar Love" from the movie *Oru Adaar Love*, and "Poomuthole" from the movie *Joseph.* These songs have become popular for different reasons such as catchy tunes, meaningful lyrics, or emotional appeal.

Human : Bye

ChatGPT : Goodbye! Don't hesitate to reach out if you have any more questions in the future.

മിക്കവരും കമ്പ്യൂട്ടറിന്റെ പ്രതികരണം ആസ്വദിക്കുകയും അത് അർത്ഥവത്തായി സംഭാഷണം നടത്തുന്നുവെന്ന് വിശ്വസിക്കുകയും ചെയ്തെങ്കിലും ചില മിടുക്കന്മാരും മിടുക്കികളും കള്ളി വെളിച്ചത്തു കൊണ്ട് വന്നു. ഏറെനേരം സംഭാഷണം നടത്തിയാൽ ആവർത്തിച്ചുള്ള മറുപടികൾ പ്രത്യക്ഷപ്പെടുന്നതാണ് ഇവർ ആദ്യം ശ്രദ്ധിച്ചത്. കൂടാതെ അർത്ഥശൂന്യമായ ചോദ്യങ്ങൾക്ക് അർത്ഥവത്തായ പ്രതികരണങ്ങളും അവർ ശ്രദ്ധിച്ചു. ഉദാഹരണം,

വ്യക്തി : Apple kill run man a the why 100 you so why

കമ്പ്യൂട്ടർ: I like apples, an apple a day keeps the doctor away

ChatGPT ഇക്കാര്യങ്ങളിലൊക്കെ ബഹുദൂരം മുന്നോട്ടുപോയിക്കഴിഞ്ഞു. ആവർത്തനവിരസതയുണ്ടാകുന്ന സംഭാഷണമല്ല ChatGPT യുടേത്. അസംബന്ധ വാചകത്തോട് ChatGPT യുടെ മറുപടി ശ്രദ്ധിക്കൂ :

Human: Apple kill run man a the why 100 you so why

ChatGPT: I'm sorry, but I don't understand your question. The sentence you've provided appears to be nonsensical and lacks proper grammar, making it difficult to provide a meaningful response. Can you please clarify your question or provide more context?

ഒരുപക്ഷേ, കവിതകളിലും കലകളിലുമല്ല, ചിത്രകലയിലാണ് കമ്പ്യൂട്ടറുകൾ മനുഷ്യനെ ഏറ്റവുമധികം വിസ്മയിപ്പിച്ചിട്ടുള്ളത്. AARON എന്ന ചിത്രം രചിയ്ക്കുന്ന കമ്പ്യൂട്ടർ സംവിധാനം അത് രൂപകല്പന ചെയ്ത റയ്മണ്ട് കുർസ്‌വെലിനെയും ഹാരോൾഡ്കോഹനെയും വരെ അത്ഭുത സ്തബ്ധരാക്കിയിട്ടുണ്ട്. AARON ന്റെ അടിസ്ഥാന ചട്ടക്കൂട് നൽകിയ അതിന്റെ സ്രഷ്ടാക്കൾ സ്വപ്നത്തിൽ പോലും കാണാത്ത ചിത്രങ്ങളായിരുന്നു AARON വരച്ചുകൂട്ടിയത്.

ചിത്രം വരയ്ക്കുന്ന കാര്യത്തിലും AI എത്രയോ മുന്നോട്ട് പോയിരിക്കുന്നു. AARON-നെ അപ്രസക്തമാക്കിക്കൊണ്ട് DALLE പോലുള്ള ചിത്രം വരയ്ക്കാൻ കഴിവുള്ള പ്രോഗ്രാമുകൾ ഇന്നും സുലഭമാണ്. 'മഹാത്മാഗാന്ധി Google സെർച്ച് ചെയ്യുന്നു' എന്ന ചിത്രം വരയ്ക്കാൻ ആവശ്യപ്പെട്ടപ്പോൾ DALLE വരച്ച ചിത്രമാണ്

ചുവടെ കാണുന്നത്. Deep Dreaming പ്രോഗ്രാമുകളാകട്ടെ ചിത്രങ്ങളിൽ സ്വപ്നതുല്യമായ വിസ്മയഭാവങ്ങൾ ചാലിക്കുന്നു.

മഹാത്മാഗാന്ധി Google സെർച്ച് ചെയ്യുന്നു എന്നു പരാമർശിച്ച പശ്ചാത്തലത്തിൽ അദ്ദേഹം ഗൂഗിളിനെ എങ്ങനെ കാണുമായിരിക്കാം എന്ന കൗതുകത്തിന് ChatGPT

നൽകിയ പ്രതികരണം കൂടി നോക്കാം.

> Gandhi would likely have applauded Google's efforts to provide easy access to information and knowledge. He was an advocate of truth, and Google makes it easy to find facts and to share information with others. Gandhi would have likely seen Google as a tool that could help people come together, share ideas, and make informed decisions. He would have been impressed with Google's ability to bridge geographic and cultural divides and to bring people together in meaningful ways.

ശാസ്ത്രത്തിന്റെ വിവിധ മേഖലകളിലെ പ്രശ്നങ്ങൾ ചൂണ്ടിക്കാണിക്കുന്നതിനും അവ അപഗ്രഥിച്ച് പരിഹാരം നിർദ്ദേശിക്കുന്നതിനും കഴിവുള്ള പ്രോഗ്രാമുകൾ. അദ്ധ്യയനം, പരീക്ഷ നടത്തൽ, മൂല്യനിർണയം എന്നീ മേഖലകളിൽ ബുദ്ധിപരമായി ഇടപെടാൻ കഴിയുന്ന കമ്പ്യൂട്ടർ സംവിധാനങ്ങൾ. പ്രോഗ്രാമുകൾ തയ്യാറാക്കാൻ കഴിയുന്ന പ്രോഗ്രാമുകളുടെ ഉത്ഭവം. കൃത്രിമമായി കണ്ടുപിടുത്തങ്ങൾ നടത്തുന്ന ബുദ്ധിരാക്ഷസ പ്രോഗ്രാമുകൾ. വിധിന്യായം നിക്ഷ്പക്ഷമാക്കാൻ കഴിയുന്ന കമ്പ്യൂട്ടർ പ്രോഗ്രാമുകളും സംവിധാനങ്ങളും. നയരൂപീകരണം, പൊതുഭരണം എന്നീ രംഗങ്ങളിൽ സുപ്രധാന തീരുമാനങ്ങളെടുക്കാൻ സഹായിക്കുന്ന വിദഗ്ദ്ധ പ്രോഗ്രാമുകൾ.

AI യുടെ പ്രയോഗങ്ങൾ എന്തായിരിക്കാം എന്നതിന് മൂന്ന പതിറ്റാണ്ടിനു മുന്നിലെ പ്രവചനമാണ് മുകളിൽ നൽകിയിരിക്കുന്നത്. ഇതിൽ ഒട്ടേറെ കാര്യങ്ങൾ യാഥാർത്ഥ്യമായിരിക്കുന്നു. കൂടാതെ മറ്റെത്രയോ മേഖലകളിൽ AI തേരോട്ടം നടത്തിക്കഴിഞ്ഞിരിക്കുന്നു. Spam ഇമെയിൽ തിരിച്ചറിയുക, വ്യാകരണപ്പിശക് തിരുത്തുക (Grammarly),

വാഹനം ഓടിക്കുന്നയാൾ വഴി പറഞ്ഞു തരിക (Google Maps), ഡ്രൈവറില്ലാതെ ഓടുന്ന കാർ, ഓൺലൈൻ ഷോപ്പിംഗ് നടത്തുമ്പോഴും NetFlixൽ സിനിമ കാണുമ്പോഴും നമുക്ക് തെരഞ്ഞെടുക്കാൻ സഹായിക്കുന്ന റെക്കമെന്റേഷനുകൾ, കാൻസർ സെല്ലുകളെ തിരിച്ചറിയുന്ന പ്രോഗ്രാമുകൾ, ബുദ്ധിപൂർവ്വം പ്രവർത്തിക്കുന്ന സുരക്ഷാ ക്യാമറകൾ (സീറ്റ് ബെൽറ്റ് തിരിച്ചറിയുന്ന ട്രാഫിക് ക്യാമറകൾ ഉൾപ്പെടെ) IOT സെൻസറുകളുപയോഗിച്ച്

സ്മാർട്ട് ഫാമിങ് സാധ്യമാക്കുന്ന സംവിധാനങ്ങൾ, ഗെയിം കളിക്കുന്ന അൽഫാഗോ പോലുള്ള പ്രോഗ്രാമുകൾ, പ്രോട്ടീൻ ഫോൾഡിങ് എന്ന ശാസ്ത്ര സമസ്യ പരിഹരിച്ച ആൽഫാ ഫോൾഡ് പ്രോഗ്രാം, അവ്യക്ത ചിത്രങ്ങളെ പുനർ സൃഷ്ടിക്കുന്ന ഗൂഗിൾ Brain, ലോകഭാഷകൾ അന്യോന്യം തർജ്ജമ ചെയ്യുന്ന അനേകം സംവിധാനങ്ങൾ എന്നിങ്ങനെ മുൻ പ്രവചനങ്ങളെ നിഷ്പ്രഭമാക്കുന്ന AI ലോകമാണ് ഇന്ന് നാം കാണുന്നത്.

മേൽ സൂചിപ്പിച്ച ഹ്രസ്വമായ വിവരണങ്ങളിൽ നിന്ന് കമ്പ്യൂട്ടർ ശാസ്ത്രത്തിന്റെ വികാസം മനുഷ്യസമൂഹത്തിന്റെ ഭാവിയുടെ മുഖച്ഛായ തന്നെ നിർണ്ണയിക്കുമെന്ന് നിസ്സംശയം മനസ്സിലാക്കാം. ഏതൊരു സാങ്കേതിക വിദ്യയ്ക്കും ക്രിയാത്മകവും വിനാശാത്മകവുമായ മുഖങ്ങളുണ്ട്. അവയിലേതാണ് മുൻകൈ നേടുക എന്ന് കാത്തിരുന്ന് കാണാനേ സാധിക്കൂ. പ്രശ്നങ്ങളെ അപഗ്രഥിക്കാനും പരിഹരിക്കാനുമുള്ള മനുഷ്യന്റെ കഴിവിനു പിന്നിലെ രഹസ്യങ്ങളുടെ വാതിൽ ഒട്ടുമുക്കാലും ഇന്നും അടഞ്ഞു തന്നെ കിടക്കുകയാണ്. മനുഷ്യന്റെ ഈ കഴിവ് കമ്പ്യൂട്ടറിലേക്ക് പകർത്താൻ മനസ്സിന്റെ വളരെ പ്രാകൃതമായൊരു മാതൃകയാണ് ഇന്ന് അവലംബിച്ചു പോരുന്നത്. ഓരോ സന്ദർഭങ്ങളിലും പ്രാവർത്തികമാക്കേണ്ട പ്രവർത്തനങ്ങളെക്കുറിച്ചുള്ള പൊതു നിയമങ്ങളിലധിഷ്ഠിതമായ ഈ മാതൃകയിലെ നിയമങ്ങളുപയോഗിച്ച് ഒരുപ്രത്യേക പ്രശ്നത്തിന് പരിഹാരം കണ്ടെത്താമെന്നതാണ് ഇതിന്റെ സവിശേഷത. മനുഷ്യ മനസ്സിന്റെ പ്രവർത്തനം ഇങ്ങനെ തന്നെയാണോയെന്നത് വളരെയധികം വാദപ്രതിവാദങ്ങൾക്ക് വഴിയൊരുക്കുന്ന ഒരു ചോദ്യമാണ്.

AI രംഗം ഉണ്ടാക്കിയേക്കാവുന്ന മുകളിൽ സൂചിപ്പിക്കുന്ന വിനാശകരമായ മുഖം ഇന്ന് നാം അഭിമുഖീകരിച്ചു തുടങ്ങിയിരിക്കുന്നു, Deep fake ന്റെ കാലം സംജാതമായിരിക്കുന്നു. മനസ്സിലിരുപ്പ് മുഖത്തുനിന്നും വായിച്ചെടുക്കുന്ന ക്യാമറകൾ പ്രതിനിധീകരിക്കുന്നത് ഒരു മനുഷ്യന്റെയും സമ്പൂർണ്ണ റിപ്പബ്ലിക്കായ മനസ്സിലേക്കുള്ള കടന്നുകയറ്റമാണ്. മനസ്സറിയുന്ന യന്ത്രങ്ങൾ ഏകാധിപത്യ രാജ്യങ്ങളിൽ ഭിന്നസ്വരങ്ങളെ മനസ്സിനുള്ളിൽ പോലും അനുവദിക്കാതിരിക്കാൻ പരിശോധന നടത്താവുന്ന യന്ത്രമായി മാറിക്കഴിഞ്ഞു. അമേരിക്കയിലെ ചില സംസ്ഥാനങ്ങളിൽ പൊതു സ്ഥലങ്ങളിൽ ഫേസ് ഡിറ്റക്ഷൻ ക്യാമറകൾ നിരോധിച്ചിട്ടുണ്ട്. ഒരേ സമയം ഒരു സത്യാനന്തര കാലഘട്ടത്തെ സൃഷ്ടിക്കുന്നതിനു സഹായിക്കുകയും, സത്യത്തെ മനസ്സുകളിൽനിന്നും ചികഞ്ഞെടുത്തു പരിശോധിക്കുന്നതിന്

സഹായിക്കുകയും ചെയ്യുന്ന AI വളരെ സൂക്ഷ്മതയോടെ കൈകാര്യം ചെയ്യേണ്ട സാങ്കേതിക വിദ്യയാണെന്ന കാര്യത്തിൽ സംശയമില്ല.

അന്തിമവാക്ക് AI തന്നെ പറയട്ടെ. എന്താണ് AIയുടെ ഭാവി? Chat GPT പറയുന്നു: മെഷീൻ ലേണിംഗ്, നാച്ചറൽ ലാംഗ്വേജ് പ്രോസസ്സിംഗ്, കമ്പ്യൂട്ടർ വിഷൻ എന്നിവയിലെ തുടർച്ചയായ പുരോഗതികളാൽ AI-യുടെ ഭാവി വിശേഷിപ്പിക്കപ്പെടാൻ സാധ്യതയുണ്ട്. ആരോഗ്യ സംരക്ഷണം, ഗതാഗതം, ധനകാര്യം തുടങ്ങിയ വ്യവസായങ്ങളിൽ വിപ്ലവം സൃഷ്ടിക്കുന്നത് AI തുടരുമെന്ന് നമുക്ക് പ്രതീക്ഷിക്കാം, കൂടാതെ സ്വയംഭരണ വാഹനങ്ങൾ, വെർച്വൽ അസിസ്റ്റന്റുകൾ എന്നിവ പോലുള്ള പുതിയ സാങ്കേതികവിദ്യകളുടെ വികസനത്തിന് സംഭാവന നൽകുകയും ചെയ്യും. എന്നിരുന്നാലും, AI-യുടെ ധാർമ്മികവും സാമൂഹികവുമായ പ്രത്യാഘാതങ്ങളെ ചുറ്റിപ്പറ്റിയുള്ള ആശങ്കകളും ഉണ്ട്: തൊഴിൽ ഇല്ലാതാകൽ, പക്ഷപാതം എന്നിവ പോലെ. അവ ശ്രദ്ധാപൂർവ്വം പരിഗണിക്കുകയും അഭിസംബോധന ചെയ്യുകയും വേണം.

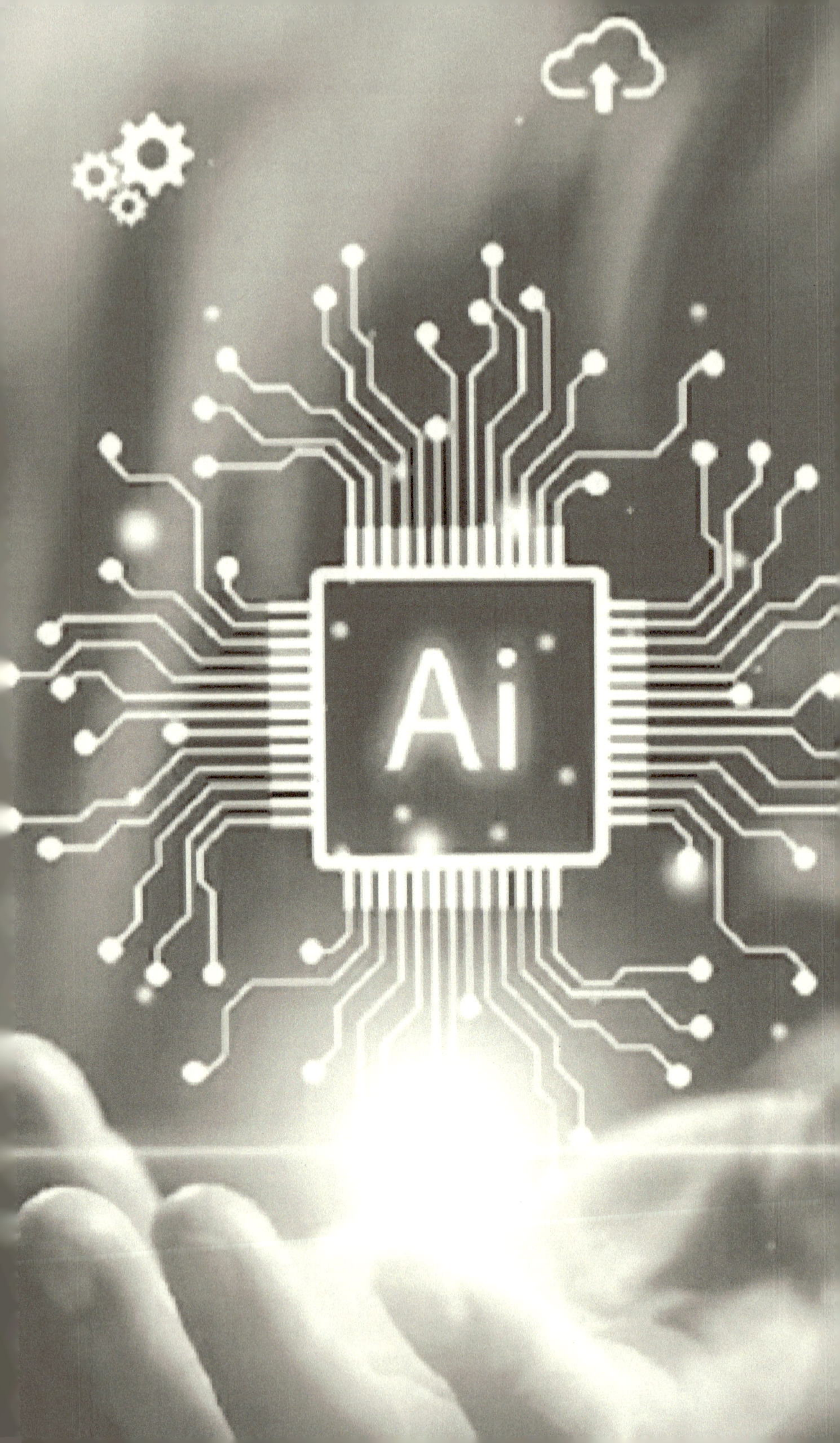
Ai

നിർമ്മിതബുദ്ധി ഒരാമുഖം

ജിജോ പി യു

അനവധി നിർവചനങ്ങൾ ലഭ്യമാണെങ്കിലും, പൊതുവേ ആർട്ടിഫിഷ്യൽ ഇന്റലിജൻസ് (എ ഐ) അഥവാ നിർമ്മിതബുദ്ധി എന്നത് സൂചിപ്പിക്കുന്നത് മനുഷ്യരിലും മൃഗങ്ങളിലും പ്രകടമായ ധൈഷണിക സാമർത്ഥ്യം കൈവരിക്കാനായി കമ്പ്യൂട്ടറുകളെ പ്രോഗ്രാം ചെയ്യുന്ന രീതികളെയാണ്. ഇതുവഴി കമ്പ്യൂട്ടറുകളും, അവ ബുദ്ധി കേന്ദ്രമായി പ്രവർത്തിക്കുന്ന യന്ത്രങ്ങളും, നിർവഹിക്കുന്ന ജോലികളിൽ മനുഷ്യതുല്യമോ ചിലപ്പോൾ അതിനേക്കാളും മികച്ചതോ ആയ സാമർത്ഥ്യം കൈവരിക്കുന്നു. കമ്പ്യൂട്ടർ, സ്മാർട്ട് ഫോൺ എന്നിവയിൽ മാത്രം നിർമ്മിതബുദ്ധി സേവനങ്ങൾ ഒതുങ്ങി നിൽക്കുന്നില്ല. കാർ സ്റ്റീരിയോ, ടെലിവിഷൻ, ഹോം സ്റ്റീരിയോ, ഫ്രിഡ്ജ്, വാഷിങ് മെഷീൻ എന്നിങ്ങനെ ഡിജിറ്റൽ സാങ്കേതികവിദ്യ ലഭ്യമായ ഏത് ഉപകരണവും ഇന്ന് നിർമ്മിതബുദ്ധി അൽഗോരിതങ്ങൾ ഉപയോഗിച്ച് പ്രവർത്തിക്കുന്നു. ഇത്തരം ഉപകരണങ്ങളെ ചേർത്ത് ഇന്റർനെറ്റ് ഓഫ് തിങ്സ് (Internet of Things) എന്ന സാങ്കേതികവിദ്യ ലോകത്തെ കൂടുതൽ സ്മാർട്ടാക്കുന്ന ഒരു കാലത്ത് കൂടിയാണ് നമ്മൾ കടന്നുപോകുന്നത്. കമ്പ്യൂട്ടറുകൾ മാത്രം ഇന്റർനെറ്റിലുണ്ടായിരുന്ന കാലത്തുനിന്ന് എല്ലാ

ഉപകരണങ്ങളും ഡിജിറ്റലായി, ഇന്റർനെറ്റിൽ വരുന്ന ഒരു കാലത്തിലേക്ക് ലോകം നീങ്ങിക്കൊണ്ടിരിക്കുന്നു.

നിർമ്മിതബുദ്ധിയിലെ ഏറ്റവും പ്രാധാന്യമർഹിക്കുന്ന വിഭാഗമാണ് സ്വയം പഠിച്ച് പ്രവർത്തിക്കുന്ന യന്ത്രങ്ങളുടെ പഠന ശാഖയായ മെഷീൻ ലേണിങ് (Machine Learning). അതിൽത്തന്നെ പ്രാമുഖ്യം അർഹിക്കുന്ന ഒന്നാണ് മനുഷ്യബുദ്ധിയെ അനുകരിച്ച് പ്രവർത്തിക്കുന്ന ഡീപ് ലേണിങ് (Deep Learning) എന്ന ശാഖ. ഇവയെല്ലാം ചേർന്ന് പ്രവർത്തിക്കുന്ന റോബോട്ടിക്സ്, സ്വയം ഓടുന്ന വാഹനങ്ങൾ (Self-driving vehicles), സ്വയം പ്രവർത്തിക്കുന്ന വാഹനങ്ങൾ (Autonomous vehicles), ബിഗ് ഡാറ്റ അനലിറ്റിക്സ് (Big Data Analytics), യന്ത്രങ്ങൾ ഉപയോഗിച്ചുള്ള ഭാഷാ കമ്പ്യൂട്ടിങ് (Language Computing) എന്നിവയൊക്കെ ഇന്ന് ലോകത്ത് വളരെയധികം ചർച്ച നടക്കുന്ന വിഷയങ്ങളാണ്. ചുരുക്കത്തിൽ ലോകത്ത് ഇന്ന് ചർച്ചാവിഷയങ്ങളായ സാങ്കേതിക വിദ്യകളുടെയെല്ലാം മർമ്മസ്ഥാനത്ത് നിർമ്മിത ബുദ്ധി പ്രവർത്തിക്കുന്നു.

നിർമ്മിതബുദ്ധിയെന്ന് പറയുമ്പോൾ അതിന്റെ കൽപ്പിത ഭാവമാണ് എല്ലാവരുടെയും മനസ്സിൽ ഓടിയെത്താൻ സാദ്ധ്യത. ഇത്തരം സങ്കൽപ്പങ്ങൾ തേടി നമുക്ക് ചരിത്രത്തിൽ എത്ര പിന്നോട്ട് വേണമെങ്കിലും പോകാമെങ്കിലും, ലോകത്തിന് എ ഐ എന്ന വാക്ക് സുപരിചിതമായത് 1956 ന് ശേഷമാണ്. കമ്പ്യൂട്ടറുകൾക്ക് സവിശേഷ ബുദ്ധി നൽകാനുള്ള ആദ്യകാല ഉദ്യമങ്ങളൊക്കെ സ്വയംപ്രേരിത വിചിന്തനം (automated reasoning) സാദ്ധ്യമാക്കുന്ന പ്രോഗ്രാമുകളായിരുന്നു. ഗണിത സിദ്ധാന്തങ്ങളും തെരച്ചിലും (search) അടിസ്ഥാനമാക്കി പ്രവർത്തിക്കുന്ന അൽഗോരിതങ്ങളുടെ ഗണഘടകങ്ങളടങ്ങിയ പ്രോഗ്രാമുകൾ ഇതിന്റെ തുടർച്ചയായി വന്നു. ചെക്കേഴ്സ്,

ചെസ്സ് എന്നിങ്ങനെയുള്ള ബോർഡ് ഗെയിമുകളിൽ എതിരാളികളെ തോൽപ്പിക്കാൻ ശേഷിയുള്ള കമ്പ്യൂട്ടർ പ്രോഗ്രാമുകൾ ഇങ്ങനെ ആവിഷ്കരിക്കപ്പെട്ടു. ഇതിനാവശ്യമുള്ള കഴിവുകൾ അടങ്ങിയ യുക്തി (logic) നേടാനായി ഗവേഷകർ അതാത് മേഖലകളിലെ വിദഗ്ധരെ അനുകരിച്ചു. ഇതിൽ നിന്ന് ഒരു കാര്യം വ്യക്തമായി - മനുഷ്യർ തീരുമാനങ്ങളെടുക്കുന്നത് ഒരു അനിശ്ചിതത്വത്തിൽ (uncertainty) നിന്ന് കൊണ്ടാണ്. അതായത്, സാധാരണ കമ്പ്യൂട്ടർ പ്രോഗ്രാമിൽ ചെയ്യുന്ന യുക്തി നിയമങ്ങൾകൊണ്ട് മാത്രം കാര്യം നടക്കില്ല. അങ്ങനെ പ്രോബബിലിറ്റി സിദ്ധാന്തത്തിലധിഷ്ഠിതമായ (Probability Theory) മാതൃകകൾ ഇതിൽ പരീക്ഷിക്കാൻ തുടങ്ങി.

ഇരുപതാം നൂറ്റാണ്ടിൽ ഡിജിറ്റൽ കമ്പ്യൂട്ടർ രൂപകൽപ്പന ചെയ്ത കാലത്തോ അതിനു മുന്നെ തന്നെയോ മനുഷ്യ സമാന ശേഷിയുള്ള യന്ത്രങ്ങളുടെ കൽപ്പനയും, അവയുടെ കഴിവുകളെ സംബന്ധിച്ച സിദ്ധാന്തങ്ങളുമൊക്കെ ആവിഷ്കരിക്കപ്പെട്ടിരുന്നു. എന്നാൽ, അറുപത് വർഷങ്ങളോളം കഴിഞ്ഞാണ് അത് സാക്ഷാത്ക്കരിക്കാൻ തക്ക ശേഷിയുള്ള കമ്പ്യൂട്ടറുകൾ നമുക്കുണ്ടായത്, കൂടാതെ, നിർമ്മിതബുദ്ധിയുടെ ലക്ഷ്യവും മാർഗവും തമ്മിലുള്ള പൊരുത്തക്കേട് തീരാനും വളരെക്കാലം കാത്തിരിക്കേണ്ടി വന്നു. ബുദ്ധിയോടെ ചിന്തിച്ച് പ്രവർത്തിക്കുന്ന യന്ത്രങ്ങൾ നിർമ്മിക്കണമെങ്കിൽ മനുഷ്യന്റെയും മറ്റ് ജീവികളുടേയും ബുദ്ധിയും അതുപയോഗിച്ചുള്ള പ്രവർത്തനങ്ങളും വളരെ ഗഹനമായി മനസ്സിലാക്കേണ്ടതുണ്ട്. ബുദ്ധിയെന്നത് ആന്തരികവും ബാഹ്യവും സാമൂഹികവുമായ നിരവധി പ്രവർത്തനങ്ങളും പ്രതിപ്രവർത്തനങ്ങളുമടങ്ങിയ ഒരു സങ്കീർണ്ണ പ്രക്രിയയായതിനാൽ ഇത് മനസ്സിലാക്കുവാൻ മനുഷ്യരാശി വളരെയേറെ സമയമെടുത്തു. സ്വയം പ്രവർത്തിക്കുന്ന നിരവധി യന്ത്രങ്ങൾ മനുഷ്യരുടെ ഭാവനയിലുണ്ടായെങ്കിലും, അതിനൊപ്പം ബുദ്ധി കൂടി സമ്മേളിച്ച യന്ത്രമെന്ന സ്ഥാനം കൈയടക്കിയത് ഡിജിറ്റൽ കമ്പ്യൂട്ടറായിരുന്നു. ഈ സാങ്കേതികവിദ്യ മനസ്സിലാക്കാൻ ഇതിന്റെ ഹ്രസ്വചരിത്രം ഒന്ന് മനസ്സിലാക്കുന്നത് നന്നായിരിക്കും.

തുടക്കം

1943 ൽ വാറൻ മക്കല്ലോക്, വാൾട്ടർ പിറ്റ്സ് എന്നീ ഗവേഷകർ ട്യൂറിങ്ങിന്റെ കമ്പ്യൂട്ടർ നിർമ്മിതിയെ മനുഷ്യ മസ്തിഷ്കത്തിന്റെ ശരീരശാസ്ത്രവും യുക്തിയുടെ (logic) ഗണിതവുമായി ചേർത്ത് നടത്തിയ പഠനമാണ് നിർമ്മിതബുദ്ധി മേഖലയിലെ ആദ്യത്തേതായി കണക്കാക്കുന്നത്. ന്യൂറോണുകളുടെ ശൃംഖലകളുടെ മാതൃകകൾ ഉപയോ

ഗിച്ച് അവ എങ്ങനെയാണ് നമ്മൾ അറിവ് ആർജിക്കുന്നതെന്ന് അവർ തെളിയിച്ചു. ന്യൂറോണുകൾ തമ്മിലുള്ള ബന്ധം എങ്ങനെയാണ് ശക്തിയാർജിച്ച് അറിവ് ബലപ്പെടുകയെന്നുള്ള പഠനവും ഇത് സംബന്ധിച്ച നിയമവും ഡൊണാൾഡ് ഹെബ്ബ് 1949 ൽ ആവിഷ്കരിച്ചു. ഹെബ്ബിയൻ ലേണിങ് റൂൾ എന്നറിയപ്പെടുന്ന ഈ തത്വം ഇന്നും പ്രസക്തമാണ്. ന്യൂറൽ നെറ്റ് വർക്കുകൾ ഉപയോഗിച്ചുള്ള ആദ്യത്തെ കമ്പ്യൂട്ടർ സൃഷ്ടിച്ചത് 1950-ൽ ഹാർവാർഡ് സർവ്വകലാശാലയിലെ രണ്ട് ബിരുദ വിദ്യാർത്ഥികളാണ്- മാർവിൻ മിൻസ്കിയും ഡീൻ എഡ്മുണ്ട്സും. ഏതാണ്ട് 3000 വാക്വം ട്യൂബുകൾ ഉപയോഗിച്ച് സൃഷ്ടിച്ച സ്നാർക് (SNARC) എന്ന ഈ കമ്പ്യൂട്ടർ ഉപയോഗിച്ച് 40 ന്യൂറോണുകളുടെ ഒരു ശൃംഖല അവർക്ക് മോഡൽ ചെയ്യാൻ കഴിഞ്ഞു. അലൻ ട്യൂറിങ് വിഭാവനം ചെയ്ത യൂണിവേഴ്സൽ കമ്പ്യൂട്ടിങ് മെഷീൻ ന്യൂറൽ നെറ്റ്വർക്ക് ഉപയോഗിച്ച് നിർമ്മിക്കാമെന്നതായിരുന്നു മിൻസ്കിയുടെ പ്രിൻസ്ടൺ സർവ്വകലാശാലയിലെ ഗവേഷണ പഠനം. ഇവയ്ക്കെല്ലാം ഉപരിയായിരുന്നു കമ്പ്യൂട്ടർ സയൻസിന്റെ പിതാവെന്ന് വിശേഷിപ്പിക്കുന്ന അലൻ ട്യൂറിങ്ങിന്റെ പ്രതിവാര പ്രഭാഷണങ്ങൾ. 1947 മുതൽ ലണ്ടൻ മാത്തമാറ്റിക്സ് സൊസൈറ്റിയിലും മറ്റും നടത്തിയ പ്രഭാഷണങ്ങളും, പ്രസിദ്ധീകരണങ്ങളും വഴി നിർമ്മിതബുദ്ധിയെന്ന ശാഖയ്ക്ക് അദ്ദേഹം അടിത്തറ പാകി. നിർമ്മിതബുദ്ധിയും മനുഷ്യബുദ്ധിയും തമ്മിൽ തുലനം ചെയ്യാൻ സഹായിക്കുന്ന ട്യൂറിങ് ടെസ്റ്റ്, നിർമ്മിതബുദ്ധിയുടെ പ്രധാന മേഖലയായി ഉരുത്തിരിഞ്ഞ മെഷീൻ ലേണിങ്, ജനറ്റിക് അൽഗോരിതങ്ങൾ ഇവയൊക്കെ അലൻ ട്യൂറിങ് നിർവചിച്ചു.

പൂർണമായും മനുഷ്യ തുല്യമായ സവിശേഷതകൾ നേടിയ ഒരു യന്ത്രത്തെ എങ്ങനെ മനസ്സിലാക്കാം എന്നതാണ് ട്യൂറിങ് ടെസ്റ്റ് പറയുന്നത്. ഇക്കാര്യത്തിൽ പല ടെസ്റ്റുകൾ നിലവിലുണ്ടെങ്കിലും പൊതുവേ വാർത്താപ്രാധാന്യം നേടിയത് 1950 ൽ അവതരിപ്പിച്ച ട്യൂറിങ് ടെസ്റ്റ് ആണ്. നമ്മളും ഒരു യന്ത്രവും ഒരു മറയുടെ അപ്പുറവും ഇപ്പുറവും നിൽക്കുന്നെന്ന് സങ്കൽപ്പിക്കുക. നമ്മുടെ ചോദ്യങ്ങൾക്ക് യന്ത്രം മറുപടി നൽകുന്നു. സംസാരിക്കുന്നത് ഒരു യഥാർത്ഥ മനുഷ്യനാണോ അതോ യന്ത്രമാണോ എന്ന് നമുക്ക് തിരിച്ചറിയാൻ പറ്റുന്നില്ലെങ്കിൽ ആ യന്ത്രം ട്യൂറിങ് ടെസ്റ്റ് പാസായതായി നമുക്ക് കരുതാം. അതായത്, മനുഷ്യ സമാനമായ യന്ത്രം നിർമ്മിക്കാനുള്ള പ്രാപ്തി ലോകം കൈവരിച്ചെന്ന് കരുതാം. എന്നാൽ, നാളിത് വരെ അത് സാധിച്ചിട്ടില്ലെന്ന് മാത്രമല്ല, അതിനുള്ള സാദ്ധ്യത വിദൂര ഭാവിയിലുണ്ടാകുമെന്നും ആരും കരുതുന്നില്ല. ട്യൂറിങ് ടെസ്റ്റ് പാസാ

കണമെങ്കിൽ ഒരു യന്ത്രത്തിന് താഴെപ്പറയുന്ന സവിശേഷതകൾ അനിവാര്യമാണെന്ന് കാണാം:

- നമ്മളോട് സംവേദിക്കാൻ നമ്മുടെ സംസാര ഭാഷ തിരിച്ചറിയാനുള്ള കഴിവ് (Natural Language Processing)
- ലഭ്യമായ വിവരങ്ങൾ അറിവുകളായി സൂക്ഷിക്കാനുള്ള കഴിവ് (Knowledge Representation).
- സ്വയം ചിന്തിക്കാനും, സൂക്ഷിച്ച് വച്ചിട്ടുള്ള വിവരങ്ങൾ ഉപയോഗിച്ച് ചോദ്യങ്ങൾക്ക് യുക്തമായ മറുപടി നൽകാനുമുള്ള കഴിവ് (Automated Reasoning Ability).
- പുതിയ സാഹചര്യങ്ങളുമായി പൊരുത്തപ്പെടാനും പുതിയ അറിവുകളിൽനിന്ന് സ്വയം അറിവുകൾ നേടാനുമുള്ള കഴിവ് (Machine Learning).
- വസ്തുക്കളെ കാണാനും തിരിച്ചറിയാനുമുള്ള കാഴ്ച ശക്തി (Computer Vision).
- വസ്തുക്കളെ നീക്കാനും കൈകാര്യം ചെയ്യാനുമുള്ള കഴിവ് (Robotics).

ട്യൂറിങ്ങിന്റെ ഏറ്റവും വലിയ സംഭാവന കമ്പ്യൂട്ടറുകൾക്ക് പ്രജ്ഞ (Consciousness) ഉണ്ടാവുന്നതെങ്ങനെയെന്ന പ്രഹേളികയ്ക്ക് ഉത്തരം നൽകിയെന്നതാണ്. എല്ലാ ഗണിതപ്രശ്നങ്ങൾക്കും പരിഹാരമില്ലെന്ന ഗോഡലിന്റെ സിദ്ധാന്തത്തിന്റെ ചുവടുപിടിച്ച് ട്യൂറിങ് ആവിഷ്കരിച്ച ട്യൂറിങ് മെഷീൻ ബൗദ്ധിക സ്വഭാവം (Intelligent Behaviour) ആണ് കമ്പ്യൂട്ടറുകൾക്കുള്ളത് അല്ലാതെ, പ്രജ്ഞയല്ല എന്ന് സ്ഥാപിച്ചു. ഇതോടെ കണക്കാക്കാൻ പറ്റുന്നവയെല്ലാം കണക്കാക്കുന്ന യന്ത്രമായി ആധുനിക കമ്പ്യൂട്ടർ അവതരിച്ചു. പ്രജ്ഞ എന്താണെന്ന് ഇന്നും ആർക്കും പൂർണ്ണമായി മനസ്സിലാകാത്തതിനാൽ ആ വഴിക്ക് അലഞ്ഞ് പ്രജ്ഞയുള്ള യന്ത്രങ്ങൾ നിർമ്മിക്കാനുള്ള ഉദ്യമത്തിൽ സമയം പാഴാക്കാതിരിക്കാൻ ട്യൂറിങ്ങിന്റെ നിർവചനം ശാസ്ത്രലോകത്തെ സഹായിച്ചു. എങ്കിലും കമ്പ്യൂട്ടറിൽ ബുദ്ധി സന്നിവേശിപ്പിക്കുന്നത് അത്ര എളുപ്പമായിരുന്നില്ല. നിർമ്മിതബുദ്ധി എന്ന വാക്ക് തന്നെ ലോകം കേൾക്കുന്നത് 1955 ന് ശേഷമാണ്.

1956 ലെ ഡാർട്ട്മൗത് ശില്പശാല

അമേരിക്കയിലെ ഡാർട്ട്മൗത് കോളേജിലെ (Dartmouth College) അദ്ധ്യാപകനായിരുന്ന പ്രിൻസ്റ്റൺ സർവ്വകലാശാലയിൽ നിന്ന് 1951-ൽ ഗവേഷണ ബിരുദം നേടിയ ജോൺ മക്കാർത്തി. ന്യൂറൽ ശൃംഖലകൾ, മനുഷ്യബുദ്ധി മേഖലകളിലെ ഗവേഷകരെ

ഒന്നിച്ച് കൊണ്ടുവരാനായി മക്കാർത്തി ഡാർട്ട്മൗത് കോളേജിൽ രണ്ട് മാസം നീണ്ട് നിൽക്കുന്ന ഒരു വേനൽക്കാല ശിൽപ്പശാല സംഘടിപ്പിച്ചു. 1956 ൽ നടത്തിയ ഈ ശിൽപ്പശാലയിൽ അമേരിക്കയിലുള്ള വിദഗ്ധരെ ഒന്നിപ്പിക്കാൻ മക്കാർത്തിയെ സഹായിച്ചവർ മറ്റാരുമല്ല, ക്ലോദ്ഷാനൻ (Claude Shannon), മാർവിൻ മിൻസ്കി (Marvin Minsky), നഥാനിയൽ റോച്ചസ്റ്റർ (Nathaniel Rochester) എന്നീ അതി പ്രഗൽഭരായിരുന്നു. ഈ ശിൽപ്പശാലയിലാണ് ആദ്യമായി ആർട്ടിഫിഷ്യൽ ഇന്റലിജൻസ് എന്ന വാക്ക് ആദ്യമായി വ്യക്തതയോടെ ഉപയോഗിക്കുന്നതെന്നതിനാൽ ഡാർട്ട്മൗത് കോളേജിനെ നിർമ്മിതബുദ്ധിയുടെ ജന്മസ്ഥലം എന്ന് വിശേഷിപ്പിക്കാറുണ്ട്.

ആർട്ടിഫിഷ്യൽ ഇന്റലിജൻസ് എന്ന വാക്കിനും, ലിസ്പ് (LISP) എന്ന കമ്പ്യൂട്ടർ പ്രോഗ്രാമിങ് ഭാഷാ വിഭാഗത്തിനും അൽഗോൾ (ALGOL) എന്ന കമ്പ്യൂട്ടർ ഭാഷയ്ക്കും നമ്മൾ ജോൺ മക്കാർത്തിയോട് കടപ്പെട്ടിരിക്കുന്നു. ചെറിയ പ്രായത്തിലേ ഗണിതത്തിൽ താൽപ്പര്യം പ്രകടിപ്പിച്ച മക്കാർത്തി കൗമാരപ്രായത്തിലേ സർവ്വകലാശാലാ തലത്തിലുള്ള പുസ്തകങ്ങളൊക്കെ സ്വയം പഠിച്ച് അവഗാഹം നേടിയിരുന്നു. നിർമ്മിതബുദ്ധിയുടെ ഗണിതയുക്തിയിൽ ശ്രദ്ധ പതിപ്പിച്ച മക്കാർത്തി കാൽടെക്കിൽ വിദ്യാർത്ഥിയായിരുന്ന അവസരത്തിൽ ശ്രവിച്ച ജോൺ വോൺ നോയിമാന്റെ ഒരു പ്രഭാഷണം തന്റെ ഭാവി കമ്പ്യൂട്ടർ സയൻസിലേക്ക് തിരിച്ച് വിടാൻ പ്രേരണയായി. ഡാർട്ട്മൗത് കോളേജിൽ അദ്ധ്യാപകനായി പ്രവർത്തിക്കുമ്പോഴാണ് അദ്ദേഹം നിർമ്മിതബുദ്ധി ശിൽപ്പശാല സംഘടിപ്പിക്കുന്നത്. അലോൺസോ ചർച്ച് എന്ന ഗണിതജ്ഞൻ 1930 കളിൽ ഗണിത യുക്തിക്കായി വികസിപ്പിച്ച ലാമ്ബ്ഡാ കാൽക്കുലസ് (Lambda Calculus) ഉപയോഗിച്ച് മക്കാർത്തി വികസിപ്പിച്ച ലിസ്പ് നിർമ്മിതബുദ്ധി അൽഗോരിതങ്ങളുടെ പ്രിയപ്പെട്ട കമ്പ്യൂട്ടർ ഭാഷയായി മാറി. മാർവിൻ മിൻസ്കിയോടൊപ്പം നിർമ്മിതബുദ്ധി ഗവേഷണ ലബോറട്ടറി എം എെ ടിയിലും (MIT AIL), അതിനെ വെല്ലുന്ന വേറൊരു ലാബ് സ്റ്റാൻഫോർഡിലും (SAIL) സ്ഥാപിച്ച മക്കാർത്തിയെ നിർമ്മിതബുദ്ധിയുടെ പിതാവെന്നും വിശേഷിപ്പിക്കാറുണ്ട്.

വിവര സിദ്ധാന്തത്തിന്റെ (Information Theory) പിതാവെന്നറിയപ്പെടുന്ന ക്ളോദ് ഷാനൺ ഇതിൽ പങ്കെടുത്ത മറ്റൊരു പ്രഗൽഭനാണ്. മിഷിഗൻ സർവ്വകലാശാലയിൽ നിന്ന് ഇലക്ട്രിക്കൽ എഞ്ചി

നീയറിങ്ങിലും ഗണിതത്തിലും ബിരുദങ്ങൾ നേടിയ ഷാനൺ, പ്രിൻസ്റ്റൺ സർവ്വകലാശാലയിൽ ഗവേഷകനായി ചേർന്നപ്പോൾ അവിടെ അക്കാലത്തുണ്ടായിരുന്ന ജോൺ വോൺ നോയിമാൻ (John von Neumann), ഹെർമ്മൻ വെയിൽ (Herman Weyl), ആൽബർട്ട് ഐൻസ്റ്റൈൻ (Albert Einstein), കർട് ഗോഡൽ (Kurt Godel) എന്നീ അതികായരുമായി സംവദിക്കാൻ അവസരം ലഭിച്ചു. അലൻ ട്യൂറിങ്ങിന്റെ യൂണിവേഴ്സൽ ട്യൂറിങ് മെഷീൻ പരിചയപ്പെട്ട ഷാനൺ കമ്യൂണിക്കേഷൻ തിയറി, ഇൻഫർമേഷൻ തിയറി എന്നിവയിൽ ലോകം മാറ്റിമറിച്ച സിദ്ധാന്തങ്ങൾ മുന്നോട്ടുവച്ചു. അദ്ദേഹം 1950 ൽ സൃഷ്ടിച്ച തെസ്യൂസ് (Theseus) എന്ന കാന്തിക എലി (Mouse) 25 സമചതുരങ്ങൾകൊണ്ട് നിർമ്മിച്ച ഒരു കുരുക്കുവഴിയിൽ (maze) മുൻ പരിചയം വച്ച് വഴി കണ്ടുപിടിക്കാൻ പ്രോഗ്രാം ചെയ്ത ഒന്നായിരുന്നു. ഇത് നിർമ്മിത ബുദ്ധിയിലെ ആദ്യ പരീക്ഷണമായി വിലയിരുത്തപ്പെടുന്നു. ചെസ്സിന്റെ സങ്കീർണത കൃത്യമായി നിർവചിക്കാനും ഷാനണ് സാധിച്ചു. ഭാഷാശാസ്ത്രത്തിന് ഗണിതശാസ്ത്ര അടിത്തറ പണിയാനും ഷാനന്റെ പഠനങ്ങൾക്കായി.

ഇവർ രണ്ടുപേർക്കുമൊപ്പം ചേരേണ്ട പേരാണ് മാർവിൻ മിൻസ്കിയുടേത്. ഗണിത ശാസ്ത്രജ്ഞനായിരുന്ന മിൻസ്കി, കോഗ്നിറ്റീവ് സയൻസിലുള്ള തന്റെ പ്രാഗത്ഭ്യം നിർമ്മിതബുദ്ധി മേഖലയിൽ ഉപയോഗിച്ച പ്രതിഭയായിരുന്നു. എം ഐ ടിയിലെ നിർമ്മിതബുദ്ധി പരീക്ഷണശാലയുടെ സഹ സ്ഥാപകൻ കൂടിയായ മിൻസ്കി ഈ മേഖലയിൽ നിരവധി പുസ്തകങ്ങളുടെ രചയിതാവുമാണ്. ന്യൂറൽ നെറ്റ് വർക്കുകൾ നിർമ്മിതബുദ്ധി ഗവേഷണത്തിൽ ഉപയോഗിക്കാൻ സെയ്മർ പാപട്ടിനൊപ്പം മിൻസ്കി രചിച്ച പ്ര

ബന്ധങ്ങളും പുസ്തകങ്ങളും തിരിതെളിച്ചു. നിർമ്മിതബുദ്ധി മനുഷ്യർക്കും സമൂഹത്തിനും ഉണ്ടാക്കാവുന്ന വ്യതിയാനങ്ങളെക്കുറിച്ച് പ്രവചനങ്ങൾ നടത്തിയ മിൻസ്കി ആർതർ സി ക്ലാർക്കിന്റെ '*2001: എ സ്പേസ് ഒഡീസി* വിഖ്യാതനോവലിന് സ്റ്റാൻലി കുബ്രിക് നൽകിയ ചലച്ചിത്രാവിഷ്കാരത്തിന്റെ ഉപദേഷ്ടാവുമായിരുന്നു.

ഐ ബി എം 701 എന്ന ആദ്യത്തെ കൊമേഴ്സ്യൽ കമ്പ്യൂട്ടറിന്റെ സ്രഷ്ടാവായ നതാനിയേൽ റോച്ചസ്റ്ററും ഈ ശിൽപ്പശാലയിൽ പങ്കെടുത്തിരുന്നു. ഇതേ കമ്പ്യൂട്ടർ ഉപയോഗിച്ച് ന്യൂറൽ നെറ്റ്‌വർക്കിന്റെ സ്വഭാവ സവിശേഷതകൾ പഠിക്കാൻ ശ്രമിക്കുക വഴിയാണ് ഐ ബി എം നിർമ്മിതബുദ്ധി മേഖലയിലെത്തുന്നത്. ഇന്ന് ഐ ബി എം വാട്സൻ എന്ന സൂപ്പർ കമ്പ്യൂട്ടറിലെത്തി നിൽക്കുന്ന ഐ ബി എം നിർമ്മിതബുദ്ധി ഗവേഷണങ്ങളുടെ തുടക്കം കുറിക്കുന്ന നിരവധി പ്രോജക്ടുകളുടെ മേൽനോട്ടം റോച്ചസ്റ്ററിനായിരുന്നു.

ശിൽപശാലയുടെ ഫലങ്ങൾ

രണ്ട് മാസത്തെ ഉദ്യമത്തിന്റെ ഉദ്ദേശ്യം ആർട്ടിഫിഷ്യൽ ഇന്റലിജൻസിന്റെ എല്ലാ സാദ്ധ്യതകളും പരിശോധിച്ച് ഭാവി പരിപാടികൾ ആസൂത്രണം ചെയ്യുക എന്നതായിരുന്നു. ഇതിനായി ഒരു പത്തംഗ പഠന സമിതിയും ഉണ്ടാക്കി. നിർമ്മിത ബുദ്ധി എന്നത് വിവിധ വിഷയങ്ങളുടെ ഉന്നതശ്രേണിയുള്ള സങ്കരമാണെന്ന് മുകളിൽ പറഞ്ഞ നാലാളെ കൂടാതെ ഈ ശിൽപ്പശാലയിൽ പങ്കെടുത്ത മറ്റുള്ളവരുടെയും പ്രാഗത്ഭ്യം തെളിയിക്കുന്നു:

1. **ട്രെഞ്ചാർഡ് മോറെ** - പ്രിൻസ്ടൺ സർവ്വകലാശാലയിലെ ഗണിത ശാസ്ത്രജ്ഞൻ. പിന്നീട് എം ഐ ടി, യേൽ സർവ്വകലാശാലകളിലും ഐ ബി എമ്മിലും പ്രവർത്തിച്ചു.
2. **ആർതർ സാമുവൽ** - എം ഐ ടിയിൽ നിന്ന് ഇലക്ട്രിക്കൽ എഞ്ചിനീയറിങ് പഠിച്ചിറങ്ങിയ ആർതർ സാമുവൽ നിർമ്മിതബുദ്ധി മേഖലയിലെ അതികായനായി മാറി. ഇദ്ദേഹമാണ് മെഷീൻ ലേണിങ് (Machine Learning) എന്ന പദം സംഭാവന ചെയ്തതും അതുപയോഗിച്ച് ചെക്കേഴ്സ് കളിക്കുന്ന കമ്പ്യൂട്ടർ പ്രോഗ്രാം സൃഷ്ടിച്ചതും.
3. **റേ സോളൊമോനോഫ്** - ചിക്കാഗോ സർവ്വകലാശാലയിൽ എൻറികോ ഫെർമ്മിയുടെ വിദ്യാർത്ഥിയായിരുന്ന സോളൊമോനോഫ് ഭൗതിക ശാസ്ത്രത്തിൽ മാസ്റ്റർ ബിരുദം നേടിയ ശേഷം തന്റെ അന്വേഷണങ്ങൾ പൂർണമായും, ഗണിതശാസ്ത്ര മേഖലയിലേക്ക് തിരിച്ചു. മക്കാർത്തിയോടും മിൻസ്കിയോ

ടുമൊപ്പം രണ്ട് മാസം മുഴുവൻ ഡാർട്മൗത്തിൽ ചെലവഴിച്ചത് സോളൊമോനോഫ് മാത്രമാണ്. നിർമ്മിത ബുദ്ധിയിൽ പ്രോബബിലിറ്റി സിദ്ധാന്തം കൊണ്ടു വന്ന ഇദ്ദേഹം ഇൻഡക്ടീവ് ഇൻഫറൻസ് എന്ന വൈജ്ഞാനിക ശാഖ സ്ഥാപിച്ചു. ഇതുവഴി ബെയേസ് ചട്ടങ്ങൾ (Bayes' rules) കമ്പ്യൂട്ടർ സയൻസിൽ പ്രയോഗത്തിൽ വരുത്താം എന്ന് ലോകത്തിന് കാണിച്ച് കൊടുത്തു. ഇത് നിർമ്മിത ബുദ്ധി യന്ത്രങ്ങൾക്ക് വലിയ നേട്ടമുണ്ടാക്കി. മെഷീൻ ലേണിങ് അടിസ്ഥാനമാക്കിയ നിർമ്മിതബുദ്ധി അൽഗോരിതങ്ങൾ പ്രയോഗത്തിൽ വരുത്താൻ കഴിഞ്ഞതിൽ സോളൊമൊനോഫിനോട് നാം കടപ്പെട്ടിരിക്കുന്നു.

4. **ഒലിവർ സെൽഫ്രിഡ്ജ്** - മാർവിൻ മിൻസ്കിയുടെ ഗുരുവെന്ന് വിശേഷിപ്പിക്കാവുന്ന സെൽഫ്രിഡ്ജാണ് 1955 ൽ മിൻസ്കിയോടൊപ്പം നിർമ്മിതബുദ്ധി മേഖലയിലെ ആദ്യത്തെ പൊതുസമ്മേളനം സംഘടിപ്പിച്ചത്. മെഷീൻ പ്രത്യക്ഷബോധം (Machine Perception) എന്ന ശാഖയുടെ പിതാവെന്ന് ഇദ്ദേഹം അറിയപ്പെടുന്നു. 1959 ലെ ഇദ്ദേഹത്തിന്റെ പ്രബന്ധം നിർമ്മിതബുദ്ധി മേഖലയിലെ ഒരു ക്ലാസിക് എന്നറിയപ്പെടുന്നു.
5. **ഹെർബർട് സൈമൺ** - 1975-ലെ ട്യൂറിങ് പുരസ്കാരവും 1978 ലെ സാമ്പത്തിക ശാസ്ത്ര നൊബേലും നേടിയ സൈമൺ ഒരു ബഹുമുഖ പ്രതിഭയായിരുന്നു. ഗവേഷണ സൂചികയായ ഗൂഗിൾ സ്കോളറിൽ മൂന്ന് ലക്ഷത്തിലധികം സൈറ്റേഷൻസ് നേടി, നിർമ്മിതബുദ്ധി മേഖലയിൽ ഏറ്റവുമധികം വായിക്കപ്പെട്ട വ്യക്തിയാണ് സൈമൺ. രാഷ്ട്രമീമാംസയിൽ ഗവേഷണ ബിരുദം നേടിയ സൈമണിന് വ്യക്തികളും സമൂഹവും തീരുമാനങ്ങൾ എടുക്കുന്നതെങ്ങനെയെന്ന് (decision-making) വ്യക്തമായ സിദ്ധാന്തങ്ങൾ ആവിഷ്കരിക്കാൻ കഴിഞ്ഞു.
6. **അലൻ ന്യൂവൽ** - കാർണഗിമെല്ലൻ സർവ്വകലാശാലയിൽ കമ്പ്യൂട്ടർ സയൻസും കോഗ്നിറ്റീവ് സൈക്കോളജിയും തമ്മിലുള്ള ബന്ധത്തെപ്പറ്റി സൈമണിന്റെ കീഴിൽ ഗവേഷണം നടത്തിയിരുന്ന ന്യൂവൽ അദ്ദേഹത്തോടൊപ്പം കാർണഗി ആർട്ടിഫിഷ്യൽ ഇന്റലിജൻസ് ലബോറട്ടറിയും സ്ഥാപിച്ചു.

സൈമണും ന്യൂവലുമായിരുന്നു ഡാർട്മൗത് ശിൽപ്പശാലയുടെ പ്രധാന താരങ്ങൾ. ഇവർ രണ്ടുപേരും ചേർന്ന് സൃഷ്ടിച്ച ലോജിക്

സിദ്ധാന്ത യന്ത്രം (Logic Theorist), പൊതു പ്രശ്നപരിഹാരം (General Problem sover) എന്നിവ നിർമ്മിതബുദ്ധി മേഖലയിലെ ആദ്യത്തെ പ്രോഗ്രാമുകളുടെ ഗണത്തിൽ പെടുന്നു. ക്ലിഫ് ഷായോടൊപ്പം ഇവർ തന്നെ സൃഷ്ടിച്ച ഇൻഫർമേഷൻ പ്രോസസ്സിങ് ലാംഗ്വേജ് (Information Procession Language - IPL) എന്ന കമ്പ്യൂട്ടർ ഭാഷയിലായിരുന്നു ഇത് നിർമ്മിച്ചത്. ഐ പി എൽ ഭാഷ ബെർട്രാണ്ട് റസ്സലിന്റെ *പ്രിൻസിപ്പിയ മാത്തമാറ്റിക്ക* (Principia Mathematica) എന്ന ഗ്രന്ഥത്തിലെ ചില ഗണിതശാസ്ത്ര പ്രശ്നങ്ങൾ കമ്പ്യൂട്ടർ ഉപയോഗിച്ച് വളരെ വേഗത്തിൽ തെളിയിക്കാമെന്ന് കണ്ടെത്തി. ഇവയൊക്കെ റസ്സലും മറ്റ് ഗണിതശാസ്ത്രജ്ഞരും വളരെ സമയമെടുത്ത് തെളിയിച്ചവയായിരുന്നു. 1958 ൽ NSS എന്ന കമ്പ്യൂട്ടർ ചെസ്സ് പ്രോഗ്രാം എഴുതാനും ഐ പി എൽ ഉപയോഗിച്ചെങ്കിലും സൈമൺ പ്രവചിച്ച പത്ത് വർഷത്തിനപ്പുറം, 40 വർഷത്തോളം കഴിഞ്ഞാണ് മനുഷ്യനെ വെല്ലാൻ കമ്പ്യൂട്ടർ ചെസ്സ് പ്രോഗ്രാമുകൾക്കായത്. റേ സൊളോമൊനോഫ് വിതരണം ചെയ്ത 'ഒരു ഇൻഡക്ടീവ് ഇൻഫറൻസ് യന്ത്രം' (An Inductive Inference Machine) എന്ന പ്രബന്ധം ഈ മേഖലയിലെ ഏറ്റവും മികച്ച ഒന്നായിരുന്നു. മെഷീൻ ലേണിങ് എന്ന ശാഖയെ കോൾമോഗൊറോവ് സങ്കീർണത (Kolmogorov Complexity), ഒഖാമിന്റെ വാൾ (Ockham's Rozor) എന്നിവയുമായി ബന്ധിപ്പിച്ച ഈ പ്രബന്ധം ഭാവിയിലേക്ക് ഒരു മുതൽക്കൂട്ടായിരുന്നു. സങ്കീർണമായ ഒരു സമൂഹവുമായി ഇടപെടാൻ ശേഷിയുള്ള യന്ത്രങ്ങളെ സൃഷ്ടിക്കാൻ ഇത് അനിവാര്യമാണെന്ന് കാണാം.

രണ്ട് മാസത്തെ ഈ ശിൽപ്പശാല ഉടനടി ഫലങ്ങളൊന്നും സൃഷ്ടിച്ചില്ലെങ്കിലും അതിൽ പങ്കെടുത്ത പത്താളുകളും അവരുടെ ശിഷ്യ പരമ്പരയുമാണ് നിർമ്മിതബുദ്ധി മേഖല രൂപപ്പെടുത്തുന്നതിൽ പിൽക്കാലത്ത് മുഖ്യ പങ്ക് വഹിച്ചത്. കമ്പ്യൂട്ടർ സയൻസിന്റെ ശാഖയായി തുടങ്ങിയ നിർമ്മിതബുദ്ധി ഗവേഷണം, ഇതിനുശേഷം, സ്ഥിതിവിവരശാസ്ത്രം (statistics), എഞ്ചിനീയറിങ്, അവബോധശാസ്ത്രം (cognitive science), നാഡീവ്യൂഹശാസ്ത്രം (neuro science) എന്നിവയെല്ലാം സന്നിവേശിപ്പിച്ച് സ്വതന്ത്രശാഖയാകുകയും ചെയ്തു. എന്നാൽ, ആദ്യത്തെ ഉത്സാഹമൊക്കെ ഒരു ദശകത്തിനുള്ളിൽ കെട്ടണഞ്ഞു. അക്കാലത്ത് ലഭ്യമായിരുന്ന കമ്പ്യൂട്ടറുകൾ ഇന്നത്തെ സോളിഡ് സ്റ്റേറ്റ് ട്രാൻസിസ്റ്ററുകൾക്ക് പകരം വാക്വം ട്യൂബുകൾകൊണ്ട് നിർമ്മിച്ച ശക്തി കുറഞ്ഞ കമ്പ്യൂട്ടറുകളായിരുന്നതിനാൽ സിദ്ധാന്തങ്ങൾ പ്രായോഗിക തലത്തിൽ പരീക്ഷിക്കുക പരിമിത വിജയമേ

നൽകിയുള്ളൂ. ഇതോടൊപ്പം ഇതിന്റെ വക്താക്കളായ ശാസ്ത്രജ്ഞർ തന്നെ വ്യത്യസ്ത ദിശകളിലേക്ക് ഗവേഷണങ്ങളെ നയിക്കാൻ തുടങ്ങി. 1970 കളുടെ തുടക്കമായപ്പോഴാണ് നഷ്ടപ്പെട്ട ദിശാബോധം അവർക്ക് തിരിച്ച് പിടിക്കാനായത്. എങ്കിലും നിർമ്മിതബുദ്ധിക്ക് സാദ്ധ്യമാകും എന്ന കാര്യങ്ങൾ-ചെസ്സ് കളിയിൽ വിജയം വരിക്കുക, ഗണിത ശാസ്ത്ര പ്രശ്നങ്ങൾ പരിഹരിക്കുക എന്നിവയൊക്കെ -സാധിക്കാൻ പിന്നെയും ഇരുപത് വർഷത്തിലധികം കാത്തിരിക്കേണ്ടി വന്നു.

ആദ്യകാല പ്രതീക്ഷകൾ വച്ചുകൊണ്ട് അമേരിക്കൻ പ്രതിരോധവകുപ്പ് മെഷീൻ ട്രാൻസ്‌ളേഷൻ പോലുള്ള പദ്ധതികൾക്കായി വളരെയധികം പണം മുടക്കി. റഷ്യയുമായി ഉടലെടുത്ത ശീതയുദ്ധം (cold war) റഷ്യൻ സാങ്കേതികവിദ്യാ ശാസ്ത്ര പഠനങ്ങൾ തർജ്ജുമ നടത്തുകയെന്നതായിരുന്നു ഇതിനു പിന്നിലുള്ള ഒരു കാരണമെങ്കിലും, ഉദ്ദേശിച്ച ഫലം ലഭിക്കാഞ്ഞതിനാൽ ഇത്തരം പ്രോജക്ടുകളൊക്കെ ഒരു ദശകം കൊണ്ട് നിർത്തേണ്ട അവസ്ഥ വന്നു. ഇന്ന് പക്ഷേ, പരിപൂർണ്ണതയിലെത്തിയില്ലെങ്കിലും എല്ലാ മേഖലയിലും മെഷീൻ തർജമ വ്യാപകമായി ഉപയോഗിക്കുന്നുണ്ട്. മനസ്സിലും പഠനങ്ങളിലും കണ്ട പ്രശ്ന പരിഹാരപദ്ധതികളൊന്നും ഉദ്ദേശിച്ച ഫലം കണ്ടില്ല എന്നത് അക്കാലത്തെ ഒരുന്യൂനതയായിരുന്നു. പലപ്പോഴും നിർമ്മിതബുദ്ധി അൽഗോരിതങ്ങൾ പരിഹരിക്കാൻ ശ്രമിച്ച പ്രശ്നങ്ങളുടെയോ അല്ലെങ്കിൽ മികച്ച കമ്പ്യൂട്ടറുകളുടെ അപര്യാപ്തതയോ ആയിരുന്നു ഇതിന് കാരണം. ബ്രിട്ടനടക്കം വിവിധ സർക്കാരുകൾ എ ഐ എന്നത് ഒരു ബാലികേറാമലയാണെന്ന് കണ്ട് ധനസഹായം നിർത്തിവച്ചു.

ഇക്കാലത്തെ പ്രശ്നങ്ങൾ ഒട്ടൊന്നൊതുങ്ങാനും വീക് എ ഐ (Weak AI) എന്ന രീതി ശക്തിയാർജിക്കാനും 1970 കൾ സാക്ഷ്യം വഹിച്ചു. മനുഷ്യ മസ്തിഷ്കത്തെ അനുകരിച്ച് മനുഷ്യബുദ്ധി കൈകാര്യം ചെയ്യുന്ന പ്രശ്നങ്ങളെല്ലാം അനുകരിക്കാനുള്ള ശ്രമങ്ങൾ ഫലം കാണാതെ വന്നപ്പോൾ ചെറിയ പ്രശ്നങ്ങളെടുത്ത് അവയ്ക്ക് പരിഹാരം കാണാനുള്ള മാർഗങ്ങളാണ് വീക് എ ഐ നടത്തുന്നത്. 1969 ൽ സൃഷ്ടിച്ച ഡെൻഡ്രാൾ (DENDRAL) എന്ന രസതന്ത്ര പ്രോഗ്രാമാണ് ഇതിൽ ആദ്യത്തെ ഉദ്യമം. ഹെർബർട് സൈമണിന്റെ ശിഷ്യനായിരുന്ന എഡ് ഫെയിഗൻബോമും സംഘവും സ്റ്റാൻഫോർഡ് സർവ്വകലാശാലയിൽ വികസിപ്പിച്ച ഈ പ്രോഗ്രാം ഒരു തന്മാത്രയുടെ ഘടന സ്വയം കണ്ടെത്താൻ കഴിയുന്ന ഒന്നായി

രുന്നു. തത്വചിന്തകനും കമ്പ്യൂട്ടർ ശാസ്ത്രജ്ഞനുമായ സ്റ്റീവ് ബുക്കാനൻ പിന്നീട്, ജനിതകശാസ്ത്രത്തിലെ പഠനങ്ങൾക്ക് നൊബേൽ സമ്മാനം നേടിയ ജോഷ്വ ലെഡെർബെർഗ് എന്നിവരായിരുന്നു ഇതിലെ കൂട്ടാളികൾ. ഒരു തന്മാത്രയുടെ രാസസൂത്രവും (chemical formula), അതിന്റെ വിവിധ ഘടകങ്ങളുടെ വിവരമടങ്ങിയ മാസ്സ് സ്പെക്ട്രോമീറ്റർ ഡാറ്റയും ഇൻപുട്ട് ആയി നൽകിയാൽ രാസ ഘടന കണ്ടെത്തുമെന്നത് ഡെൻഡ്രാളിനെ ഒരു വിജയമാക്കി. നിരവധി ഓർഗാനിക് തന്മാത്രകളുടെ ഘടന നിർണ്ണയിക്കുന്ന ജോലി ലഘൂകരിക്കാൻ ഡെൻഡ്രാൾ സഹായകരമായി. ഇതിന്റെ പ്രധാന കാരണം പ്രശ്ന പരിഹാരത്തിനുള്ള വഴികൾ വളരെ കൃത്യമായി ശാസ്ത്രജ്ഞർക്ക് അറിയാമായിരുന്നുവെന്നതാണ്. ഹാർഡ് എ ഐ പ്രശ്നങ്ങളുടെ ചുരുളഴിയാ വഴികൾ അന്വേഷിച്ചുനടന്ന ഗവേഷകർക്ക് ഡെൻഡ്രാൾ ഒരു പുതിയ വഴി തുറന്ന് കൊടുത്തു. ഇങ്ങനെ ചെറിയ പ്രശ്നങ്ങൾ പരിഹരിക്കാനുള്ള പ്രോഗ്രാമുകളെ Knowledge-intensive systems എന്ന് വിളിക്കുന്നു. എക്സ്പേർട്ട് സിസ്റ്റംസ് എന്ന് പൊതുവേ വിളിക്കാവുന്ന ഇവ മറ്റ് മനുഷ്യ നൈപുണ്യ മേഖലകളിലും പരീക്ഷിക്കാമെന്ന് കണ്ടെത്തി.

ഇതിന്റെ തുടർച്ചയായിരുന്നു ഫെയിഗെൻബോമും കൂട്ടരും മെഡിക്കൽ വിദഗ്ദരോടൊപ്പം ചേർന്ന് ആവിഷ്കരിച്ച മൈസിൻ (MYCIN) എന്ന സിസ്റ്റം. രക്തത്തിലെ അണുബാധ കണ്ടെത്താനായി വികസിപ്പിച്ച ഇതിന് പക്ഷേ, രസതന്ത്രം പോലുള്ള കൃത്യമായ ഗണിതശാസ്ത്ര അടിത്തറയുണ്ടായിരുന്നില്ല. അതിനാൽ, ആരോഗ്യ വിദഗ്ധരെയും, പാഠപുസ്തകങ്ങളെയും അധികമായി ആശ്രയിക്കേണ്ടിവന്നു. അതിനാൽത്തന്നെ വിദഗ്ധാഭിപ്രായങ്ങൾ പരിഗണിക്കുമ്പോഴുണ്ടാകുന്ന അനിശ്ചിതാവസ്ഥ കണക്കിലെടുക്കേണ്ടതായി വന്നു. ഇതിനായി അനിശ്ചിതാവസ്ഥയുടെ (uncertainty) ഗണിതരൂപങ്ങൾ മൈസിൻ പ്രോഗ്രാമിൽ ഉപയോഗിച്ചു. അങ്ങനെ ഈ പ്രോഗ്രാമിന് തെളിവുകളും, വിദഗ്ധാഭിപ്രായവും രോഗനിർണയവും എല്ലാം തമ്മിൽ ചേർച്ച കണ്ടെത്തി പ്രവചനങ്ങൾ നടത്താൻ സാധിച്ചു. ഇതേത്തുടർന്ന് സ്വാഭാവിക ഭാഷാ കമ്പ്യൂട്ടിങ് തുടങ്ങിയ മേഖലകളിലേക്ക് ഗവേഷകരുടെ ശ്രദ്ധ പതിഞ്ഞു.

എന്നാൽ 1980 കൾക്ക് ശേഷമാണ് നിർമ്മിതബുദ്ധി വ്യാവസായികമായി പരീക്ഷിക്കാവുന്ന ഒന്നാണെന്ന അവസ്ഥാവിശേഷം നിലവിൽ വന്നത്. കമ്പ്യൂട്ടർ നിർമ്മാതാക്കളായിരുന്ന ഡിജിറ്റൽ എക്യുപ്മെന്റ് കോർപ്പറേഷൻ (DEC) നിർമ്മിച്ച R1 എന്ന

എക്സ്പേർട്ട് സിസ്റ്റമാണ് ആദ്യമായി പുറത്തിറങ്ങിയത്. പുതിയ കമ്പ്യൂട്ടറുകൾക്ക്, ലഭിക്കുന്ന ഓർഡറുകൾ ക്രമീകരിക്കാൻ കഴിഞ്ഞ ഈ പ്രോഗ്രാം നാലു വർഷം കൊണ്ട് ഏകദേശം നാല് മില്ല്യൺ ഡോളർ ലാഭിക്കാൻ കമ്പനിയെ സഹായിച്ചു. ഇത് മറ്റുകമ്പനികൾക്കും സ്വന്തമായി എ ഐ ഡിവിഷൻ ആരംഭിക്കാൻ പ്രേരണയായി. ജപ്പാൻ, അമേരിക്ക, ബ്രിട്ടൺ തുടങ്ങിയ രാജ്യങ്ങളൊക്കെ എ ഐ ഗവേഷണത്തിന് ഊന്നൽ നൽകി വലിയ പദ്ധതികളാവിഷ്കരിക്കുക വഴി ഒരു ബില്ല്യൺ ഡോളർ വ്യവസായമായി എ ഐ മാറി. പക്ഷേ, അക്കാലത്താരംഭിച്ച വൻകിട പദ്ധതികളൊന്നും ഫലം കാണാത്തതിനാൽ എ ഐ വ്യവസായം ഒരു ശൈത്യകാലം നേരിട്ടു. എ ഐ വിന്റർ എന്നറിയപ്പെടുന്ന ഇക്കാലത്ത് പല കമ്പനികളും തകർന്നടിയുകയോ വലിയ വാഗ്ദാനങ്ങളൊന്നും പാലിക്കാനാവാതാകുകയോ ചെയ്തു.

ഇതിനൊരു പരിഹാരം വന്നത് 1986 ൽ വിവിധ ഗവേഷണ സംഘങ്ങൾ, 1969 ൽ ബ്രൈസണും ഹോയും ചേർന്ന് അവതരിപ്പിച്ച ബാക്ക്-പ്രൊപ്പഗേഷൻ ലേണിങ് അൽഗോരിതം പുനരാവിഷ്കരിച്ചപ്പോഴാണ്. ന്യൂറൽ നെറ്റ് വർക്കുകളുടെ തിരിച്ച് വരവിന് ഇത് വഴിയൊരുക്കുകയും നിരവധി ഉപയോഗങ്ങൾ കണ്ടെത്തുകയും ചെയ്യുക വഴി നിർമ്മിതബുദ്ധി ഗവേഷണത്തിന് ആദ്യകാല ആവേശം തിരിച്ച് വരുകയും ചെയ്തു. ഇന്ന് ന്യൂറൽ നെറ്റ് വർക്ക് ഗവേഷണവും നിർമ്മിതബുദ്ധിയും കൂടിക്കലരാതെ പരസ്പരപൂരകമായി നിൽക്കുന്നതിനാൽ ആദ്യകാലത്തുണ്ടായിരുന്ന ആശയക്കുഴപ്പങ്ങൾ ഒരു പരിധി വരെ ഒഴിവാകുകയും ചെയ്തിട്ടുണ്ട്. കൂടാതെ, ആധുനിക എ ഐ ഗവേഷണങ്ങൾ പുതിയ സിദ്ധാന്തങ്ങളുടെ പിറകേ പരക്കം പായാതെ ഉള്ളത് വൃത്തിയായി ഉപയോഗിക്കുന്നതിൽ ഊന്നൽ നൽകുന്നു. അതോടൊപ്പം ശക്തിയുള്ള കമ്പ്യൂട്ടറുകളുടെ വരവും ഡാറ്റാ മൈനിങ് എന്ന സാങ്കേതികവിദ്യയുടെ ആവിർഭാവവും എ ഐ വ്യവസായത്തിന് പുതുജീവൻ നൽകിയെന്ന് പറയാം. ബന്ധപ്പെട്ട മേഖലകളായ റോബോട്ടിക്സ്, കമ്പ്യൂട്ടർ വിഷൻ, നോളജ് റെപ്രസെന്റേഷൻ എന്നിവയെല്ലാം ഇതോടോപ്പം വിപ്ലവകരമായ മാറ്റങ്ങൾക്ക് സാക്ഷ്യം വഹിച്ചു. മെഷീൻ ലേണിങ് ഒരു ശക്തിമത്തായ ഉപകരണമായി മാറിയത് പല ശാഖകളെയും ഒന്നിച്ച് ചേർക്കാനും സഹായിച്ചു. ഇത്തരത്തിലുള്ള ഉത്തേജനത്താൽ ആദ്യകാല ഗവേഷണ താൽപ്പര്യമായിരുന്ന ആർട്ടിഫിഷ്യൽ ജനറൽ ഇന്റലിജൻസും, ഉപവിഭാഗമായ ഹ്യൂമൻ ലെവൽ എ ഐയുമൊക്കെ തിരിച്ച്

വന്നു. ഇവയ്ക്കെല്ലാം പരീക്ഷിച്ച് പഠിക്കാനാവശ്യമായ ഡാറ്റ വലിയ അളവിൽ ലഭ്യമാകാൻ തുടങ്ങിയത് ഇരുപത്തൊന്നാം നൂറ്റാണ്ടിലാണ്. ബിഗ്ഡാറ്റ എന്നറിയപ്പെടുന്ന ഇത് ആയിരക്കണക്കിന് എല്ലാ വ്യവസായങ്ങളിലും എ ഐ ആപ്ലിക്കേഷനുകൾ കടന്ന് ചെല്ലാനിടയായി. ഇതിൽ ചില പ്രധാന ഉപയോഗങ്ങൾ താഴെ ചേർത്തിരിക്കുന്നു:

സ്പീച്ച് റെക്കഗ്നീഷൻ - ടെലിഫോൺ, ഇന്റർനെറ്റ് എന്നിവയിലൂടെയെല്ലാം വിവിധ സേവനങ്ങൾ തേടുന്ന മനുഷ്യരുമായി അവരുടെ ഭാഷയിൽ സംവേദിക്കാൻ കഴിവുള്ള യന്ത്രങ്ങൾ ഇന്ന് സുലഭമാണ്.

റോബോട്ടിക് വാഹനങ്ങൾ - അന്യഗ്രഹങ്ങൾ, ദുർഘടമായ പ്രദേശങ്ങൾ, വെള്ളത്തിനടിയിൽ, തിരക്കേറിയ ട്രാഫിക് റൂട്ടുകളിൽ എന്നിങ്ങനെ ഏത് സാഹചര്യങ്ങളിലും സ്വയം തീരുമാനമെടുത്ത് സഞ്ചരിക്കാൻ കഴിയുന്ന വാഹനങ്ങളുടെ നിർമ്മാണത്തിന് എ ഐ സഹായിക്കുന്നു.

ഓട്ടോമാറ്റിക് പ്ലാനിങ് ആന്റ് ഷെഡ്യൂളിങ് - അന്യഗ്രഹ സഞ്ചാരം, സ്പേസ് ട്രാവൽ എന്നിവയ്ക്കെല്ലാം ആവശ്യമുള്ള പ്ലാനുകളും അവ നടപ്പാക്കാനുള്ള വഴികളും സ്വയം നിർണ്ണയിക്കുന്ന യന്ത്രങ്ങൾ നാസയും മറ്റും ഉപയോഗിക്കുന്നു. ശാസ്ത്രവും ലോജിസ്റ്റിക്സുമെല്ലാം നിർമ്മിതബുദ്ധി യന്ത്രങ്ങൾ കൈകാര്യം ചെയ്യും. ഉദാഹരണത്തിന്, ഒരു സ്പേസ് ഷട്ടിൽ വിക്ഷേപണം മുതൽ അവസാന ഘട്ടം വരെയുള്ള എല്ലാ പ്രവർത്തനങ്ങളുടെയും പിന്നിൽ നിർമ്മിതബുദ്ധി പ്രോഗ്രാം ഉണ്ടായിരിക്കും. നിരവധി മനുഷ്യർ ചെയ്യുന്ന കാര്യങ്ങൾ ഒറ്റയ്ക്ക് ചെയ്യാൻ ഇതുവഴി യന്ത്രത്തിനാവുന്നു.

കമ്പ്യൂട്ടർ അധിഷ്ഠിത ഗെയിമുകൾ - ഐ ബി എം ഡീപ് ബ്ലൂ, വാട്സൻ, ഗൂഗിൾ ആൽഫാഗോ എന്നിങ്ങനെയുള്ള യന്ത്രങ്ങൾ വിവിധ മത്സരങ്ങളിൽ നിലവിലുള്ള ലോകചാമ്പ്യന്മാരെ തോൽപ്പിക്കുക വഴി ജീവിതത്തിന്റെ വിവിധ മേഖലകളിൽ നിർമ്മിതബുദ്ധി അൽഗോരിതങ്ങൾ ഉപയോഗിക്കാമെന്ന് കണ്ടെത്തി.

സ്പാം ഒഴിവാക്കൽ - ഇമെയിൽ, ടെലിഫോൺ കോളുകൾ എന്നിവയെല്ലാം സ്പാം ആണോ എന്ന് സ്വയം നിർണയിക്കാൻ ശേഷിയുള്ള അൽഗോരിതങ്ങൾ ഇന്ന് എല്ലാ കമ്പനികളും ഉപയോഗിക്കുന്നു. പരിശീലനം വഴി ഇവ സ്വയം മെച്ചപ്പെടുകയും ചെയ്യും.

റോബോട്ടിക്സ് - റോബോട്ടുകളുടെ തലച്ചോർ നിർമ്മിതബുദ്ധി അൽഗോരിതങ്ങൾ നിയന്ത്രിക്കുന്നുവെന്ന് വേണം പറയാൻ.

ലോജിസ്റ്റിക്സ് പ്ലാനിങ് - എത്ര ദുഷ്കരമായ യാത്രകളും, ചരക്കുകളുടെ നീക്കവുമൊക്കെ കൃത്യമായി പ്ലാൻ ചെയ്യാൻ കഴിവുള്ള

ഇന്റലിജന്റ് ടൂളുകൾ ഇന്ന് ലഭ്യമാണ്. മനുഷ്യർ മാസങ്ങളെടുക്കുന്ന ഇത്തരം പ്ലാനിങ് മണിക്കൂറുകൾകൊണ്ട് കൃത്യമായി ചെയ്യാൻ യന്ത്രങ്ങൾക്കാവും.

മെഷീൻ ട്രാൻസ്ലേഷൻ - വിവിധ ലോക ഭാഷകൾ തമ്മിൽ ഓട്ടോമാറ്റിക്കായി തർജമ ചെയ്യാൻ ശേഷിയുള്ള നിരവധി യന്ത്രങ്ങൾ ഇന്ന് ലഭ്യമാണ്. ഭാഷാരൂപങ്ങളെ നിർമ്മിക്കാൻ നിർമ്മിതബുദ്ധി അൽഗോരിതങ്ങൾക്കാവുന്നു.

ഇവയിൽ മാത്രം ഒതുങ്ങുന്നതല്ല നിർമ്മിതബുദ്ധിയുടെ ഉപയോഗങ്ങൾ. ശാസ്ത്രവും എഞ്ചിനീയറിങ്ങും ഗണിതശാസ്ത്ര തത്വങ്ങളുമെല്ലാം അവയുടെ ഏറ്റവും ഉയർന്ന ശ്രേണികളിൽ സമ്മേളിക്കുന്ന ഈ മേഖലയുടെ ഉപയോഗങ്ങൾക്ക് പരിധികളില്ല എന്ന് തന്നെ വേണം പറയാൻ. ഇതൊക്കെയാണെങ്കിലും 2010 നുശേഷം ചിത്രങ്ങളും വീഡിയോ ദൃശ്യങ്ങളും കൈകാര്യം ചെയ്യാൻ കഴിയുന്ന ഗ്രാഫിക് പ്രൊസസ്സിങ് യൂണിറ്റുകൾ (ജി പി യു) കമ്പ്യൂട്ടറുകൾ അടങ്ങിയ കമ്പ്യൂട്ടറുകൾ സാധാരണക്കാർക്ക് പ്രാപ്തമായതും വിവരസാങ്കേതികവിദ്യയുടെ കുതിച്ച് ചാട്ടത്തോടെ വളരെ വലിയ അളവിൽ ലഭ്യമായ ഡാറ്റയും ഇവ സ്ഥിരമായി ലഭ്യമാക്കുന്ന പോർട്ടലുകളുമൊക്കെ നിർമ്മിതബുദ്ധി സാങ്കേതിക വിദ്യയുടെ കുതിച്ച് ചാട്ടത്തിനു വഴി തെളിച്ചു. ഡാറ്റയുടെ വലിയ അളവിലുള്ള ലഭ്യത നിർമ്മിതബുദ്ധി അൽഗോരിതങ്ങളുടെ വിജയത്തിന് അനിവാര്യമായതിനാൽ ഇമേജ്നെറ്റ് (www.imagenet.org), ആമസോൺ, നെറ്റ്ഫ്ലിക്സ് എന്നിങ്ങനെ ഡാറ്റ വലിയ അളവിൽ ലഭ്യമാക്കുന്ന സങ്കേതങ്ങൾ നിരവധി അവസരങ്ങൾ തുറക്കുകയും വാണിജ്യപരമായി ഈ സാങ്കേതികവിദ്യ വലിയ വിജയമാക്കുകയും ചെയ്തു. ഇന്ന് എ ഐ എന്നത് സർവ്വസാധാരണമായ ഒരു പദമായി തീരുന്നത് ഈ ദശകത്തിലാണ്.

സവിശേഷ ബുദ്ധി നേടിയ യന്ത്രങ്ങൾ മനുഷ്യർക്ക് വരുത്തിവയ്ക്കാവുന്ന വിനാശങ്ങളും പ്രോഗ്രാമുകൾ എഴുതുന്നവരുടെ സാമൂഹിക നിലപാടുകൾ അൽഗോരിതങ്ങൾക്ക് നൽകാവുന്ന ബയാസും ഇത്തരം സാങ്കേതികവിദ്യകളെ മനുഷ്യർ ദുരുപയോഗം ചെയ്യാനുള്ള തടസ്സങ്ങളുമൊക്കെ പരിഹരിക്കാനും തടയിടാനുമായി രൂപീകരിക്കപ്പെട്ട എത്തിക്കൽ എ ഐ (Ethical AI) എന്ന മുന്നേറ്റവും ഇതോടൊപ്പം ശ്രദ്ധിക്കേണ്ട ഒന്നാണ്. ഇനിയങ്ങോട്ട് നമുക്കൊപ്പമുള്ള ഒരു സാങ്കേതികവിദ്യ എന്ന നിലയിൽ ഇതിനൊരു മൂക്കുകയറിടേണ്ടത് അനിവാര്യമാണല്ലോ.

ആർട്ടിഫിഷ്യൽ ന്യൂറൽ നെറ്റ്‌വർക്കുകൾ

സി പ്രേംശങ്കർ

സുനിൽ തോമസ് തോണിക്കുഴിയിൽ

നമ്മുടെ മസ്തിഷ്കം എങ്ങനെയാണ് ചിത്രങ്ങൾ തിരിച്ചറിയുന്നതെന്ന് എപ്പോഴെങ്കിലും ചിന്തിച്ചിട്ടുണ്ടോ? ഒരു പൂച്ചയുടെ ചിത്രം കാണുമ്പോൾ, അത് പൂച്ചയാണെന്നും നായയല്ലെന്നും നമ്മുടെ തലച്ചോറിന് തിരിച്ചറിയാൻ സാധിക്കുന്നു. ഇതിന് തലച്ചോറിനുള്ളിലെ ന്യൂറൽ നെറ്റ്‌വർക്കുകളാണ് നമ്മളെ സഹായിക്കുന്നത്.

ചിത്രം 1-ൽ കാണിച്ചിരിക്കുന്നതരം ബയോളജിക്കൽ ന്യൂറോണുകളുപയോഗിച്ചാണ് തലച്ചോറിലെ ന്യൂറൽ നെറ്റ്‌വർക്ക് നിർമ്മിച്ചിട്ടുള്ളത്. ഇത്തരത്തിൽ ലക്ഷക്കണക്കിന് ന്യൂറോണുകൾ തമ്മിൽ പരസ്പരം ഘടിപ്പിച്ച ഒരു വമ്പൻ നെറ്റ് വർക്കാണ് മനുഷ്യന്റെ തലച്ചോർ. പഞ്ചേന്ദ്രിയങ്ങളിൽനിന്നു വരുന്ന സിഗ്നലുകൾക്ക് അനുസൃതമായി ഈ ന്യൂറോണുകളിൽ ചിലത് ഉത്തേജിതമാകും. ഇത്തരം ന്യൂറൽ ഉത്തേജനങ്ങളാണ് നമുക്ക് പലതരത്തിലുള്ള കാഴ്ചകളെയും മണങ്ങളെയും ശബ്ദങ്ങളേയുമെല്ലാം അനുഭവവേദ്യമാക്കി തരുന്നത്.

നാം ജീവിക്കുന്ന ചുറ്റുപാടുകൾക്കും സന്ദർഭങ്ങൾക്കും അനുസരിച്ച് പെരുമാറാൻ നമുക്ക് കഴിയും. ജനനം മുതൽ ഇതിനായി നമ്മൾ തലച്ചോറിനെ പരിശീലിപ്പിച്ചുകൊണ്ടിരിക്കും. ഒരു കാഴ്ച കാണുമ്പോൾ

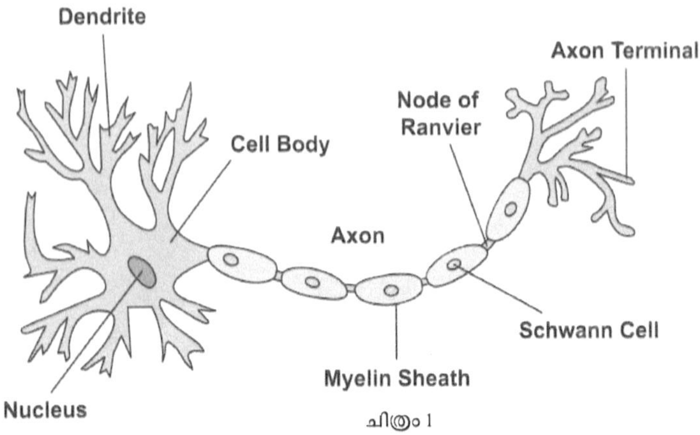

ചിത്രം 1

നമ്മുടെ മസ്തിഷ്കം മുൻപ് എപ്പോഴെങ്കിലും കണ്ട കാഴ്ചകളുമായി താരതമ്യം ചെയ്യുകയും മുൻ അനുഭവങ്ങളിൽനിന്നും ഈ കാഴ്ചയോട് അടുത്തുനിൽക്കുന്ന ഏറ്റവും മികച്ച പാറ്റേൺ കണ്ടെത്തുകയും അതിനനുസരിച്ച് ശരീരത്തിലെ വിവിധ അവയവങ്ങൾക്കുവേണ്ട സിഗ്നലുകൾ പുറപ്പെടുവിക്കുകയും ചെയ്യുന്നു. അത് സാദ്ധ്യമാകുന്നത് ഈ ന്യൂറോണുകളുടെ പ്രവർത്തനത്തിലൂടെയാണ്. തലച്ചോറിലുള്ള ലക്ഷോപലക്ഷം ന്യൂറോണുകളുടെ പ്രവർത്തന ഫലമായിട്ടാണ് നാം 'ബുദ്ധി'യുള്ള മനുഷ്യരായിത്തീരുന്നത്.

ചുരുക്കത്തിൽ, ന്യൂറോണുകളുടെ ഒരു വലിയ നെറ്റ്‌വർക്കിനെയാണ് നമ്മുടെ മസ്തിഷ്കം വിവരങ്ങൾ ശേഖരിക്കുന്നതിനും തീരുമാനങ്ങൾ എടുക്കുന്നതിനും ഉപയോഗപ്പെടുത്തുന്നത്. നിർമ്മിതബുദ്ധി ഉണ്ടാക്കാനുള്ള പല ശ്രമങ്ങളും നമ്മുടെ തലച്ചോറിന്റെ പ്രവർത്തനത്തിൽനിന്നും പ്രചോദനം ഉൾക്കൊണ്ടവയാണ്. പല നിർമ്മിതബുദ്ധി അൽഗോരിതങ്ങളും തലച്ചോറിലെ ന്യൂറൽ നെറ്റ് വർക്കുകളുടെ പ്രവർത്തനത്തെ അനുകരിച്ചാണ് നിർമ്മിച്ചിരിക്കുന്നത്. ആർട്ടിഫിഷ്യൽ ന്യൂറൽ നെറ്റ് വർക്കുകൾ എന്ന ഒരു പഠനശാഖ തന്നെ ഇതിനായി വികസിപ്പിച്ചെടുത്തിട്ടുണ്ട്. സമീപകാലത്ത് നിർമ്മിതബുദ്ധിയുപയോഗിച്ച് ഉണ്ടാക്കിയ സങ്കേതങ്ങളുടെയൊക്കെ പിറകിൽ ന്യൂറൽ നെറ്റ്‌വർക്കുകൾ ഒളിച്ചിരിക്കുന്നുണ്ട്.

ഒരു ആർട്ടിഫിഷ്യൽ ന്യൂറൽ നെറ്റ്‌വർക്കിനെ നിർമ്മിതബുദ്ധിക്കുവേണ്ടി പരിശീലിപ്പിച്ചെടുക്കേണ്ടതെങ്ങനെയാണെന്ന് പരിശോധിക്കാം. ആർട്ടിഫിഷ്യൽ ന്യൂറൽ നെറ്റ്‌വർക്കുകളുടെ

അടിസ്ഥാനശില ഒരു ന്യൂറോണാണ്. ഇത്തരത്തിലുള്ള ഒരു കൃത്രിമ ന്യൂറോണിനെ പെർസെപ്ട്രോൺ (perceptron) എന്നുപറയുന്നു. പെർസെപ്ട്രോൺ എങ്ങനെയാണ് പ്രവർത്തിക്കുന്നതെന്ന് നമുക്ക് പരിശോധിക്കാം. ചിത്രം 2-ൽ ഒരു പെർസെപ്ടോണിന്റെ ഭാഗങ്ങൾ കാണിച്ചിരിക്കുന്നു.

താഴെപറയുന്ന ഘടകങ്ങളാണ് ഈ ന്യൂറോണിനുള്ളത്.

- ഇൻപുട്ട്
- വെയിറ്റ്സ് (Weights)
- ബയസ് (bias)
- ആക്ടിവേഷൻ ഫങ്ഷൻ
- ഔട്ട്പുട്ട്

ന്യൂറോണിന്റെ പ്രവർത്തനം ലളിതമായ ഒരു ഗണിതപ്രക്രിയ യാണ്. അത് ചിത്രത്തിൽ ഗണിത സമവാക്യങ്ങളിലൂടെ സൂചിപ്പിച്ചി രിക്കുന്നു. നാം ന്യൂറോണിന് കൊടുക്കുന്ന ഡാറ്റയാണ് ഇൻപുട്ടുകൾ. വെയിറ്റ് (weight) ഓരോ ഇൻപുട്ടിനും ഔട്ട്പുട്ടിനു മേലുള്ള സ്വാധീ നത്തിന്റെ സൂചകമാണ്. ഇൻപുട്ടുകളെ വിവിധ വെയിറ്റുകൾകൊണ്ട് ഗുണിച്ചെടുക്കും. ഇങ്ങനെ ഗുണിച്ചെടുത്ത സംഖ്യകളുടെ എല്ലാം കൂടി തുക കണ്ടു പിടിക്കും. ഈ തുകയെ ന്യൂറോണിന്റെ ആക്ടിവേഷൻ ഫങ്ഷനിലേക്ക് കടത്തി വിടും. (ചിത്രം കാണുക). പെർസെപ്ട്രോ ണിൽ ഈ ഫങ്ഷൻ അതിനു കിട്ടുന്ന സംഖ്യയുടെ വില പൂജ്യ ത്തിൽ താഴെയാണെങ്കിൽ -1 (മൈനസ് 1) ഉം അല്ലെങ്കിൽ +1 (പ്ലസ് 1) ഉം ഔട്ട്പുട്ടായി പുറപ്പെടുവിക്കും. സിഗ്മോയിഡ് സോഫ്റ്റ് മാക്സ് തുടങ്ങി പലതരം ആക്ടിവേഷൻ ഫങ്ഷനുകളുപയോഗിച്ചും പെർസെപ്ട്രോണുകളുണ്ടാക്കാം.

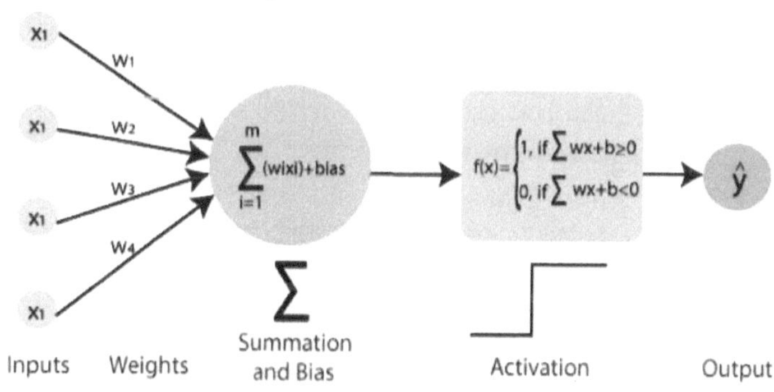

ചിത്രം 2

ഇത്തരം ഒരു കൃത്രിമ ന്യൂറോണിനെ പരിശീലിപ്പിക്കുന്നതിന് ലേബൽ ചെയ്ത ഡാറ്റ ആവശ്യമാണ്. ഒരു ന്യൂറോണിന് കൊടുക്കുന്ന പരിശീലന ഡാറ്റ X1, X2, X3, ...X എന്നിങ്ങനെയാണെന്നിരിക്കട്ടെ. ഈ ഡാറ്റാ ഉത്പാദിപ്പിക്കേണ്ട ഔട്ട്പുട്ടിനെയാണ് ലേബൽ എന്ന് വിളിക്കുന്നത്. മുൻകൂറായി ലേബൽ ചെയ്ത് വെച്ചിട്ടുള്ള ആയിരക്കണക്കിന് ഡാറ്റ ഉപയോഗിച്ചാണ് ന്യൂറോണുകളെ പരിശീലിപ്പിക്കുന്നത്.

ഇനി ട്രെയിനിങ് എന്തിനാണെന്ന് നോക്കാം. നമ്മുടെ കയ്യിലുള്ള ഡാറ്റ ന്യൂറോണിന് കൊടുക്കുമ്പോൾ ആ ഡാറ്റയുടെ ലേബൽ ആകണം ഔട്ട്പുട്ടിൽ വരേണ്ടത്. ഇതിന് അനുയോജ്യമായ വെയിറ്റുകൾ വേണം. ഇത്തരം വെയ്റ്റുകൾ കണ്ടെത്താനാണ് ട്രെയിനിങ് നടത്തുന്നത് (നമ്മൾ കുട്ടികളെ പഠിപ്പിക്കുന്നതും ഏതാണ്ടിതുപോലെയാണ്.)

ട്രെയിനിങ്ങിന്റെ തുടക്കത്തിൽ ഇൻപുട്ട് കൊടുത്താൽ കൃത്യമായി ഔട്ട്പുട്ട് കിട്ടുന്നതിനുള്ള വെയിറ്റുകൾ നമുക്ക് അറിയില്ല. അത് കണ്ടുപിടിക്കുന്നതിനായി നമ്മൾ വെയിറ്റുകളെ റാൻഡം സംഖ്യകൾ

ഉപയോഗിച്ച് ഇനിഷ്യലൈസ് ചെയ്യും. തുടർന്ന് ഒരു ഇൻപുട്ട് കൊടുത്ത് നോക്കും കൃത്യമായ ഔട്ട്പുട്ട് കിട്ടുന്നില്ലെങ്കിൽ വെയിറ്റു കളുടെ മൂല്യം ചെറുതായി കൂട്ടുകയോ കുറയ്ക്കുകയോ ചെയ്യും. തുടർന്ന് അടുത്ത ഇൻപുട്ട് കൊടുക്കും. ആ ഇൻപുട്ടിന്റെ ഔട്ട്പുട്ട് പരിശോധിക്കും. കൃത്യമായ ഔട്ട്പുട്ടല്ല ലഭിക്കുന്നതെങ്കിൽ മേൽ പറഞ്ഞ രീതിയിൽ വെയിറ്റുകളെ വീണ്ടും അഡ്ജസ്റ്റ് ചെയ്യും. ഇങ്ങനെ നിരവധി തവണ ചെയ്യുമ്പോൾ എല്ലാ ഇൻപുട്ടുകൾക്കും കൃത്യമായ ഔട്ട്പുട്ട് ഉണ്ടാക്കുന്ന ഒരു സെറ്റ് വെയ്റ്റുകളിൽ നാമെത്തും.

ഒരു ഉദാഹരണം പറയാം; ഒരിക്കൽ വെയിറ്റുകളുടെ വില സ്ഥിരപ്പെടുത്തിക്കഴിഞ്ഞാൽ ഇൻപുട്ടുകൾക്ക് അനുസരിച്ച് മേൽക്കാണിച്ചിട്ടുള്ള പെർസെപ്ട്രോൺ +1 അല്ലെങ്കിൽ -1 എന്ന ഔട്ട്പുട്ടാകും തരുക. ഇതിന് പകരം പൂജ്യത്തിനും ഒന്നിനുമിടയിലുള്ള റിയൽ നമ്പരുകളെ ഔട്ട്പുട്ടായി തരുന്ന ന്യൂറോണുകളെയും ഉണ്ടാക്കാനാകും. അതിനായി തയ്യാർ ചെയ്ത ആക്ടിവേഷൻ ഫങ്ഷൻ ഉപയോഗിച്ചാൽ മതി.

മേൽക്കാണിച്ച പെർസെപ്ട്രോണിന് ചില പരിമിതികളുണ്ട്. ഉദാഹരണത്തിന്, ബൂളിയൻ ലോജിക്കിലെ XOR ഫങ്ഷനുവേണ്ട വെയിറ്റുകൾ കണ്ടെത്താനാകില്ല. എക്സ്ക്ലൂസീവ് OR (Exclusively-OR) ന്റെ ചുരുക്കെഴുത്താണ് (XOR). ഡിജിറ്റൽ ലോജിക്ക് സർക്യൂട്ടുകളിൽ ഒരു XOR ഗെയ്റ്റ് എന്നതു രണ്ട് ഇൻപുട്ടുകൾ വ്യത്യസ്തമായിരിക്കുമ്പോൾ മാത്രം ട്രൂ (1 അഥവാ True) എന്ന ഔട്ട്പുട്ട് തരുന്ന ഗേറ്റ് ആണ്. രണ്ടു ഇൻപുട്ടുകളും ഒരുപോലെയായാൽ XOR മൂല്യം ഫാൾസ് (0 അഥവാ False) ആയിരിക്കും. ഇത്തരം പ്രശ്നങ്ങൾ പരിഹരിക്കാൻ കൂടുതൽ ന്യൂറോണുകളുള്ള ഒരു നെറ്റ്‌വർക്ക് ഉണ്ടാക്കുകയാണ് ചെയ്യുക. ഇത്തരം ഒരു ന്യൂറൽ നെറ്റ്‌വർക്ക് ചിത്രം 3-ൽ കാണിച്ചിരിക്കുന്നു.

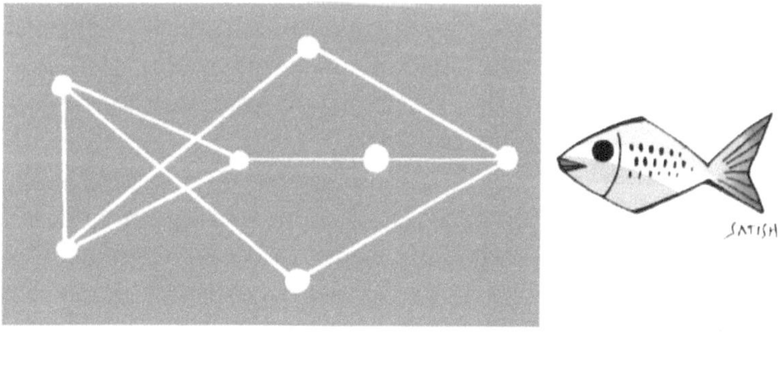

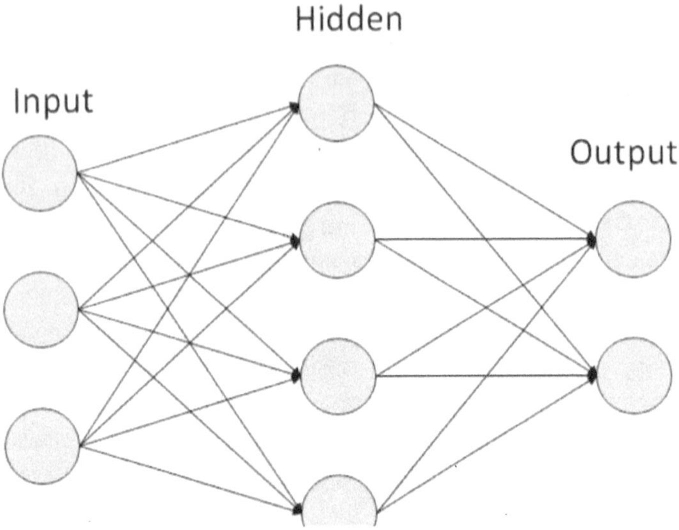

ചിത്രം 3

ഈ നെറ്റ്‌വർക്കിന് ഒന്നിലധികം ലയറുകളുണ്ട്. ഓരോ ലയറിലും നിരവധി വെയിറ്റുകളും. ഈ വെയിറ്റുകളെ കൃത്യമായി അഡ്ജസ്റ്റ് ചെയ്തെടുക്കുക എന്നത് ശ്രമകരമാണ്. ഒരിക്കൽ നെറ്റ് വർക്കിനെ ട്രെയിൻ ചെയ്തു കഴിഞ്ഞാൽ ട്രെയിനിങ്ങിൽ ഉപയോഗിക്കാത്ത ഡാറ്റയെയും തിരിച്ചറിയാൻ ഇതിനു സാധിക്കും.

പ്രായോഗികമായി ഇത്തരമൊരു ന്യൂറൽ നെറ്റ്‌വർക്കിനെ എങ്ങനെയാണ് പരിശീലിപ്പിച്ച് എടുക്കുന്നത് എന്ന് പരിശോധിക്കാം. ഇതിനായി നമുക്ക് ഒരു ഡാറ്റാ സെറ്റ് ആവശ്യമുണ്ട്. ഡാറ്റാ സെറ്റിൽ നമുക്ക് ആവശ്യമുള്ള ഡാറ്റ എന്താണെന്നും അതിന്റെ ലേബൽ എന്താണെന്നും പ്രതിപാദിച്ചിരിക്കും. ചിത്രം 4-ൽ കൈകൊണ്ട് എഴുതിയ അക്കങ്ങളെ തിരിച്ചറിയുന്നതിനായി ഉണ്ടാക്കിയ MNIST (മോഡിഫൈഡ് നാഷണൽ ഇൻസ്റ്റിറ്റ്യൂട്ട് ഓഫ് സ്റ്റാൻഡേർഡ്സ് ആൻഡ് ടെക്നോളജി) എന്ന ഡാറ്റാ സെറ്റിലെ ചില സാമ്പിളുകൾ കൊടുത്തിട്ടുണ്ട്.

MNIST ഡാറ്റാസെറ്റ് വിവിധ ഇമേജ് പ്രോസസ്സിങ് സിസ്റ്റങ്ങളെ പരിശീലിപ്പിക്കുന്നതിന് സാധാരണയായി ഉപയോഗിക്കുന്ന കൈയെഴുത്ത് അക്കങ്ങളുടെ ഒരു വലിയ ഡാറ്റാബേസാണ്. മെഷീൻ ലേണിംഗ് മേഖലയിലെ വിവിധ ഇമേജ് പ്രോസസ്സിങ് അൽഗോരി

തങ്ങളുടെ ട്രെയിനിങ്ങിനു ഈ ഡാറ്റാബേസ് വ്യാപകമായി ഉപയോഗിക്കുന്നു. MNIST ഡാറ്റാബേസിൽ 60,000 പരിശീലന ചിത്രങ്ങളും 10,000 ടെസ്റ്റിംഗ് ചിത്രങ്ങളും അടങ്ങിയിരിക്കുന്നു. കൈകൊണ്ട് എഴുതിയ അക്കങ്ങളെ 28x28 പിക്സൽ സൈസുള്ള ചിത്രങ്ങൾ ആയിട്ടാണ് ഡാറ്റാസെറ്റിൽ ശേഖരിച്ചിട്ടുള്ളത്. ഓരോ ചിത്രവും ഏത് അക്ഷരമാണ് എന്ന വിവരം ലേബലിൽ ലഭ്യമാണ്. ഓരോന്നിനും അതിന്റെ 0 മുതൽ 255 വരെയുള്ള ഗ്രേസ്കെയിൽ മൂല്യം ഉണ്ടാവും.

നമുക്ക് ഇത്തരം ഒരു ഡാറ്റാസെറ്റ് ഉപയോഗിച്ച് ന്യൂറൽ നെറ്റ്‌വർക്കിനെ പരിശീലിപ്പിക്കുന്നത് എങ്ങനെയാണെന്ന് നോക്കാം.

ചിത്രം 5-ൽ ഇത്തരം ഒരു ന്യൂറൽ നെറ്റ്‌വർക്ക് കൊടുത്തിട്ടുണ്ട്, ഈ നെറ്റ്‌വർക്കിന് ഇൻപുട്ടായി മേൽപ്പറഞ്ഞ അക്കങ്ങളുടെ ചിത്രങ്ങളാണ് കൊടുക്കുക. ഈ നെറ്റ്‌വർക്കിന് മൂന്ന് ലയറുകൾ ഉണ്ട്. ഇൻപുട്ട് ലയറിൽ 784 ന്യൂറോണുകൾ കാണിച്ചിരിക്കുന്നു (നമുക്ക് 28x28 - 784 പിക്സലുകളാണുള്ളത്). ഇൻപുട്ട് ലയറിനെ 100 ന്യൂറോണുകളുള്ള ഒരു ഹിഡൻ ലയറിലേക്ക് ബന്ധിപ്പിച്ചിരിക്കുന്നു തുടർന്ന് 10 ന്യൂറോണുകളുള്ള ഒരു ഔട്ട്പുട്ട് ലെയറിലേക്കും. ഈ ലയറിലാണ് നമ്മൾ അക്കങ്ങളെ തിരിച്ചറിയുന്നത്. നെറ്റ്‌വർക്കിന്റെ ഔട്ട്പുട്ട് ലയറിൽ 0 മുതൽ 9 വരെയുള്ള സംഖ്യകൾക്ക് ഓരോന്നിനും ഓരോ ന്യൂറോൺ ഉണ്ട്. നമ്മൾ കൊടുക്കുന്ന ഇൻപുട്ട്, നെറ്റ്‌വർക്ക് കൃത്യമായി തിരിച്ചറിഞ്ഞാൽ പ്രസ്തുത അക്കത്തിന്റെ നേരെയുള്ള ന്യൂറോൺ മാത്രം 1 ആയിരിക്കും. മറ്റുള്ളവ എല്ലാം പൂജ്യത്തിലും.

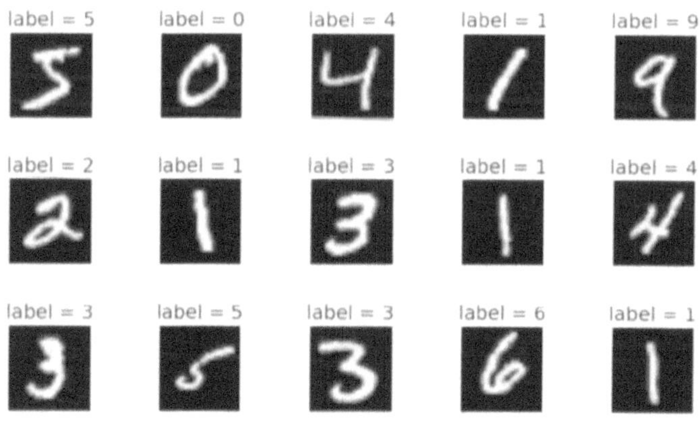

ചിത്രം 4

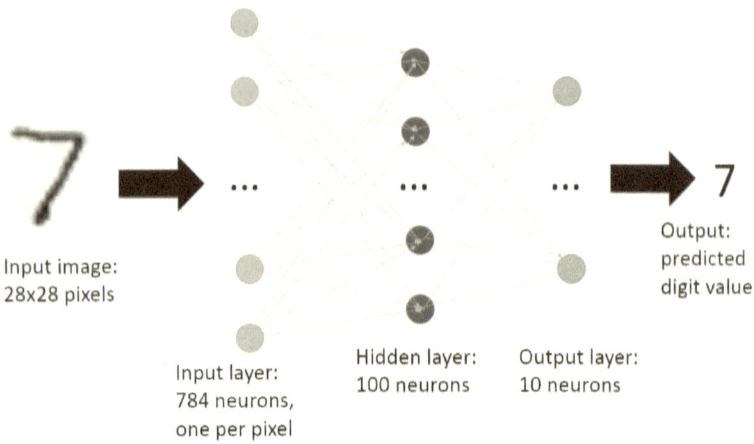

ചിത്രം 5

ഇനി എങ്ങനെയാണ് ട്രെയിനിങ് നടത്തുന്നതെന്ന് നോക്കാം. ആദ്യമായി നമ്മൾ നെറ്റ്‌വർക്കിലെ എല്ലാ വെയിറ്റുകളെയും റാൻഡമായി ഇനിഷ്യലൈസ് ചെയ്യും. തുടർന്ന് ഒരു ചിത്രം നെറ്റ്‌വർക്കിനെ കാണിക്കും. വെയിറ്റുകൾ റാൻഡം ആയതിനാൽ ഏതെങ്കിലും ഒരു അക്കം ആയിട്ടായിരിക്കും നെറ്റ്‌വർക്ക് ചിത്രത്തെ തിരിച്ചറിയുക. നമുക്കുവേണ്ട യഥാർത്ഥ അക്കവും നെറ്റ്‌വർക്ക് തിരിച്ചറിഞ്ഞ അക്കവും തമ്മിലുള്ള വ്യത്യാസത്തിന് അനുസരിച്ചാണ് ഇനി വെയിറ്റുകളെ ക്രമപ്പെടുത്തേണ്ടത്. ഇതിനായി ബാക്ക് പ്രൊപ്പഗേഷൻ എന്ന അൽഗോരിതം ഉപയോഗിക്കുന്നു. ഇങ്ങനെ വെയ്റ്റിനെ ക്രമപ്പെടുത്തിയതിനുശേഷം അടുത്ത ഇൻപുട്ട് കൊടുക്കും. ഇപ്പോഴും കൃത്യമായ അക്കം തിരിച്ചറിയണമെന്നില്ല. അങ്ങനെ വന്നാൽ ബാക്ക് പ്രൊപ്പഗേഷൻ ഉപയോഗിച്ച് വെയിറ്റുകളെ വീണ്ടും ക്രമീകരിക്കും. ഇങ്ങനെ നമുക്ക് ലഭ്യമായ ഡാറ്റയെല്ലാം ഉപയോഗിച്ച് പലതവണ ട്രെയിനിങ് നടത്തും, എല്ലാ ഡാറ്റയിലും കൃത്യമായ അക്കങ്ങൾ ഔട്ട്പുട്ടായി കാണിക്കുമ്പോൾ ട്രെയിനിങ് അവസാനിപ്പിക്കാം. ഈ നെറ്റ്‌വർക്കിന്റെ ഇൻപുട്ടിൽ ഇതുവരെ ഉപയോഗിച്ചിട്ടില്ലാത്ത ഒരു അക്കത്തിന്റെ ചിത്രം കൊടുത്താൽ ആ ചിത്രത്തിലുള്ള അക്കം ഏതാണെന്ന് കൃത്യമായി പ്രവചിക്കാൻ നെറ്റ്‌വർക്കിനു സാധിക്കും. ഇത്തരം പ്രവചനങ്ങൾ നടത്തുന്നതിന് വേണ്ടി സാധാരണ ഡേറ്റാ സെറ്റിന് ഒപ്പം ചെറിയ ഒരു ടെസ്റ്റ് സെറ്റ് കൂടി കൊടുക്കാറുണ്ട്.

ഈ രീതിയിൽ ന്യൂറൽ നെറ്റ്‌വർക്കുകളെ ട്രെയിൻ ചെയ്യുന്ന സാങ്കേതിക വിദ്യ ഏകദേശം മുപ്പതു വർഷങ്ങൾക്കു മുമ്പുതന്നെ

കണ്ടെത്തിയിരുന്നു. എങ്കിലും ആവശ്യമായ ഡാറ്റയും കമ്പ്യൂട്ടിങ് പവറും അക്കാലത്ത് ലഭിച്ചിരുന്നില്ല. നെറ്റ്‌വർക്കുകളെ ട്രെയിൻ ചെയ്യുന്നതിന് വലിയതോതിൽ ഗണിത ക്രിയകൾ നടത്തേണ്ടതുണ്ട്. ഇതിന് വലിയ തോതിൽ കമ്പ്യൂട്ടിങ് ശേഷി ആവശ്യമാണ്. സാധാരണ കമ്പ്യൂട്ടറുകളിൽ പരിശീലനം ആഴ്ചകളോളം നീണ്ടു നിന്നേക്കാം. പാരലൽ കമ്പ്യൂട്ടിങ് ഹാർഡ് വെയറുകൾ ഉപയോഗിച്ചാൽ നെറ്റ് വർക്ക് പരിശീലനം എളുപ്പത്തിലാക്കാൻ കഴിയും.

2000 ത്തിനുശേഷം പാരലൽ കമ്പ്യൂട്ടേഷന് കഴിവുകളുള്ള ഗ്രാഫിക് പ്രോസസ്സിങ് യൂണിറ്റ് (GPU) ലഭ്യമായിത്തുടങ്ങി. അതുകൂടാതെ ഇന്റർനെറ്റിലൂടെ ലക്ഷക്കണക്കിന് ഡാറ്റശേഖരിക്കുന്നതിനും സൂക്ഷിക്കുന്നതിനുമുള്ള പല സങ്കേതങ്ങളും നിലവിൽ വന്നു. അതിനാൽ, സമീപകാലത്ത് നിർമ്മിതബുദ്ധി അൽഗോരിതങ്ങളിൽ ന്യൂറൽ നെറ്റ്‌വർക്ക് വ്യക്തമായ മേൽക്കൈ നേടിയിട്ടുണ്ട്.

നിത്യജീവിതത്തിൽ നമ്മൾ ഉപയോഗിക്കുന്ന പല ആപ്പുകളിലും മേൽക്കാണിച്ച രീതിയിൽ പരിശീലിപ്പിക്കപ്പെട്ട ന്യൂറൽ നെറ്റ്‌വർക്കുകൾ ഒളിച്ചിരുപ്പുണ്ട്. അതിൽ ചില ഉദാഹരണങ്ങൾ ചുവടെ ചേർക്കുന്നു.

1. ഫേസ് റക്കഗ്നിഷൻ

ചില സ്മാർട്ട്ഫോൺ ആപ്പുകൾക്ക് മുഖം നോക്കി ഒരു വ്യക്തിയുടെ പ്രായം തിരിച്ചറിയാൻ കഴിയും. മുഖത്തിന്റെ സവിശേഷതകളും വിഷ്വൽ പാറ്റേൺ തിരിച്ചറിയലും അടിസ്ഥാനമാക്കിയാണ് ഇതിനുള്ള നെറ്റ് വർക്കിനെ പരിശീലിപ്പിച്ചിട്ടുള്ളത്.

2. കാലാവസ്ഥാ പ്രവചനം

വിവിധ കാലാവസ്ഥാ പാറ്റേണുകൾ മനസ്സിലാക്കാനും പ്രവചിക്കാനും ന്യൂറൽ നെറ്റ്‌വർക്കുകൾക്ക് കഴിയും.

3. സ്പീച്ച് റക്കഗ്നിഷനും കൈയെഴുത്തും

നമ്മുടെ സ്മാർട്ട് ഫോണുകളിൽ ശബ്ദം തിരിച്ചറിഞ്ഞ് ടെക്സ്റ്റാക്കുന്നതിനും സെർച്ച് ചെയ്യുന്നതിനുമൊക്കെ സൗകര്യങ്ങളുണ്ട്. ഇതിന്റെ പിറകിൽ പരിശീലനം സിദ്ധിച്ച ന്യൂറൽ നെറ്റ്‌വർക്ക് ആണുള്ളത്. അതുപോലെ സ്മാർട്ട്ഫോണിൽ കൈവിരൽ ഉപയോഗിച്ച് എഴുതാറില്ലേ. അതിന്റെ പിറകിലും ന്യൂറൽ നെറ്റ്‌വർക്ക് തന്നെയാണ്.

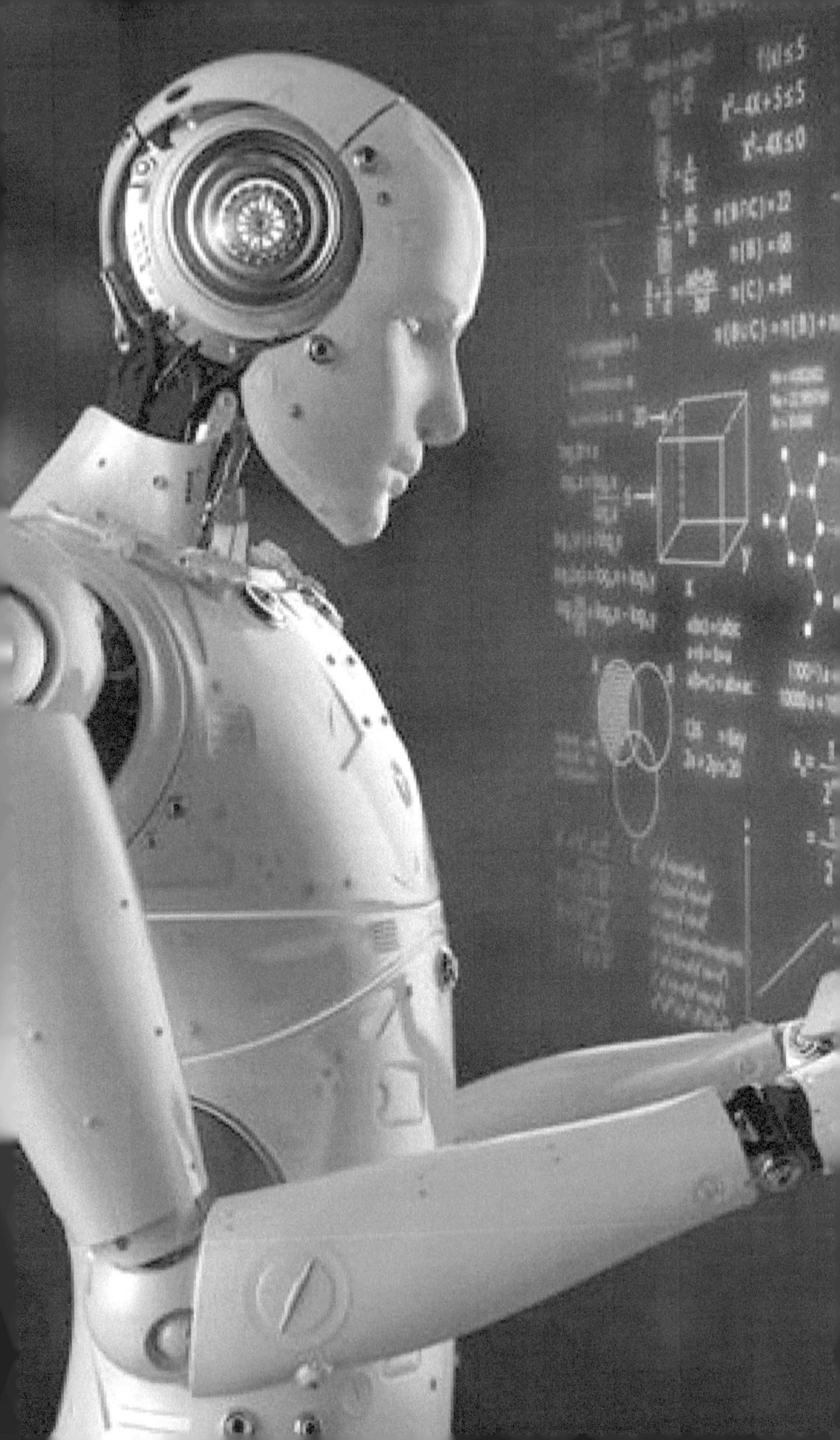

'മെഷീൻ ലേണിംഗ്'
സ്വയം പഠിക്കുന്ന യന്ത്രങ്ങൾ

ജയാ ജി നായർ

ജീവിതം എങ്ങനെ കൂടുതൽ സുഗമവും സൗകര്യപ്രദവുമാക്കാം എന്ന അന്വേഷണം മനുഷ്യൻ ഈ ഭൂമിയിൽ ഉണ്ടായ കാലംമുതൽ നടത്തിക്കൊണ്ടിരിക്കുന്നതാണ്. പലതരം ഉപകരണങ്ങളും യന്ത്രങ്ങളും അതിനുവേണ്ടി കണ്ടുപിടിച്ച് നിർമ്മിക്കുകയും ചെയ്തു. ഇന്ന് ഓരോ ദിവസവും നാം വിവിധ കാര്യങ്ങൾക്കായി പലതരത്തിലുള്ള യന്ത്രങ്ങൾ ഉപയോഗിക്കുന്നുണ്ട്. വീട്ടിനുള്ളിൽ തന്നെ, കൃത്യസമയത്ത് അലാറം മുഴക്കി ഉണർത്തുന്ന ടൈംപീസ്, തുണികൾ കഴുകാൻ വാഷിംഗ് മെഷീൻ, കറികൾക്ക് അരയ്ക്കാൻ മിക്സി, ആഹാരം പാചകം ചെയ്യാൻ ഇലക്ട്രിക് കുക്കർ, തുണികൾ തയ്ക്കാൻ തയ്യൽമെഷീൻ-എല്ലാം യന്ത്രങ്ങൾ തന്നെ. പ്രവർത്തിക്കുന്ന സമയത്ത് മനുഷ്യന്റെ ഇടപെടൽ വളരെയൊന്നും ആവശ്യമില്ലാത്തവയാണ് ഇന്ന് ഇത്തരം പല യന്ത്രങ്ങളും. ചെയ്യേണ്ട കാര്യങ്ങൾ ഒന്നിനു ശേഷം അടുത്തത് എന്ന രീതിയിൽ സ്വയം ചെയ്യുന്ന ഓട്ടോമാറ്റിക് വാഷിംഗ് മെഷീൻ ഉദാഹരണം. ഒരൊറ്റ രീതിയിൽ മാത്രമല്ലാതെ, നാം തെരഞ്ഞെടുക്കുന്ന പ്രോഗ്രാം അനുസരിച്ച് പലതരത്തിൽ പ്രവർത്തിക്കുവാനും കഴിയുന്നു. കമ്പ്യൂട്ടർ സാങ്കേതികവിദ്യയുടെ മേഖലയിൽ ഉണ്ടായ മുന്നേറ്റം കൂടുതൽ സങ്കീർണമായ യന്ത്രങ്ങൾ സാധ്യമാ

ക്കി. നമ്മെ രസിപ്പിക്കുന്ന കമ്പ്യൂട്ടർ ഗെയിം തുടങ്ങി, അങ്ങേയറ്റം സുരക്ഷയോടെ വിമാനം പറത്താനും ന്യൂക്ലിയർ റിയാക്ടർ പ്രവർത്തിപ്പിക്കുവാനും വരെ യന്ത്രങ്ങൾ സഹായിക്കുന്നുണ്ട്.

എത്ര സങ്കീർണമായ യന്ത്രങ്ങളാണെങ്കിലും ഇവയൊക്കെ നേരത്തെ നൽകിയിട്ടുള്ള നിർദേശങ്ങൾ കൃത്യമായി അനുസരിക്കുക മാത്രമാണ് ചെയ്യുന്നത്. ചെയ്യുന്ന ജോലിയുടെ ഓരോ ഘട്ടത്തിലും വേണ്ട 'ശരിയായ' പ്രവർത്തനത്തെക്കുറിച്ചുള്ള നിർദേശങ്ങൾ മാത്രമല്ല, അഭിമുഖീകരിക്കേണ്ടി വരാവുന്ന വേറിട്ട സാഹചര്യങ്ങൾ എങ്ങനെ കൈകാര്യം ചെയ്യണം എന്ന് മുൻകൂട്ടി പ്രോഗ്രാം ചെയ്തതു പോലെ പ്രവർത്തിക്കുന്നു. കമ്പ്യൂട്ടറും ഇലക്ട്രോണിക് സങ്കേതങ്ങളും ഉപയോഗിച്ച് നിയന്ത്രിക്കുന്ന യന്ത്രങ്ങൾക്ക് വളരെ വിശ്വാസ്യതയോടെ തുടർച്ചയായി ജോലി ചെയ്യുവാൻ കഴിയും. വേഗതയും, കൃത്യതയും കാരണം അവയുടെ പ്രവൃത്തി മനുഷ്യനെ അതിശയിപ്പിക്കുന്നതാണെന്നു തോന്നാമെങ്കിലും, മനുഷ്യൻ നൽകിയ നിർദേശങ്ങൾ അനുസരിക്കുക എന്നതു തന്നെയാണ് നടക്കുന്നത്.

ഇങ്ങനെയല്ലാതെ, എന്തുചെയ്യണം എന്നത് സ്വയം 'പഠിച്ച്' പ്രവർത്തിക്കുവാൻ യന്ത്രങ്ങളെ എങ്ങനെ സജ്ജമാക്കാം-ഇത്തരം അന്വേഷണങ്ങളാണ് 'യന്ത്രങ്ങളുടെ സ്വയം പഠനം' അഥവാ 'മെഷീൻ ലേണിംഗ്' എന്ന വിജ്ഞാനശാഖ നടത്തുന്നത്. എല്ലാ കാര്യങ്ങളും ഉൾക്കൊള്ളിച്ച ഒരു പ്രോഗ്രാം വീണ്ടും വീണ്ടും പ്രവർത്തിപ്പിക്കുക എന്നതിനു പകരം, സാഹചര്യങ്ങൾക്കനുസരിച്ച് വേണ്ട കാര്യം തിരിച്ചറിഞ്ഞ് അതു ചെയ്യുക. ഒരർഥത്തിൽ, ആവശ്യമുള്ള 'പ്രോഗ്രാം' യന്ത്രം സ്വയം കണ്ടെത്തുകയാണ്. പ്രവർത്തിക്കുമ്പോൾ ഉണ്ടാകുന്ന അനുഭവങ്ങൾ ഉപയോഗിച്ച് പ്രവർത്തനരീതി തുടരെ മെച്ചപ്പെടുത്തുകയും ചെയ്യാം.

പഠിക്കുവാനുള്ള കഴിവ് ബുദ്ധിയുടെ ഒരു ലക്ഷണമായിട്ടാണല്ലോ നാം കണക്കാക്കുന്നത്. അതുകൊണ്ടുതന്നെ, 'കൃത്രിമ ബുദ്ധി' (ആർട്ടിഫിഷ്യൽ ഇന്റലിജൻസ്) എന്ന ഗവേഷണമേഖലയുടെ ഭാഗമായിട്ടാണ് പൊതുവെ യന്ത്രങ്ങളുടെ സ്വയം പഠനവും കണക്കാക്കപ്പെടുന്നത്. പല കൃത്രിമബുദ്ധി സങ്കേതങ്ങളിലേയും അടിസ്ഥാനഘടകമാണ് മെഷീൻ ലേണിംഗ്.

എന്തിന് പഠിക്കണം?

എന്തിന് യന്ത്രങ്ങൾ ഇങ്ങനെ സ്വയം പഠിക്കണം? കാരണങ്ങൾ പലതാണ്. വളരെ സങ്കീർണമായ പ്രത്യേകതരം പ്രവർത്തനങ്ങൾ നടത്തേണ്ട യന്ത്രങ്ങൾക്ക് എല്ലാ തരത്തിലുമുള്ള നിർദേശ

ങ്ങൾ മുൻകൂട്ടി നൽകാൻ നമുക്കു സാധിക്കില്ല എന്നതു തന്നെയാണ് പ്രധാന കാരണം. എല്ലാ സാഹചര്യങ്ങളെപ്പറ്റിയും അറിവുണ്ടെങ്കിൽക്കൂടി അവയൊക്കെ ഉൾപ്പെടുത്തി ഒരു പ്രോഗ്രാം ഉണ്ടാക്കുന്നത് വളരെ ശ്രമകരമാകും. അതിന് പ്രവർത്തിക്കുവാൻ വേണ്ട സമയം, ഡാറ്റ ശേഖരിച്ചു വെയ്ക്കുവാൻ വേണ്ട സങ്കേതങ്ങൾ (സ്റ്റോറേജ്) എന്നിവയും വളരെ കൂടുതൽ - തികച്ചും അപ്രായോഗികമായ രീതിയിൽ - ആവും. ഇനി, പല മേഖലയിലും ഇങ്ങനെ എല്ലാ സാഹചര്യങ്ങളെപ്പറ്റിയുമുള്ള അറിവ് ഉണ്ടാക്കുവാൻ പറ്റുക തന്നെയില്ല. ഉദാഹരണത്തിന്, മനുഷ്യരുടെ മുഖത്തിന്റെ ചിത്രങ്ങളിൽനിന്നും ആളെ തിരിച്ചറിയുന്ന ഒരു യന്ത്രം സങ്കൽപ്പിക്കൂ - ഒരാളുടെ എല്ലാ

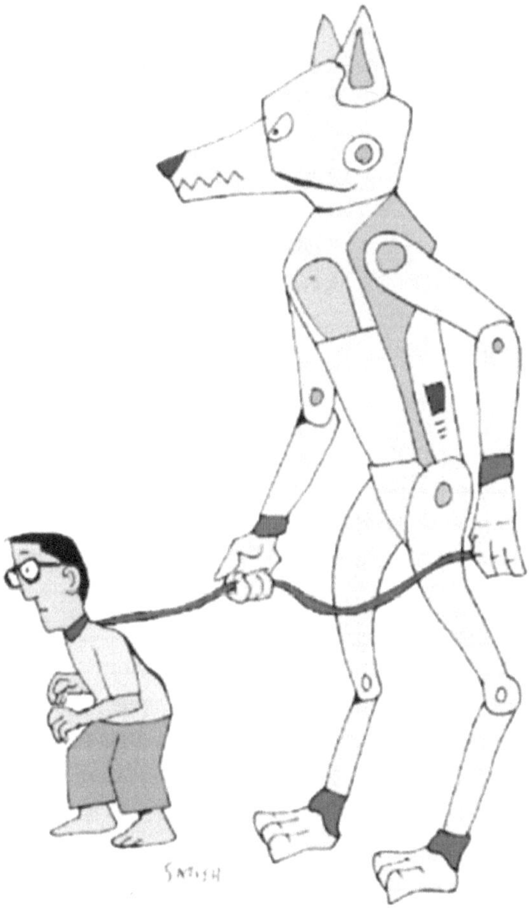

ത്തരം ചിത്രങ്ങളും നേരത്തെ കാട്ടിക്കൊടുത്തു പ്രോഗ്രാം ചെയ്യാൻ സാധിക്കില്ല. കുറെ ചിത്രങ്ങൾ കണ്ട് ഒരു ഏകദേശരൂപം മനസ്സിലാക്കുകയും, പിന്നീട് പ്രവർത്തിക്കുന്ന സമയത്ത് മറ്റു ചിത്രങ്ങൾ കാണുമ്പോൾ സ്വയം കൂടുതൽക്കൂടുതൽ അറിയുകയും ചെയ്യാനേ കഴിയൂ.

മറ്റൊരു ഉദാഹരണം കൂടി നോക്കാം. റോഡിലൂടെ മനുഷ്യസഹായമില്ലാതെ ഡ്രൈവ് ചെയ്യേണ്ട ഒരു 'ഓട്ടോമാറ്റിക്' കാറിന്, യാത്രയ്ക്കിടയിൽ അഭിമുഖീകരിക്കേണ്ടി വരാവുന്ന എല്ലാത്തരം സാഹചര്യങ്ങളെപ്പറ്റിയും നേരത്തെ വിവരിച്ചു കൊടുക്കാൻ കഴിയില്ല. എങ്ങനെ ഡ്രൈവ് ചെയ്യണം എന്നതും, തടസ്സങ്ങളെ പൊതുവെ എങ്ങനെ നേരിടണം എന്നും മാത്രമേ പ്രോഗ്രാം ചെയ്യാൻ പറ്റുകയുള്ളൂ. പ്രവർത്തിച്ചുകൊണ്ടു സ്വയം പിന്നെയും മനസ്സിലാക്കിയേ തീരൂ. സാഹചര്യങ്ങൾ മാറുന്നതനുസരിച്ച് യന്ത്രത്തിന്റെ പ്രവർത്തനം മാറേണ്ടതുമുണ്ട്. ചെസ്സ് കളിക്കുക, കയ്യക്ഷരം നോക്കി വായിക്കുക, പല ഭാഷകൾ തമ്മിൽ വിവർത്തനം ചെയ്യുക, പറയുന്ന വാക്കുകൾ മനസ്സിലാക്കി ഉത്തരം നൽകുക, ഒരു കലാരൂപം എന്തിനെപ്പറ്റിയുള്ളതാണ് എന്നു പറയുക-ഇതൊക്കെ ഇങ്ങനെ നേരത്തെ പ്രോഗ്രാം ചെയ്യാൻ പറ്റാത്ത സങ്കീർണമായ ഉദാഹരണങ്ങളാണ്.

നമ്മൾ മനുഷ്യർ കാര്യങ്ങൾ പഠിക്കുന്നത് ഇങ്ങനെ തന്നെയല്ലേ? ആദ്യം കുറച്ചു മനസ്സിലാക്കി, പിന്നീട് സ്വയം ചെയ്തു ചെയ്താണ് പ്രവർത്തനം മെച്ചപ്പെടുത്തുന്നത്. അനുഭവംകൊണ്ട് അറിവിന് കൂടുതൽ തെളിച്ചമുണ്ടാകുന്നു.

എപ്പോൾ തുടങ്ങി?

സ്വയം പഠിക്കുന്ന യന്ത്രങ്ങൾ എന്ന ഈ ചിന്ത അത്ര പുതിയതൊന്നുമല്ല. 1950 കാലം മുതൽ ഇങ്ങനെയുള്ള പരീക്ഷണങ്ങൾ നടത്തിവരുന്നുണ്ട്. ഐ ബി എം കമ്പനിയിലെ ഗവേഷകനായിരുന്ന ആർതർ സാമുവൽ ആണ് 1959 ൽ ഇത്തരം പ്രവർത്തനങ്ങളെ ആദ്യമായി 'മെഷീൻ ലേണിംഗ്' എന്നു വിളിച്ചത്. കമ്പ്യൂട്ടറിനെക്കൊണ്ട് ഗെയിം കളിപ്പിക്കാനുള്ള ചില ആദ്യകാല ശ്രമങ്ങൾ വിജയം കണ്ടു. വിദഗ്ധർക്ക് പ്രത്യേക മേഖലയിലുള്ള അറിവും കഴിവും യന്ത്രത്തിൽ സൃഷ്ടിക്കാൻ ശ്രമിച്ചതിന്റെ ഫലമായി 1980 കളിൽ വികസിപ്പിച്ച 'എക്സ്പർട്ട് സിസ്റ്റം' വളരെ പ്രചാരം നേടി. മനുഷ്യന്റെ തലച്ചോറിന്റെ പ്രവർത്തനം, ചിന്താരീതി ഇതൊക്കെ മാതൃകയാക്കാനുള്ള ശ്രമങ്ങൾ ഉണ്ടായി. 1997 ൽ അന്നത്തെ ലോക ചെസ്സ് ചാമ്പ്യൻ ആയിരുന്ന ഗാരി കാസ്പറോവിനെ 'ഡീപ്ബ്ലൂ' കമ്പ്യൂട്ടർ തോൽപ്പിച്ചത് വലിയ വാർത്തയായിരുന്നു.

ഇന്നാകട്ടെ, ഇങ്ങനെ സ്വയം പഠിച്ച പ്രവർത്തിക്കുന്ന പല സങ്കേതങ്ങളും അറിഞ്ഞോ അറിയാതെയോ നമ്മൾ ഓരോ ദിവസവും ഉപയോഗിക്കുന്നുണ്ട്. ഇന്റർനെറ്റിൽ ഒരു വിവരം അന്വേഷിച്ച 'സെർച്ച്' ചെയ്യുന്ന സമയത്ത് പെട്ടെന്നുതന്നെ ഉദ്ദേശിച്ച ഫലം കിട്ടുമ്പോൾ, ഇ-മെയിലുകളിൽ പ്രസക്തമല്ലാത്തവ പ്രധാന ഫോൾഡറിൽനിന്നും മാറ്റപ്പെട്ടിട്ടുണ്ട് എന്നു മനസ്സിലാകുമ്പോൾ, ഒരു കാര്യത്തിനുവേണ്ടി ഓൺലൈനിൽ ഷോപ്പിംഗ് നടത്തുന്ന നമുക്ക് ഇഷ്ടപ്പെടുന്ന മറ്റു പലതും കാട്ടിത്തരുന്നത് കാണുമ്പോൾ, യാത്രയ്ക്കിടയിൽ ആ സമയത്ത് ട്രാഫിക് കുറഞ്ഞ വഴികൾ മാപ്പിൽ കാണുമ്പോൾ, ചാറ്റ് ജി പി ടി പോലെയുള്ള സങ്കേതം ഉപയോഗിച്ച് ഒരു ലേഖനം എഴുതുമ്പോൾ, നിർദേശങ്ങൾ പറഞ്ഞുകൊടുത്ത് വീട്ടിലെ പല യന്ത്രങ്ങളും നിയന്ത്രിക്കുമ്പോൾ-ഇങ്ങനെ ഉദാഹരണങ്ങൾ ധാരാളമാണ്.

പല മേഖലകൾ ഒത്തുചേർന്നു പ്രവർത്തിക്കുന്ന ഇടമാണ് മെഷീൻ ലേണിംഗ്. കമ്പ്യൂട്ടർ സയൻസ്, കോഗ്നിറ്റീവ് സയൻസ്, ഗണിതം, മനഃശാസ്ത്രം, ന്യൂറോസയൻസ്, ഭാഷാശാസ്ത്രം, സ്റ്റാറ്റിസ്റ്റിക്സ്, പ്രോബബിലിറ്റി തിയറി, തത്ത്വചിന്ത–ഇങ്ങനെ, ഇനിയും പലതും.

യന്ത്രം പഠിക്കുന്നതെങ്ങനെ?

എങ്ങനെയാണ് ഒരു യന്ത്രം–കമ്പ്യൂട്ടർ-എന്താണു ചെയ്യേണ്ടതെന്ന് മനസ്സിലാക്കുന്നത്? പഠിക്കേണ്ടത് ഒരു അറിവോ നൈപുണ്യമോ ആകാം. മുഖത്തിന്റെ ചിത്രങ്ങളിൽനിന്നും ആളെ തിരിച്ചറിയേണ്ട യന്ത്രത്തിന് ചിത്രങ്ങളെക്കുറിച്ചുള്ള അറിവാണ് കൈവരുത്തേണ്ടത്. കാറോടിക്കേണ്ട യന്ത്രത്തിനു പഠിക്കേണ്ടത് ആ കഴിവ് അഥവാ നൈപുണ്യവും. കമ്പ്യൂട്ടറിനു കൊടുക്കുന്ന വിവരത്തെ 'ഇൻപുട്ട് ഡാറ്റ' എന്നും പ്രോഗ്രാം പ്രവർത്തിച്ച ഫലമായി ഉണ്ടാക്കുന്നത് 'ഔട്ട്പുട്ട്' എന്നുമാണല്ലോ പറയുന്നത്. ചുരുക്കത്തിൽ, ഇൻപുട്ടിൽനിന്നും ഔട്ട്പുട്ടിലേക്ക് എത്തുന്നതിനുള്ള നടപടി എന്താണ്-അതാണറിയേണ്ടത്. അതിന് അനുവർത്തിക്കേണ്ട കാര്യങ്ങളെ 'അൽഗോരിതം' അഥവാ 'മോഡൽ' എന്നു നമുക്കു വിളിക്കാം. ആവശ്യമുള്ള കമ്പ്യൂട്ടർ പ്രോഗ്രാമിന്റെ ഒരു രൂപരേഖ അഥവാ മാതൃക തന്നെയാണത്. ചെയ്യേണ്ട കാര്യത്തിനു വേണ്ടി കൃത്യമായി നിർവചിച്ച് മോഡലിനെ പ്രവർത്തിക്കാൻ റെഡിയാക്കുകയാണ് ചെയ്യുന്നത്.

മുൻകൂട്ടി നടത്തുന്ന പരിശീലനമാണ് പ്രധാനം. പ്രസക്തമായ വിവരം അഥവാ ഡാറ്റ ഉപയോഗിച്ചുള്ള പരിശീലനം, പ്രത്യേക അനു

ഭവങ്ങളിൽനിന്നും പൊതുവായ പ്രവർത്തനരീതി മനസ്സിലാക്കാൻ സഹായിക്കുന്നു. പഠിക്കുന്നത് ഡാറ്റയുടെ വിവിധ സ്വഭാവവിശേഷങ്ങളെ കുറിച്ചുള്ള അറിവാകാം, ഇൻപുട്ട് ഡാറ്റയും ഔട്ട്പുട്ടും തമ്മിലുള്ള ബന്ധമാകാം. പഠനം കഴിഞ്ഞാൽ, മോഡലിന് യഥാർഥ സാഹചര്യങ്ങളിൽ പ്രവർത്തിക്കാൻ കഴിയുന്നു- തീരുമാനങ്ങൾ എടുക്കുക, പുതിയ ഡാറ്റയെ തിരിച്ചറിഞ്ഞു തരംതിരിക്കുക, ഒരു പുതിയ ഇൻപുട്ടിന് എന്താവാം ഔട്ട്പുട്ട് എന്നത് പ്രവചിക്കുക തുടങ്ങി, എന്താണോ വേണ്ടത് അങ്ങനെ. പ്രവർത്തിക്കും തോറും മോഡലിനെ കൂടുതൽ കൃത്യമാക്കിക്കൊണ്ടുള്ള പഠനം തുടരുകയും ചെയ്യും.

നമ്മൾ മനുഷ്യരുടെ രീതികളുമായി ഇതിനു സാമ്യമില്ലേ? വീട്ടിനുള്ളിലും, സ്കൂളിലും, കോളേജിലും നിന്നുള്ള വിദ്യാഭ്യാസം- അഥവാ പരിശീലനം-ജീവിതത്തിൽ ആവശ്യമുള്ള എല്ലാ ഉത്തരങ്ങളും നമുക്കു തരുന്നില്ല. സ്വയം കാര്യങ്ങൾ തീരുമാനിക്കാൻ നമ്മെ സജ്ജരാക്കുകയാണ് അതൊക്കെ ചെയ്യുന്നത്. പരിശീലനം നടത്തി കിട്ടിയ അറിവ് അഥവാ കഴിവിനെ, പുതിയ അനുഭവങ്ങൾ കിട്ടുമ്പോൾ നാം കൂടുതൽ സ്ഫുടം ചെയ്യുന്നു. പുതിയ സാഹചര്യങ്ങളിൽ പ്രയോഗിക്കുകയും ചെയ്യുന്നു. ചിലപ്പോൾ തെറ്റുകൾ പറ്റാം. അപ്പോൾ അവ വിശകലനം ചെയ്ത്, നമ്മുടെ അറിവിനെ മെച്ചപ്പെടുത്തുന്നു. ഒരേ തെറ്റ് വീണ്ടും ഉണ്ടാകാതിരിക്കാൻ നാം ശ്രമിക്കുകയും ചെയ്യും.

മോഡലുകൾ പലതരം

സ്വയം പഠിക്കുന്ന മെഷീനുകളിൽ ഉപയോഗിക്കുന്ന പലതരം മോഡലുകൾ അഥവാ അൽഗോരിതം ഉണ്ട്. മനുഷ്യന്റെ തലച്ചോറിന്റെ ഘടനയിൽനിന്നും പ്രചോദനം ഉൾക്കൊണ്ടു നിർമിച്ച, തമ്മിൽ ഘടിപ്പിച്ച 'നോഡു'കൾ ചേർന്ന 'ന്യൂറൽ നെറ്റ്‌വർക്ക്' ആണ് അവയിലൊന്ന്. ഭാഷകൾ തമ്മിൽ വിവർത്തനം ചെയ്യുക, സംസാരഭാഷ മനസ്സിലാക്കുക തുടങ്ങി പല കാര്യങ്ങളും ചെയ്യാൻ ഇവ ഉപയോഗപ്രദമാണ്.

എണ്ണലിനെ കുറിക്കുന്ന (ന്യൂമെറിക്കൽ) വിവിധതരം ഡാറ്റ തമ്മിലുള്ള ബന്ധം കണ്ടെത്തി, ഭാവിയിൽ വരാവുന്ന ഔട്ട്പുട്ട് നേരത്തെക്കൂട്ടി പ്രവചിക്കാൻ സഹായിക്കുന്ന മോഡലുകളാണ് മറ്റൊരു തരം. ഇതുവരെ സംഭവിച്ചതു പോലെയാകും ഇനിയും ഉണ്ടാവുക എന്ന ഒരു ധാരണ (പ്രമിസ്) ഇതിൽ അന്തർലീനമാണ്. ഉദാഹരണത്തിന്, ഒരു സ്ഥലത്തെ വീടുകളുടെ വിലയുടെ നിലവാരത്തിൽ കുറെ വർഷങ്ങളായി വന്നിട്ടുള്ള മാറ്റവും അതിനുള്ള കാരണങ്ങളും

പഠിച്ചാൽ, ഇനി സമീപഭാവിയിൽ എങ്ങനെയാകാം എന്നത് പറയാൻ പറ്റുമല്ലോ.

ഒരു വൃക്ഷത്തിന്റെ ശാഖകളെപ്പോലെ വിന്യസിച്ച്, ഇടയ്ക്കുള്ള നോഡുകളിൽ തീരുമാനമെടുത്ത് പിന്നീടുള്ള വഴി (ശാഖ) നിശ്ച യിക്കുന്നതു പോലെയുള്ള മോഡലാണ് 'ഡിസിഷൻ ട്രീ.' ഡാറ്റയെ ഏതെങ്കിലും സ്വഭാവത്തിന്റെ അടിസ്ഥാനത്തിൽ പല ഇനങ്ങളാ യി വേർതിരിക്കുവാൻ ഇത് സഹായിക്കും. മറ്റു പല മേഖലകളിലും ഉപയോഗപ്രദമാണ്. പ്രോബബിലിറ്റി തിയറി അടിസ്ഥാനപ്പെടു ത്തി പ്രവർത്തിക്കുന്ന ബയെസ് നെറ്റ്‌വർക്കുകൾ, ഏറ്റവും അടുത്തു ള്ള (അതായത് സാമ്യസ്വഭാവം ഉള്ള) അയൽക്കാരെ ഡാറ്റയിൽ കണ്ടെടുക്കുന്ന 'നിയറെസ്റ്റ് നെയ്ബർ' അൽഗോരിതം എന്നിങ്ങനെ

ഇനിയും പലതുമുണ്ട്. ആമസോണിൽ ഒരു കാര്യം തിരയുമ്പോൾ നിങ്ങൾക്കു താല്പര്യം ഉണ്ടാവാൻ ഇടയുള്ള മറ്റു പലതും കാട്ടിത്തരാറുണ്ടല്ലോ. നിങ്ങളെപ്പോലെയുള്ള മറ്റ് ഉപഭോക്താക്കൾ ('സാമ്യമുള്ള അയൽക്കാർ') മുൻപ് ചെയ്തതിനെ അടിസ്ഥാനപ്പെടുത്തിയാണ് ഇതു ചെയ്യുന്നത്. മിക്കപ്പോഴും നിങ്ങൾക്കത് പ്രസക്തമായി തോന്നുകയും ചെയ്യും.

വേറെയും പലതരം അൽഗോരിതങ്ങൾ മെഷീൻ ലേണിംഗിൽ ഉപയോഗിക്കുന്നുണ്ട്.

പരിശീലനരീതികൾ

യന്ത്രം 'പഠിക്കു'ന്നതിന്റെ ആദ്യപടിയായ പരിശീലനത്തിലേക്ക് തിരിച്ചുവരാം. ഇത് പലതരത്തിൽ ചെയ്യാറുണ്ട്. ചെയ്യേണ്ട ജോലിക്ക് പ്രസക്തമായ ഡാറ്റയും (ഇൻപുട്ട്) ആവശ്യമുള്ള പ്രതികരണം അഥവാ ഔട്ട്പുട്ടും മോഡലിനു കാട്ടിക്കൊടുത്തു നടത്തുന്ന പരിശീലനമാണ് ഒരു രീതി. ഇതിനെ 'മേൽനോട്ടത്തോടെയുള്ള പഠനം' ('സൂപ്പർവൈസ്ഡ് ലേണിംഗ്') എന്നു വിളിക്കുന്നു. ഉദാഹരണത്തിന്, ഡാറ്റയെ പ്രത്യേക വിഭാഗങ്ങളായി തരംതിരിക്കുകയാണ് വേണ്ടതെങ്കിൽ, പരിശീലനസമയത്ത് കാട്ടിക്കൊടുക്കുന്ന ഡാറ്റയുടെ ഇനം (ലേബൽ) എന്താണ് എന്നുകൂടി പറഞ്ഞുകൊടുക്കുന്നു. ഡാറ്റയിലെ ഇൻപുട്ട്-ഔട്ട്പുട്ട് ബന്ധം കാണിച്ചുകൊണ്ടുള്ള പരിശീലനവും ആവാം.

പരിശീലനം കഴിഞ്ഞാൽ പിന്നീട്, അതുവരെ കണ്ടിട്ടില്ലാത്ത ഇൻപുട്ട് ഡേറ്റയോടും (അഥവാ സാഹചര്യങ്ങളോടും) ശരിയായി പ്രതികരിക്കാൻ യന്ത്രം സജ്ജമാവുന്നു. എപ്പോഴെങ്കിലും തെറ്റു പറ്റിയാലും, ആ അനുഭവം ഒരു പാഠമായി എടുത്ത് തുടർന്നുള്ള പ്രവർത്തനം ഇനിയും നന്നാക്കുന്നു. പ്രവർത്തിക്കും തോറും മോഡൽ സ്വയം മെച്ചപ്പെടുത്തി, കൂടുതൽ കൃത്യത കൈവരിക്കുന്നു.

'മേൽനോട്ടമില്ലാത്ത പഠനം' ('അൺ സൂപ്പർവൈസ്ഡ് ലേണിംഗ്') ആണ് മറ്റൊരു രീതി. പരിശീലനസമയത്ത് ഡാറ്റ മാത്രം നൽകി, കമ്പ്യൂട്ടർ സ്വയം ഡാറ്റയിൽ ഒളിഞ്ഞിരിക്കുന്ന ക്രമങ്ങൾ (പാറ്റേണുകൾ) തിരിച്ചറിയുന്ന രീതിയാണിത്. ചില സാഹചര്യങ്ങളിൽ മേൽനോട്ടം നൽകുക എന്നത് പ്രായോഗികമായിരിക്കില്ല. ഉദാഹരണത്തിന്, പരിശീലനം നടത്തുമ്പോൾ ഉപയോഗിക്കുന്ന ഡാറ്റ ഏതൊക്കെ തരമാണ് എന്ന് പ്രത്യേകം ലേബൽ ചെയ്യാൻ സാധ്യമായിരിക്കില്ല. ചിലപ്പോഴെങ്കിലും, യന്ത്രം സ്വയം കണ്ടെത്തുന്ന തരംതിരിക്കൽ കൂടുതൽ മെച്ചപ്പെട്ടതും ആകാം!

കുറച്ചു ഡാറ്റ മാത്രം മേൽനോട്ടത്തോടെ കൊടുക്കുകയും തുടർന്ന് ഡാറ്റ മാത്രം നൽകി പരിശീലനം നടത്തുകയും ചെയ്യുന്ന 'സെമി-സൂപ്പർവൈസ്ഡ് ലേണിംഗ്' മറ്റൊരു രീതിയാണ്.

'ശരിയായ' പ്രതികരണങ്ങൾക്ക് പാരിതോഷികം നൽകി പരിശീലിപ്പിക്കുന്ന 'റീഇൻഫോഴ്സ്ഡ് ലേണിംഗ്' ആണ് മറ്റൊരു തരം. ഒരു നായ്ക്കുട്ടിയെ എങ്ങനെയാണ് നാം പരിശീലിപ്പിക്കുക? നല്ല പെരുമാറ്റങ്ങൾക്ക് ഒരു ചെറിയ സമ്മാനം ഉടനെ നൽകും, ഇല്ലേ? അനുസരിച്ചില്ലെങ്കിൽ ചിലപ്പോൾ ശിക്ഷയും കൊടുക്കും. ശിക്ഷ ഒഴിവാക്കാനും പാരിതോഷികങ്ങൾ കൂടുതൽ കിട്ടാനും നായ ശ്രമിക്കും. അങ്ങനെ പഠിത്തവും പുരോഗമിക്കും. അതുപോലെ, കിട്ടുന്ന നല്ല പ്രതികരണങ്ങൾ ഏറ്റവും കൂടുതലാക്കാൻ മോഡൽ നടത്തുന്ന ശ്രമം പഠനത്തിലേക്ക് നയിക്കുന്നു. കാറോടിക്കുക, റോബോട്ടുകളെ നിയന്ത്രിക്കുക-ഇതൊക്കെ ഈ രീതിയിൽ പരിശീലിപ്പിക്കാറുള്ള മോഡലുകളാണ്.

വേറെയും പല പരിശീലനമാർഗങ്ങളും ഉപയോഗിക്കാറുണ്ട്. വളരെ വേഗതയും ശേഷിയുമുള്ള കമ്പ്യൂട്ടറുകൾ, ഇന്റർനെറ്റ് തുടങ്ങിയ സങ്കേതങ്ങളിലൂടെ വളരെയധികം ഡാറ്റ, കാര്യങ്ങൾ സൂക്ഷിക്കാൻ കൂടുതൽ സ്റ്റോറേജ് സൗകര്യങ്ങൾ-ഇവയുടെ ലഭ്യതയാണ് സ്വയം പഠിക്കുന്ന യന്ത്രങ്ങളുടെ ഇത്തരം അന്വേഷണങ്ങളെ സാധ്യമാക്കുന്നത്.

എവിടെ, ഏതുതരം പ്രവർത്തനമാണ് യന്ത്രം ചെയ്യേണ്ടത്, എത്ര വേഗത്തിൽ ചെയ്യണം, എത്രമാത്രം ഡാറ്റ കൈകാര്യം ചെയ്യേണ്ടി വരും എന്നതൊക്കെ അനുസരിച്ചാണ് അൽഗോരിതം അഥവാ മോഡൽ തെരഞ്ഞെടുക്കുന്നതും, എങ്ങനെ പരിശീലിപ്പിക്കണം എന്നു തീരുമാനിക്കുന്നതും. പഠനം നടത്തുന്ന രീതികൾ പലപ്പോഴും പൊതുവായിട്ടുള്ളതായിരിക്കും. ഓരോ പ്രവർത്തന മേഖലയിലും, ഉപയോഗിക്കുന്ന മോഡലിലും, അത് വ്യത്യസ്തമാകണം എന്നില്ല എന്നർത്ഥം. ഫലപ്രദമായ രീതിയിൽ പഠനം നടക്കുന്നതിന് പ്രവർത്തന മേഖലയെ സംബന്ധിച്ച ചില വിവരങ്ങൾ ചിലപ്പോൾ പരിശീലനത്തിന്റെ ഭാഗമായി മോഡലിന് നൽകേണ്ടി വരും. ഉദാഹരണത്തിന്, ഇൻപുട്ട്-ഔട്ട്പുട്ട് ഡാറ്റ തമ്മിലുള്ള ബന്ധം കണ്ടെത്താൻ ശ്രമിക്കുന്ന സിസ്റ്റത്തിനോട് ചില പ്രത്യേക 'ഫങ്ഷൻ'കൾ ചൂണ്ടിക്കാട്ടി അവയിലൊന്നാണ് ഇവിടെ പ്രസക്തം എന്ന് പറഞ്ഞാൽ, ആ അറിവ് പഠനപ്രക്രിയ എളുപ്പമാക്കുന്നു. പരിശീലനത്തിന് വേണ്ടിവരുന്ന സമയവും കുറയും.

പരിശീലനത്തിനു മുൻപും പിൻപും

പരിശീലനം നടത്താൻ ഉപയോഗിക്കുന്ന ഡാറ്റ, പിന്നീട് അഭിമുഖീകരിക്കേണ്ടി വരുന്ന യഥാർത്ഥ സാഹചര്യങ്ങളുടെ ശരിയായ പകർപ്പാകണം എന്നത് വളരെ പ്രധാനമാണ്. ഒരു തരത്തിലുമുള്ള പക്ഷപാതം (ബയസ്) ഡാറ്റയിൽ ഉണ്ടാവാൻ പാടില്ല. പരിശീലനം നടത്തുന്ന മനുഷ്യരായ വിദഗ്ധരുടെ അറിവിന്റെ പരിധികളും, മുൻവിധികളും പ്രശ്നമുണ്ടാക്കാതെയും ശ്രദ്ധിക്കണം. അല്ലെങ്കിൽ, സ്വയം പ്രവർത്തിക്കുമ്പോൾ യന്ത്രം വലിയ അപകടങ്ങൾ വരുത്തിവെക്കും. മനുഷ്യനുള്ള സാമാന്യബോധമോ (കോമൺസെൻസ്), വിവേചനശേഷിയോ, സഹാനുഭൂതിയോ, നീതിബോധമോ യന്ത്രത്തിനില്ല എന്നതും മറക്കാൻ പാടില്ല.

പരിശീലനത്തിന് മുൻപ് ഡാറ്റയിൽ ചില തയ്യാറെടുപ്പുകൾ വേണ്ടി വന്നേക്കാം. 'പ്രീ-പ്രോസസ്സിംഗ്' എന്ന് ഇതിനെ പറയുന്നു. കഴിയുമെങ്കിൽ, ആവശ്യമില്ലാത്തതെന്നും തെറ്റെന്നും ഉറപ്പുള്ളവയെ ഒഴിവാക്കി ഡാറ്റ തയ്യാറാക്കണം. അതുപോലെ, ഡാറ്റയിൽനിന്നും സിസ്റ്റത്തിന്റെ എത്രയൊക്കെ/ഏതൊക്കെ സ്വാഭാവവിശേഷണങ്ങൾ (ഫീച്ചറുകൾ) ആണ് കണ്ടെത്തേണ്ടത് എന്നത് തീരുമാനിക്കുന്നതും നിർണായകമാണ്.

എത്ര ഡാറ്റ ഉപയോഗിക്കണം, എത്രമാത്രം പരിശീലനം നടത്തണം എന്നതും പ്രധാനം. കൂടാനും കുറയാനും പാടില്ല. 'ഓവർ ഫിറ്റിങ്' പോലെയുള്ള പ്രശ്നങ്ങൾ ഉണ്ടായാൽ യഥാർത്ഥ സാഹചര്യത്തിൽ പ്രവർത്തിക്കുമ്പോൾ മോഡലിന് തെറ്റു പറ്റാം. ഉത്തരവാദിത്വത്തോടെയുള്ള ഡാറ്റാ ശേഖരണം, അൽഗോരിതത്തിൽ പ്രയോഗിക്കുന്ന നിയമങ്ങളെക്കുറിച്ച് കൃത്യമായ രേഖപ്പെടുത്തൽ – ഇതൊക്കെ ആവശ്യമാണ്. ഡാറ്റയുടെ യോഗ്യത, സ്രോതസ്സ്, സ്വഭാവം – ഇവയെപ്പറ്റി പൂർണമായ അറിവും ഉറപ്പും ഉണ്ടായിരിക്കണം.

പരിശീലനം കഴിഞ്ഞ മോഡലിനെ വിലയിരുത്തേണ്ടതുണ്ട്. പഠനം ശരിയായി നടന്നോ, മോഡൽ അഥവാ അൽഗോരിതം വേണ്ട രീതിയിൽ പ്രവർത്തിക്കാൻ റെഡിയായോ എന്നൊക്കെ പരിശോധിക്കാൻ വേണ്ടി വേറെ ഡാറ്റ ഉപയോഗിച്ചു 'ടെസ്റ്റ്' ചെയ്യണം. മോഡൽ എത്രമാത്രം സങ്കീർണമാണ്, പ്രവർത്തിക്കുവാൻ പൊതുവേ എത്ര സമയം എടുക്കും-എന്നതും കണക്കാക്കണം. കുറേക്കൂടി സ്വഭാവ സവിശേഷതകൾ മോഡലിൽ ഉൾപ്പെടുത്തണം, കൂടുതൽ ഡാറ്റ ഉപയോഗിച്ച് പരിശീലനം തുടരണം എന്നൊക്കെ കണ്ടെത്തിയാൽ, അതുപോലെ ചെയ്യേണ്ടി വരും.

ഭാവിയിൽ കൂടുതൽ മെച്ചപ്പെട്ട പ്രവർത്തനം നടത്താൻ കഴിയുന്ന രീതിയിൽ സ്വയം മാറ്റങ്ങൾ വരുത്തുമ്പോൾ യന്ത്രം 'പഠിക്കുന്നുണ്ട്' എന്ന് പൊതുവേ അനുമാനിക്കാം.

ശ്രദ്ധിക്കേണ്ട മറ്റു ചിലത്

നൈതികതയെ സംബന്ധിക്കുന്ന ചോദ്യങ്ങളും ഇവിടെ പ്രസക്തമാണ്. നിഷ്പക്ഷമായ, പൊതുനന്മ മാത്രം ലക്ഷ്യമിട്ട, ദുരാഗ്രഹം (ഗ്രീഡ്) ഇല്ലാത്ത ഉദ്ദേശശുദ്ധി ഇത്തരം യന്ത്രങ്ങളുടെ നിർമാണത്തിൽ ഉണ്ടാവേണ്ടത് അത്യന്താപേക്ഷിതമാണ്. കാരണം, 'സ്വയം പഠനം' എന്നു പറയുമ്പോഴും എങ്ങനെ പഠിക്കണം എന്ന് യന്ത്രത്തെ പഠിപ്പിക്കുന്നത് പ്രോഗ്രാം ചെയ്യുന്ന-പരിശീലിപ്പിക്കുന്ന-മനുഷ്യൻ തന്നെയാണല്ലോ. പ്രത്യേകിച്ചും ആരോഗ്യരംഗത്ത് ഉപയോഗിക്കുന്ന യന്ത്രങ്ങൾ പൊതുനന്മയ്ക്കു പകരം, വരുമാനമുണ്ടാക്കുന്ന മെഷീനുകൾ ആയി പ്രവർത്തിച്ചാലോ എന്ന ഭയം ഉണ്ടാകാം. ഇത്തരം യന്ത്രസങ്കേതങ്ങൾ ഉപയോഗിച്ച് തെരഞ്ഞെടുപ്പുകളിൽ സ്വാധീനം ചെയ്യാൻ സാധിക്കുമോ, ആമസോണിലെ മോഡലാണോ നമ്മുടെ ഇഷ്ടങ്ങളെ നിയന്ത്രിച്ച് നമ്മൾ എന്താണ് വാങ്ങേണ്ടത് എങ്ങനെയാണ് ജീവിക്കേണ്ടത് എന്നൊക്കെ തീരുമാനിക്കേണ്ടത്, പരിശീലനം നടത്തുന്ന സമയത്തെ ഊർജത്തിന്റെ ഉപയോഗം പരിസ്ഥിതിയിൽ വരുത്തുന്ന ആഘാതം എത്രയാണ്-ഇതൊക്കെ ആശങ്കകളാണ്. ചാറ്റ് ജി പി ടി ഉപയോഗിക്കുന്നതരം ഭാഷാമോഡലുകളെ പരിശീലിപ്പിക്കുന്നത് ചെറിയ കാര്യമല്ല. മനുഷ്യന്റെ പഠനരീതി മാതൃകയാക്കുകയാണോ, അതോ ഏറ്റവും നല്ല പഠനരീതി എന്താവാം എന്ന് സ്വതന്ത്രമായി ചിന്തിക്കുകയാണോ വേണ്ടത്, ഇങ്ങനെയും ചോദ്യങ്ങളുണ്ട്.

എത്രമാത്രം സുരക്ഷിതമാണ് ഇത്തരം യന്ത്രങ്ങൾ ഉപയോഗിക്കുന്നത്, ഡാറ്റയുടെ സ്വകാര്യത എങ്ങനെ ഉറപ്പാക്കാം - ഇവയും പ്രധാനമായ സംഗതികൾ ആണ്. ഇത്തരം യന്ത്രങ്ങൾ നടത്തുന്ന 'പഠനം' മനുഷ്യനെപ്പോലെ സ്വയം 'അറിഞ്ഞും' 'മനസ്സിലാക്കിയും' ചെയ്യുന്നതല്ല, എന്നും ഓർക്കാം.

എങ്ങനെയാണ് നൈതികത ഉറപ്പാക്കുന്നത് എന്നതും പ്രശ്നമാണ്. ചില നിർവഹണ ചട്ടക്കൂടുകൾ (ഫ്രെയിം വർക്കുകൾ) ശ്രദ്ധയോടെ നിർവചിച്ച്, അവയ്ക്കുള്ളിൽ നിന്നുകൊണ്ട് രൂപകൽപന ചെയ്യുന്നത് ഉത്തരവാദിത്വത്തോടെയുള്ള പ്രവർത്തനത്തിലേക്ക് നയിക്കുകയില്ലേ എന്ന രീതിയിലുള്ള ചിന്തകൾ ഈ രംഗത്ത് പ്രവർത്തിക്കുന്നവർക്കിടയിൽ ഇപ്പോളുണ്ട്.

ഇനിയും ചില ചോദ്യങ്ങൾ/ചിന്തകൾ

മെഷീൻ ലേണിംഗ് സങ്കേതങ്ങളുടെ ഉപയോഗം ഭാവിയിൽ പല മേഖലകളിലും ഇന്നുള്ള തൊഴിലവസരങ്ങൾ കുറയ്ക്കുകയോ ഇല്ലാതാക്കുകയോ ചെയ്യില്ലേ എന്ന സംശയം ന്യായമാണ്. എല്ലാ മേഖലകളിലും ഇത്തരം യന്ത്രങ്ങൾ ഉപയോഗിക്കേണ്ടതുണ്ടോ, തീരുമാനങ്ങളെടുക്കാൻ ചരിത്രപരമായ അറിവ് വളരെയധികം വേണ്ട ഇടങ്ങളിൽ മനുഷ്യനായ വിദഗ്ധനെ സഹായിക്കുന്ന ഉപകരണം എന്ന രീതിയിൽ മാത്രമാണോ ഇത്തരം യന്ത്രങ്ങളെ വിന്യസിക്കേണ്ടത് – എന്നൊക്കെ സംശയങ്ങളുണ്ട്. കമ്പ്യൂട്ടറുകൾ വ്യാപകമായി ഉപയോഗിക്കാൻ തുടങ്ങിയ ആദ്യകാലത്തും ഇത്തരത്തിൽ ഭയമുണ്ടായത് നാം കണ്ടതാണ്. ചില തൊഴിലുകൾ ഇല്ലാതായാലും മറ്റു പുതിയ അവസരങ്ങൾ ഉണ്ടാകില്ലേ എന്ന ചോദ്യവും പ്രസക്തമാണ്. ഇത്തരം യന്ത്രങ്ങളുടെ പ്രവർത്തനങ്ങളുടെ ഉത്തരവാദിത്വം ആർക്കാണ് എന്നിങ്ങനെയുള്ള നിയമപ്രശ്നങ്ങളും ഉണ്ട്. ഉദാഹരണത്തിന്, യന്ത്രം സ്വയം ഓടിച്ച കാർ ഒരു അപകടം വരുത്തിയാൽ ആരാണ് അതിനുത്തരവാദി?

പക്ഷേ, ഇത്തരം സംശയങ്ങൾ കാരണം ഈ സാങ്കേതികവിദ്യ സാധ്യമാക്കുന്ന വിപ്ലവാത്മകമായ സേവനങ്ങളെ നമ്മൾ കാണാതിരുന്നു കൂടാ. കൃത്യമായി രോഗനിർണയം നടത്തുന്നതിൽ, ക്യാൻസർ പോലെയുള്ള രോഗങ്ങൾക്ക് പ്രതിവിധി കണ്ടെത്താനുള്ള ഗവേഷണത്തിൽ, പ്രത്യേക സ്ഥലങ്ങളിലെ വീഡിയോ അവലോകനം നടത്തി കരുതൽ നടപടിയെടുത്ത് കുറ്റകൃത്യങ്ങൾ സംഭവിക്കാതെ ഒഴിവാക്കുന്നതിൽ, സാമ്പത്തിക രംഗത്തെ അപഗ്രഥനങ്ങളിൽ, ഇന്റർനെറ്റിൽ സുരക്ഷ ഉറപ്പാക്കുന്നതിൽ, വിവിധ രംഗങ്ങളിൽ നടത്തുന്ന ഉന്നത ഗവേഷണത്തിൽ – ഇങ്ങനെ പല മേഖലകളിലും വളരെ പ്രതീക്ഷ നൽകുന്ന സാങ്കേതികവിദ്യയാണിത്. പുതിയ മോഡലുകളെയും പരിശീലന പരിപാടികളെയും കുറിച്ചുള്ള അന്വേഷണം പുരോഗമിക്കുകയാണ്. കൂടുതൽ സങ്കീർണവും ശക്തവുമായ 'ഡീപ് ലേണിങ്' ന്യൂറൽ നെറ്റ്‌വർക്കുകൾ മുന്നോട്ടുവെക്കുന്ന സാധ്യതകൾ വളരെയാണ്. പലതരം മോഡലുകൾ ഉപയോഗിക്കുന്ന രീതിയല്ലാതെ, ഏതുതരം പ്രശ്നത്തിനും പരിഹാരമാകാവുന്ന ഒരൊറ്റ മോഡൽ ('യൂണിഫൈഡ് ലേണർ') കണ്ടെത്താൻ സാധിക്കുമോ എന്ന രീതിയിലും ഗവേഷണം നടക്കുന്നു.

സ്വയം പഠിച്ച് പ്രവർത്തിക്കുന്ന യന്ത്രങ്ങൾ ഭാവിയിൽ ഇനിയും കൂടുതൽ പ്രവർത്തന മേഖലകളിലേക്ക് കടന്നുവരും എന്നതിൽ സംശയമില്ല. മനുഷ്യൻ ഉണ്ടാക്കിയ മറ്റേതു പണിയായുധവും എന്ന തുപോലെ, ഇതും മനുഷ്യനെ സഹായിക്കാനുള്ള ഉപകരണമാണ്. അതേപ്പറ്റി ശരിയായി മനസ്സിലാക്കി, ബുദ്ധിപരമായി ഉപയോഗി ക്കുക എന്നതാണ് പ്രധാനം.

പ്രധാന ഗ്രന്ഥസൂചി

1. Domingos, P. (2017). The Master Algorithm: How the Quest for the Ultimate Learning Machine will remake our world. Penguin Books.
2. Iorkaa, A. A., Muazu, H. G., & Barma, M. (2021). Machine Learning Techniques, Methods and Algorithms: Conceptual and Practical Insights. International Journal of Engineering Research and Applications, August: 55-66.
3. Muhamedyev, R. I. (2015). Machine learning methods: An overview. Computer Modelling & New Technologies, 19(6):14-29.
4. Nilsson, N. J. (1998). Introduction to Machine Learning.

യന്തിരൻ വാഴുന്ന ലോകം

കെ എസ് രഞ്ജിത്ത്

ഒരു അച്ഛനും മകനും കൂടി തുറമുഖത്ത് കപ്പൽ കാണാൻ പോയി. കപ്പലിന്റെ വലുപ്പം കണ്ട് കുട്ടി അമ്പരന്നു. അവൻ ഇന്നേവരെയും കണ്ടിട്ടുള്ള ഏറ്റവും വലിയ വസ്തു. അകത്തേക്ക് കടന്നപ്പോൾ, കപ്പലിനെ ചലിപ്പിക്കുന്ന കൂറ്റൻ യന്ത്രങ്ങൾ ഓരോന്നായി കണ്ടപ്പോൾ, അമ്പരപ്പു കൂടി. യന്ത്രങ്ങളുടെ കരുത്ത് അവനെ അതിശയിപ്പിച്ചു. യന്ത്രമാണ് ലോകത്തെ ഏറ്റവും ശക്തൻ എന്നായി ചിന്ത. അച്ഛൻ കുട്ടിയെ കൂടുതൽ അകത്തേക്ക് കൊണ്ടുപോയി. അതാ അവിടെ കൂറ്റൻ യന്ത്രങ്ങളെയും കപ്പലിന്റെ ദിശയെയും നിസ്സാരമായി ഒരു മനുഷ്യൻ നിയന്ത്രിക്കുന്നു. അങ്ങനെ മനുഷ്യനാണ് ആത്യന്തികമായി ലോകത്തെ ഏറ്റവും കരുത്തൻ എന്ന് അന്ന് കുട്ടി തിരിച്ചറിഞ്ഞു.

- ഒരു റഷ്യൻ നാടോടിക്കഥ

പ്രബുദ്ധതയുടെ പ്രാരംഭകാലത്തെ യുക്തിയോട് നിർമിത ബുദ്ധിയുടെ കാലത്തെ ചിന്തിക്കുന്ന യന്ത്രങ്ങൾക്ക് എന്താവും പറയുവാനുണ്ടാവുക. യന്ത്രങ്ങളുടെ നാളിതുവരെയുള്ള ചരിത്രം തിരുത്തിക്കൊ

ണ്ട്, കാര്യങ്ങൾ ബുദ്ധിപൂർവം ആലോചിച്ചും നിരീക്ഷിച്ച് പഠിച്ചും പ്രവൃത്തിയെടുക്കുന്ന യന്ത്രങ്ങൾ സാധ്യമാണ് എന്നാണ് നിർമിത ബുദ്ധിയുടെ ലോകം പറയുന്നത്. യന്ത്രങ്ങളുടെ സ്വഭാവത്തിലെ ഗുണപരമായ ഒരു വിച്ഛേദമാണിത്. ഒരു യന്ത്രത്തിന്റെ പ്രവൃത്തിയെടുക്കാനുള്ള ശേഷിയിലെ ക്രമാനുഗതമായ വർദ്ധനയല്ല ഇത്, ഗുണപരമായ മാറ്റമാണ്. തീർത്തും വ്യത്യസ്തമായ പുതിയൊരു യന്ത്രം രൂപപ്പെട്ടിരിക്കുന്നു - ചിന്തിക്കുന്ന യന്ത്രം, ആലോചനാശേഷിയുള്ള യന്ത്രം. മനുഷ്യനെപ്പോലെ ചിന്തിക്കാനും അവൻ/അവൾ ചെയ്യുന്ന എല്ലാ ജോലികളും അതിനേക്കാൾ നൂറുമടങ്ങു വേഗത്തിലും ഭംഗിയായും ആലോചിച്ച് ചെയ്യാനും കഴിയുന്ന ഒന്ന്.

ഇതുവരെയുള്ള യന്ത്രങ്ങളൊക്കെ മുൻകൂട്ടി പ്രോഗ്രാം ചെയ്തു വെച്ചിരുന്ന കാര്യങ്ങൾ നാം നൽകുന്ന നിർദേശങ്ങൾക്കനുസരിച്ച് നിർവഹിക്കുക മാത്രമാണ് ചെയ്തിരുന്നത്. അതിൽനിന്നും പൂർണമായും മാറിക്കൊണ്ട്, സയൻസ് ഫിക്ഷൻ നോവലുകളിൽ മാത്രം നാളിതുവരെ നാം പരിചയപ്പെട്ടിരുന്ന ഒരു സങ്കല്പ ജീവി, യന്തിരൻ, ഇതാ യാഥാർഥ്യമായിക്കഴിഞ്ഞിരിക്കുന്നു എന്നാണ് നിർമ്മിത ബുദ്ധിയുടെ വക്താക്കൾ പറയുന്നത്.

നിർമിത ബുദ്ധിയുടെ പ്രയോഗങ്ങൾ തൊഴിൽ മേഖലയിലെ ഓട്ടോമേഷൻ ശ്രമങ്ങളെ വേറൊരു തലത്തിലേക്ക് ഉയർത്തും. നാളിതു വരെ മനുഷ്യ സമൂഹം വിഭാവനം ചെയ്യാത്ത ഒരു സാഹചര്യത്തെ ഇത് സൃഷ്ടിക്കും (ഇതൊരു സാങ്കേതിക അതിനിർണയ വാദമാണെന്നും - Technological determinism - അസാധ്യമാണെന്നും ശക്തമായി വാദിക്കുന്നവരും ശാസ്ത്രലോകത്തും സാമൂഹിക ചിന്തയുടെ ലോകത്തുമുണ്ട്). നിർമിത ബുദ്ധിയാൽ നിർണയിക്കപ്പെടുന്ന ഇത്തരമൊരു സമൂഹം ഏതു രൂപത്തിലുള്ളതായിരിക്കും? അത് സൃഷ്ടിക്കാനിടയുള്ള സാഹചര്യങ്ങൾ എന്തായിരിക്കും? ഈ കുറിപ്പിലെ ആലോചനാ വിഷയം ഇതാണ്.

ഇത്തരമൊരു ചിന്തയുടെ അടിത്തറയായി വർത്തിക്കുന്നത് മൂന്ന് പരികല്പനകളാണ്.

ഒന്ന്, ആർട്ടിഫിഷ്യൽ ഇന്റലിജൻസിന്റെ യുഗത്തിലേക്ക് പ്രവേശിച്ചിരിക്കുന്ന കമ്പ്യൂട്ടിങ് ടെക്നോളജി അഴിച്ചുവിടുന്ന സാങ്കേതിക വിപ്ലവം മാനവരാശിയെ അടിമുടി മാറ്റിത്തീർക്കും.

രണ്ട്, ചിന്താശേഷിയുള്ള, കാര്യങ്ങൾ സ്വയം മനസിലാക്കിയും പഠിച്ചും നിർവ്വഹിക്കാൻ ശേഷിയുള്ള യന്ത്രങ്ങൾ നാളിതുവരെ മനുഷ്യർ ചെയ്തുപോന്നിരുന്ന പണികൾ അധികവും ചെയ്യുവാൻ തുടങ്ങും.

നിർമിത ബുദ്ധിയുടെ സഹായത്തോടുകൂടിയ ഈ ഓട്ടോമേഷൻ പ്രക്രിയ വൻതോതിലുള്ള തൊഴിൽ നഷ്ടത്തിനിടയാക്കും.

മൂന്ന്, ഉല്പാദന പ്രവർത്തനത്തിലെ നിർമിത ബുദ്ധിയുടെ വൻ തോതിലുള്ള പ്രയോഗം പുതിയ സാമൂഹിക സംഘാടന രൂപങ്ങൾക്ക് വഴി വെയ്ക്കും.

ഇവയുടെ പരിശോധനയ്ക്കാണ് ഇവിടെ തുനിയുന്നത്.

1

ഗൂഗിളിന്റെ സി ഇ ഒ സുന്ദർ പിച്ചായി അടുത്തയിടെ ബി ബി സിക്ക് നൽകിയ ഒരിന്റർവ്യൂവിൽ പറഞ്ഞത് തീയുടെ കണ്ടുപിടുത്തം പോലെ, വൈദ്യുതിയുടെ കണ്ടുപിടുത്തം പോലെ, മാനവരാശിയുടെ ചരിത്രത്തിലെ ഏറ്റവും നിർണായകമായ മറ്റൊരു ചുവടുവെയ്പാണ് നിർമ്മിത ബുദ്ധി എന്നാണ്.

"I view it as a very profound enabling technology, If you think about fire or electricity or the internet, it is like that but I think even more profound. And It can make humans more productive than we have ever imagined," എന്നാണ് പിച്ചായിയുടെ പറയുന്നത്. ലോകത്തെ ഏറ്റവും വലിയ സാങ്കേതിക കമ്പനിയെ നയിക്കുന്ന വ്യക്തിയാണ് എന്നതിനാലും നിർമിത ബുദ്ധി സംബന്ധിച്ച ഗവേഷണ പ്രവർത്തനങ്ങൾക്ക് ഏറ്റവും മുതൽ മുടക്കുന്ന കമ്പനിയുടെ വക്താവാണ് എന്നതിനാലും വെറുമൊരു അതിശയോക്തിയായി നമുക്കിത് തള്ളിക്കളയാനാവില്ല.

മനുഷ്യനെ മനുഷ്യനാക്കി തീർത്ത സാങ്കേതികവിദ്യ എന്താണ് എന്ന ചോദ്യത്തിന് നിസ്സംശയമായി പറയാവുന്ന ഉത്തരം തീ എന്നതാണ്. തീയുണ്ടാക്കുന്ന സാങ്കേതിക വിദ്യയെക്കാൾ മാനവ ചരിത്രത്തെ മാറ്റിമറിച്ച മറ്റൊരു സാങ്കേതിക വിദ്യയും ഉണ്ടാവില്ല. അതിനേക്കാൾ ആഴത്തിലുള്ള ചലനങ്ങൾ ആർട്ടിഫിഷ്യൽ ഇന്റലിജൻസ് ഉണ്ടാക്കുമെന്നാണ് സുന്ദർ പിച്ചായി പറയുന്നത്. നമ്മുടെ ചിന്താശേഷി linear ആയിട്ടാണ് വളരുന്നതെങ്കിൽ സാങ്കേതികവിദ്യയുടെ വളർച്ച exponential ആണ്. അതിനാൽ ഇപ്പോഴും ശൈശവദശ കടക്കാത്ത നിർമിത ബുദ്ധിയുടെ സാങ്കേതിക വിദ്യ ഏതൊക്കെ വഴികളിലൂടെ, എത്രകണ്ട് ആഴത്തിലും പരപ്പിലും വ്യാപിക്കുമെന്ന് ഉറപ്പിച്ച് പറയാനാവില്ല.

മനുഷ്യന്റെ ഭാഷയിൽ അവനോടു പ്രതികരിക്കുന്ന, ChatGPT എന്ന ആപ്ലിക്കേഷന്റെ കടന്നുവരവോടെയാണ് നിർമിത ബുദ്ധി സംബന്ധിച്ച ചർച്ചകൾ സമീപകാലത്ത് വളരെ വ്യാപകമാകുന്നത്.

ChatGPT നിർമ്മിച്ച കമ്പനിയായ OpenAI യുടെ സി ഇ ഒ സാം ആൾട്മാൻ ഇത് സംബന്ധിച്ച് നടത്തിയ നിരീക്ഷണങ്ങൾ ശ്രദ്ധേയമാണ്. മാനവചരിത്രത്തിൽ ഇതുവരെയുണ്ടായ ഏറ്റവും വലിയ സാങ്കേതിക വിപ്ലവങ്ങൾ - കാർഷിക വിപ്ലവം, വ്യവസായിക വിപ്ലവം, കമ്പ്യൂട്ടേഷണൽ വിപ്ലവം - അതുപോലെ ഒന്നാണ് ആർട്ടിഫിഷ്യൽ ഇന്റലിജൻസിന്റെ കടന്നുവരവ് എന്നാണ് അദ്ദേഹത്തിന്റെ നിരീക്ഷണം. സാമ്പത്തിക രംഗത്ത് ഇതുണ്ടാക്കാൻ പോകുന്ന അവിശ്വനീയമായ കുതിച്ചുചാട്ടം മനുഷ്യസമൂഹത്തിൽ വരുത്താൻ പോകുന്ന മാറ്റങ്ങളെ മുൻനിർത്തിയാണ് ആൾട്മാൻ ഇത്തരമൊരു പ്രസ്താവന ചെയ്യുന്നത്. അടുത്ത 100 വർഷത്തിനിടയിൽ മനുഷ്യസമൂഹം കൈവരിക്കാൻ പോകുന്ന സാങ്കേതിക മുന്നേറ്റം തീയും ചക്രങ്ങളും നാം കണ്ടുപിടിച്ചത് മുതൽ ഇന്നുവരെയുള്ളതിനേക്കാൾ വലുതായിരിക്കും എന്നാണ് ആൾട്മാൻ ആവേശത്തോടുകൂടി പറയുന്നത്. ഈ പ്രസ്താവന സാങ്കേതികമായി എത്രകണ്ട് ശരിയാണ്?

കമ്പ്യൂട്ടർ സാങ്കേതിക വിദ്യാവളർച്ചയെ സംബന്ധിച്ച മൂർസ് ലോ പ്രകാരം കമ്പ്യൂട്ടിങ് പവർ 18 മുതൽ 24 മാസകാലയളവിൽ ഇരട്ടിയാകും. ഇത്തരമൊരു പ്രസ്താവന പെട്ടെന്ന് മനസിലാക്കാൻ ബുദ്ധിമുട്ടാണ് എന്നതിനാൽ ഒരുദാഹരണത്തിലൂടെ അത് വ്യക്തമാക്കാം.

മണിക്കൂറിൽ 5 മൈൽ വേഗത്തിൽ സഞ്ചരിക്കുന്ന ഒരു കാറിലാണ് നിങ്ങൾ എന്ന് സങ്കല്പിക്കുക. ഒരു മിനിറ്റ് ഓടുമ്പോൾ സ്പീഡ് നേരെ ഇരട്ടിയാകുന്നു, 10 mph. അടുത്ത ഓരോ മിനിട്ടിലും ഇങ്ങനെ സ്പീഡ് ഇരട്ടിക്കുന്നു എന്നുവിചാരിക്കുക. അങ്ങനെയെങ്കിൽ നാം ഓടിയെത്തുന്ന ദൂരം ആദ്യ മിനിറ്റിൽ 440 അടിയും, മൂന്നാമത്തെ മിനിറ്റിൽ 1760 അടിയും, അഞ്ചാമത്തെ മിനിറ്റിൽ ഒരു മൈലും ആയിരിക്കും, കാർ അപ്പോൾ മണിക്കൂറിൽ 80 മൈൽ വേഗത്തിൽ എത്തും. ഇങ്ങനെ 27 തവണ സ്പീഡ് ഇരട്ടിച്ചാൽ (ഐ സി കണ്ടുപിടിച്ച 1958 നുശേഷം ഇന്നുവരെ കമ്പ്യൂട്ടിങ് പവർ അത്രയ്ക്ക് വർധിച്ചിട്ടുണ്ട്) കാറിന്റെ വേഗത മണിക്കൂറിൽ 671 മൈൽ ആയിരിക്കും. ഈ സമയത്തിനകം 11 ദശലക്ഷം മൈലുകൾ ആ വാഹനം സഞ്ചരിച്ചു കഴിഞ്ഞിരിക്കും. ഇതേ രീതിയിലാണ് കമ്പ്യൂട്ടറുകളുടെ ശേഷി 1950 കളിലെ ആദ്യകാല ഐ സി ചിപ്പുകളുടെ കാലത്തുനിന്നും ഇന്ന് വർധിച്ചിരിക്കുന്നത്, ഇന്നും വർധിച്ചു കൊണ്ടിരിക്കുന്നത്. നമുക്ക് മനസ്സിൽ വിഭാവന ചെയ്യാൻ കഴിയുന്നതിനപ്പുറമാണിത്. നിർമിത ബുദ്ധിയെ സാധ്യമാക്കിയ ഏറ്റവും പ്രധാന ഘടകം കമ്പ്യൂട്ടിങ് പവറിൽ വന്നിരിക്കുന്ന ഈ വർധനയാണ്.

ആർട്ടിഫിഷ്യൽ ഇന്റലിജൻസിന്റെ യുഗത്തിലേക്ക് പ്രവേശിച്ചിരിക്കുന്ന കമ്പ്യൂട്ടിങ് ടെക്നോളജി സാങ്കേതികമായി മാനവരാശിയെ അടിമുടി മാറ്റിത്തീർക്കാൻ പ്രാപ്തമാണ് എന്ന നമ്മുടെ ഒന്നാമത്തെ പരികല്പന ശരി വെക്കുന്നതാണ് ഈ നിരീക്ഷണങ്ങൾ. ഇനി ഇതിന്റെ സാമൂഹിക പ്രത്യാഘാതങ്ങൾ എന്തായിരിക്കും എന്ന രണ്ടാമത്തെ പരികല്പനയിലേക്ക് കടക്കാം.

2

ഉല്പാദന പ്രവർത്തനങ്ങളിലും തൊഴിൽ മേഖലയിലും നിർമിത ബുദ്ധി സൃഷ്ടിക്കുന്ന ചലനങ്ങളെ ലോകം സാകൂതം നോക്കിക്കൊണ്ടിരിക്കുകയാണ്. നിരവധി സാമ്പത്തിക വിശകലന മാതൃകകളും ഇത് സംബന്ധിച്ച് മുന്നോട്ടു വെയ്ക്കപ്പെട്ടിട്ടുണ്ട്. ഉല്പാദനക്ഷമതയിലും സമ്പത്തുല്പാദനത്തിലും നിർമിത ബുദ്ധിയുടെ പ്രയോഗം വൻകുതിച്ചു കയറ്റത്തിന് വഴിതെളിക്കുമെന്നാണ് നിരീക്ഷിക്കപ്പെടുന്നത്. 2035 ൽ, അമേരിക്കയിലെ വളർച്ചാനിരക്ക് ഇരട്ടിയാക്കാൻ നിർമിത ബുദ്ധിയുടെ പ്രയോഗങ്ങൾ വഴിവെക്കുമെന്നാണ് പഠനങ്ങൾ പറയുന്നത്. തൊഴിലാളികളുടെ ഉല്പാദനക്ഷമത 35 ശതമാനം വരെ കൂടും. നിർമിതിബുദ്ധിയുടെ പ്രയോഗങ്ങൾ നിമിത്തം 2030 ൽ അഭൂതപൂർവമായ സമ്പത്തുല്പാദനത്തിലേക്ക് ലോകം എത്തിച്ചേരും. ഈ സമയത്തിനകം ചൈനയുടെ ജിഡിപി വളർച്ച 26 ശതമാനവും ആഗോള ജി ഡി പി വളർച്ച 14 ശതമാനവും വർധിക്കുമെന്നാണ് PWC യുടെ റിപ്പോർട്ട്.

അതേസമയം തൊഴിൽ മേഖലയിലേക്കുള്ള നിർമിത ബുദ്ധിയുടെ കടന്നുവരവ് സംബന്ധിച്ച് വലിയ ആശങ്കകളാണ് പരക്കുന്നത്. വേൾഡ് ഇക്കണോമിക് ഫോറത്തിന്റെ ഒരു റിപ്പോർട്ട് പ്രകാരം 2025 ആകുമ്പോഴേക്കും വിവിധ തൊഴിൽ മേഖലകളിലെ 50 ശതമാനം ടാസ്കുകളും ഓട്ടോമേറ്റ് ചെയ്യപ്പെടും. നിലവിലുള്ളതിനേക്കാൾ 30 ശതമാനത്തിലധികം വരുമിത്. ലോകത്തെമ്പാടുമുള്ള വിവിധ കമ്പനികളിലെ 50 ശതമാനം തൊഴിലാളികൾക്കും പണി നഷ്ടപ്പെടുന്നതിലേക്ക് ഇത് നയിക്കും. ഓട്ടോമേഷനും റോബോട്ടിക്സും നിർമിത ബുദ്ധിയുടെ വ്യാപനവും മൂലം അമേരിക്കയിൽ തൊഴിലില്ലായ്മ വൻതോതിൽ പെരുകുമെന്നാണ് വിദഗ്ധ നിഗമനം. 2000 ത്തിനുശേഷം ഇവിടെ 17 ലക്ഷം തൊഴിലുകൾ ഓട്ടോമേഷൻ മൂലം ഇല്ലാതായിട്ടുണ്ടെന്നാണ് കണക്ക്.

പുതിയ സാങ്കേതികവിദ്യകളുടെ കടന്നുവരവ് തൊഴിൽ നഷ്ടത്തിന് ഇടയാക്കുമെന്ന ആശങ്കക്കെതിരായ ചില മറു വാദങ്ങളുമുണ്ട്.

സൃഷ്ടിപരമായ നശീകരണം (creative destruction) എന്നാണ് ജോസഫ് ഷുംപ്പർ ഇതിനെ വിളിക്കുന്നത്. സാങ്കേതികവിദ്യയുടെ വളർച്ചയ്ക്കൊപ്പം ചില തൊഴിൽ മേഖലകളുടെ നാശവും, ചില തൊഴിലുകളുടെ ഉന്മൂലനവും അനിവാര്യമാണ് എന്നാണ് ഈ സിദ്ധാന്തം. ഒരു ഭാഗത്ത് തൊഴിലുകൾ നഷ്ടപ്പെടുമ്പോഴും അതിൽ പെട്ട തൊഴിലാളികൾ പട്ടിണിയിലാകുമ്പോഴും മറ്റു മേഖലകളിൽ പുതിയ സാധ്യതകൾ ഉണ്ടാകുമത്രേ. പക്ഷേ, പഴയ തൊഴിൽ നഷപ്പെടുന്നവർക്ക് പുതിയ തൊഴിൽ കണ്ടെത്താനും അതിനു തക്ക സാങ്കേതിക വൈദഗ്ധ്യം പുതുതായി ആർജ്ജിച്ചെടുക്കാനും എത്രകണ്ട് സാധിക്കും എന്ന ഉൽക്കണ്ഠകൾ അടിസ്ഥാനരഹിതമല്ല. നമ്മുടെ നാട്ടിലെ അനുഭവം വെച്ചാണെങ്കിൽ നിലവിലുള്ള ഉപജീവന മാർഗങ്ങൾ നഷ്ടപ്പെടുന്നവർ ആത്മഹത്യ ചെയ്യുകയോ പട്ടിണികിടന്നു മരിക്കുകയോ ആകും ഫലം.

വർത്തമാനകാല ലോകത്ത് തൊഴിൽ മേഖലയിലേക്കുള്ള സാങ്കേതികവിദ്യയുടെ കടന്നുവരവ് ഒരു സ്വാഭാവിക പ്രക്രിയ മാത്രമായിട്ടാണ് പൊതുവെ കരുതപ്പെടുന്നത്. ലൂഡ്വിറ്റുകളുടെ പുതിയ തലമുറയ്ക്ക് ഇന്നത്തെ ലോകത്ത് ഒരു സാധ്യതയുമില്ല. ഇവിടെ ഉയരുന്ന ചോദ്യം സാങ്കേതികവിദ്യയുടെ ദ്രുതഗതിയിലുള്ള വളർച്ചയുടെയും വ്യാപകമായ വിന്യാസത്തിന്റെയും ഗുണഫലങ്ങൾ യഥാർത്ഥത്തിൽ ആർക്കാണ് ലഭിക്കുന്നത് എന്നതാണ്.

3

വ്യാവസായികയുഗത്തിന്റെ തുടക്കം, മൂലധനവും തൊഴിലാളിയും തമ്മിലുള്ള സംഘർഷത്തിന്റെ തുടക്കം കൂടിയാണ്. തൊഴിൽ നഷ്ടപ്പെടുത്തുന്ന യന്ത്രങ്ങൾ ഈ സംഘർഷ കാരണങ്ങളിലൊന്നാണ്. സമീപദശകങ്ങളിൽ, കൊയ്ത്തു യന്ത്രങ്ങളും ട്രാക്ടറുകളും കാർഷികമേഖലയിൽ വന്നപ്പോൾ, കമ്പ്യൂട്ടറുകൾ ബാങ്കിങ് രംഗത്ത് വൻതോതിൽ തൊഴിൽ നഷ്ടപ്പെടുത്തും എന്ന ആശങ്ക വ്യാപകമായപ്പോൾ മാത്രം തുടങ്ങിയ ഒന്നല്ല ഇത്. 19-ാം നൂറ്റാണ്ടിൽ ഇംഗ്ലണ്ടിലെ നെയ്ത്തുശാലകളിൽ സ്പിന്നിങ് വീലുകളും യന്ത്രങ്ങളും നെയ്ത്തുതൊഴിലാളികളുടെ തൊഴിൽ നഷ്ടപ്പെടുത്തിയ കാലത്ത് വൻതോതിലുള്ള പ്രക്ഷോഭമാണ് ഉണ്ടായത്. ലൂഡ്വിറ്റുകൾ എന്നറിയപ്പെടുന്ന പ്രക്ഷോഭകാരികൾ നെയ്ത്തുയന്ത്രങ്ങൾ അടിച്ചു തകർത്തത് അർത്ഥശാസ്ത്ര ചരിത്രത്തിലെ സുപ്രധാന സംഭവമാണ്.

സാമൂഹിക പുരോഗതിയിൽ വിശ്വസിക്കുന്ന ഒരാൾക്കും യന്ത്രവൽക്കരണത്തെ എതിർക്കാനാവില്ല എന്നതിൽ തർക്കമില്ല. അതെ

സമയം തൊഴിലാളികളെ കടുത്ത ആശങ്കയിലേക്കും അരക്ഷിതാവസ്ഥയിലേക്കും എറിഞ്ഞുകൊടുത്തുകൊണ്ട് നടപ്പിലാക്കേണ്ട ഒന്നല്ല തീർച്ചയായും യന്ത്രവൽക്കരണം. അതുപോലെ സുപ്രധാനമാണ് സാങ്കേതികവിദ്യയുടെ ഗുണഭോക്താക്കൾ മൂലധനം കയ്യാളുന്നവർ മാത്രമാവരുത് എന്നത്, സാങ്കേതിക വിദ്യാ വികാസത്തിന്റെ മെച്ചം തൊഴിലാളികൾക്കും ലഭിക്കണം. വൻതോതിലുള്ള ഉല്പാദനക്ഷമതയ്ക്കും മിച്ചമൂല്യത്തിന്റെ വൻ വർധനയ്ക്കും വഴിതെളിക്കുന്ന നിർമിതബുദ്ധിയുടെ ഈ കാലത്ത് ഈ പ്രശ്നം വളരെ ഗൗരവത്തിൽ ചർച്ച ചെയ്യപ്പെടേണ്ട ഒന്നാണ്. ഇതിനാവശ്യമായ നിയമ ഭരണ സംവിധാനങ്ങൾ ഏർപ്പെടുത്തണം എന്ന് സാം ആൾട്മാനെപ്പോലുള്ള എ ഐ ഉപജ്ഞാതാക്കൾ തന്നെ ആവശ്യപ്പെടുന്നുണ്ട്. വേണ്ടരീതിയിൽ കൈകാര്യം ചെയ്തില്ല എങ്കിൽ സാമൂഹികമായി വലിയ വിനാശം വിതയ്ക്കാൻ നിർമിത ബുദ്ധി വഴിവെക്കുമെന്ന് ഈ സാങ്കേതികവിദ്യക്ക് ഇന്ന് നേതൃത്വം കൊടുക്കുന്നവർ തന്നെ പറഞ്ഞു തുടങ്ങിയിട്ടുണ്ട്.

അവിദഗ്ധ തൊഴിലാളികളുടെ മേഖലയിൽ മാത്രമല്ല വിദഗ്ധ തൊഴിലാളികൾ പണിയെടുക്കുന്ന മേഖലകളിലും നിർമിത ബുദ്ധിയെ അടിസ്ഥാനമാക്കിയ സംവിധാനങ്ങൾ വൻതോതിൽ തൊഴിൽ ശോഷണമുണ്ടാക്കാൻ ഇടയാക്കും. നമ്മുടെ നാട്ടിലെ ഐ ടി മേഖലയിലെ തൊഴിൽ രംഗത്തെ, നിർമിത ബുദ്ധിയെ അടിസ്ഥാനമാക്കിയ ഓട്ടോമേഷൻ എങ്ങനെ ബാധിക്കുന്നുവെന്ന് നോക്കാം.

75000 ത്തിലധികം ജീവനക്കാർ നേരിട്ട് ജോലിയെടുക്കുന്ന ഒരു കേന്ദ്രമാണ് തിരുവനന്തപുരം ടെക്നോപാർക്ക്. വികസിത രാജ്യങ്ങളിൽ നിന്നും ഔട്ട്സോഴ്സ് ചെയ്യപ്പെട്ടു വരുന്ന സോഫ്റ്റ്‌വെയർ ഡവലപ്മെന്റ് ജോലികളെയാണ് ഇവിടെയുള്ള ചെറുതും വലുതുമായ കമ്പനികൾ ഏതാണ്ട് മുഴുവനും ആശ്രയിക്കുന്നത്. വികസിത രാജ്യങ്ങളിലെ വേതന നിരക്കുമായി തട്ടിച്ച് നോക്കുമ്പോൾ അതിന്റെ പത്തിലൊന്ന് വേതനത്തിൽ പണിയെടുക്കാൻ ഇന്ത്യയെപ്പോലുള്ള വികസ്വര പിന്നോക്ക രാജ്യങ്ങളിൽ ആളെക്കിട്ടും എന്നതാണ് ഐ ടി ജോലികൾ ഇവിടേക്ക് ഔട്ട്സോഴ്സ് ചെയ്യപ്പെടുന്നതിന് അടിസ്ഥാനം. ഇന്ത്യയിലെ ഒരു തൊഴിലാളി 50,000 രൂപ പ്രതിമാസ ശമ്പളത്തിൽ സന്തോഷത്തോടു കൂടി ജോലി ചെയ്യാൻ തയ്യാറാണെന്നിരിക്കെ ഇംഗ്ലണ്ടിലെയോ അമേരിക്കയിലെയോ സമാന സ്കില്ലുകളുള്ള ഒരാൾക്ക് അതിന്റെ പത്തിരട്ടിയെങ്കിലും ശമ്പളം നൽകേണ്ടി വരും. പ്രതിശീർഷ വരുമാനത്തിന്റെ കാര്യത്തിൽ ഈ രാജ്യങ്ങൾ

തമ്മിലുള്ള അന്തരമാണ് ഇതിന്റെ പ്രധാന കാരണം. (ഇന്ത്യയുടെ പ്രതിശീർഷ വരുമാനം 2,700 യു എസ് ഡോളറായിരിക്കെ യു കെയിൽ 47,000 വും അമേരിക്കയിൽ 65,000 വും ആണ്)

സോഫ്റ്റ്‌വെയർ നിർമാണ മേഖലയിലെ വിവിധ ജോലികളിൽ - പ്രോഗ്രാമിങ്, ടെസ്റ്റിംഗ്, ഡോക്യുമെന്റേഷൻ തുടങ്ങി-നിർമിത ബുദ്ധിയെ അടിസ്ഥാനമാക്കിയ ഓട്ടോമേഷൻ പ്രയോഗത്തിൽ വന്നാൽ ഇന്ത്യയടക്കമുള്ള വികസ്വര രാജ്യങ്ങളിലേക്ക് ജോലികൾ ഔട്ട്സോഴ്സ് ചെയ്യപ്പെടുന്നതിന്റെ ആവശ്യകത ഗണ്യമായി കുറയും. സോഫ്റ്റ്‌വെയർ വികസന രംഗത്തെ പല തൊഴിലുകളും ചെയ്യാൻ നിർമിത ബുദ്ധിയെ അടിസ്ഥാനമാക്കിയ സോഫ്റ്റ്‌വെയറുകൾ പര്യാപ്തമാണ്. മുൻപ് 10 പേർ ചെയ്തിരുന്ന തൊഴിലെടുക്കാൻ ഒരാൾ മാത്രം മതിയെന്ന സാഹചര്യം ഇതോടെ സംജാതമാകും. വളരെ കൃത്യമായി നിർവചിക്കാനും യാന്ത്രികമായി ആവർത്തിച്ച ചെയ്യാനും പറ്റിയ കോഡിങ് പോലുള്ള പണികൾ പലതും മനുഷ്യൻ ചെയ്യുന്നതിനേക്കാൾ സൂക്ഷ്മതയോടെയും കാര്യക്ഷമമായും ചെയ്യാൻ നിർമിത ബുദ്ധിയെ അടിസ്ഥാനമാക്കിയ ആപ്ലിക്കേഷനുകൾക്ക് സാധിക്കും. ഇതിനകം തന്നെ പല സോഫ്റ്റ്‌വെയർ ഡെവലപ്മെന്റ് കമ്പനികളും ഇതുപയോഗപ്പെടുത്തുന്നുണ്ട്. സോഫ്റ്റ്‌വെയർ ടെസ്റ്റിംഗ് പോലുള്ള പണികൾ മുൻപേ തന്നെ ഓട്ടോമേറ്റ് ചെയ്യപ്പെട്ടതാണ്. മനുഷ്യഭാഷ കൈകാര്യം ചെയ്യാൻ വൈദഗ്ദ്ധ്യം നേടിയ ചാറ്റ് ജി പി ടി പോലെയുള്ള ആപ്ലിക്കേഷനുകൾ ടെക്സ്റ്റ് അടിസ്ഥാനമാക്കിയ പണികൾ അനായാസം ചെയ്യുന്ന ഈ കാലത്ത് ഡോക്യുമെന്റേഷൻ പോലുള്ള പണികൾ ചെയ്യാൻ ഒരു തൊഴിലാളിയുടെ നേരിട്ടിടപെടൽ ആവശ്യമില്ല.

ഇന്ത്യയിലേക്ക് ഔട്ട്സോഴ്സ് ചെയ്യപ്പെടുന്ന സോഫ്റ്റ്‌വെയർ പണികളിൽ നല്ലൊരു പങ്ക് താഴ്ന്ന നിലവാരത്തിലുള്ള, ബുദ്ധിപൂർവം ആലോചിച്ച് കോഡെഴുതേണ്ട ആവശ്യമില്ലാത്ത പണികളാണ് എന്നുകൂടി ഓർക്കുമ്പോഴാണ് ഇതുണ്ടാക്കാനിടയുള്ള ആഘാതം എത്ര വലുതായിരിക്കുമെന്ന് കാണാനാകുന്നത്. സോഫ്റ്റ്‌വെയർ ഡെവലപ്മെന്റ് പ്രോസസ്സിലെ ഡിസൈനിംഗ്, ആർക്കിടെക്ചറിങ് തുടങ്ങിയ സങ്കീർണ പ്രശ്നങ്ങൾ, സർഗാത്മക ചിന്ത ആവശ്യമായ കാര്യങ്ങൾ, ഏതാണ്ട് മുഴുവനും ആദ്യഘട്ടത്തിൽ തന്നെ പരിഹരിക്കപ്പെട്ടിട്ടുണ്ടാകും. അങ്ങിനെ തയ്യാറാക്കപ്പെട്ട ഡോക്യുമെന്റേഷൻ നോക്കി സോഫ്റ്റ്‌വെയർ ഡെവലപ്മെന്റ് നടത്തുന്നവരാണ് മഹാഭൂരിപക്ഷം ഐ ടി തൊഴിലാളികളും.

നിർമിത ബുദ്ധിയെ അടിസ്ഥാനമാക്കിയ യന്തിരന്മാർ പരമ്പരാഗത ഐ ടി തൊഴിലാളികൾക്ക് ഭീഷണിയാകാൻ അധികകാലം വേണ്ടിവരില്ല. സൃഷ്ടി സൃഷ്ടാവിനെ വിഴുങ്ങുന്നതിലേക്കാണ് ഐ ടി രംഗത്തെ നിർമിത ബുദ്ധിയുടെ സ്ഥിതി പോകുന്നത്.

സമാനമായ കാര്യങ്ങൾ പല തൊഴിൽ മേഖലകളിലും സംഭവിച്ചുകൊണ്ടിരിക്കുന്നുണ്ട്. ലഭ്യമായ ഡാറ്റ നോക്കി ഫിനാൻഷ്യൽ വിശകലനങ്ങൾ നടത്തുക, ലാബ് റിപ്പോർട്ടുകൾ അനലൈസ് ചെയുക, തൊഴിലാളികളുടെ പെർഫോമൻസ് നോക്കി കൂലി തിട്ടപ്പെടുത്തുക, ഉത്പാദനക്ഷമതയുടെ അടിസ്ഥാനത്തിൽ തൊഴിലാളികളെ വിവിധ വിഭാഗങ്ങളാക്കുക ഇതൊക്കെ ഇതിനകം തന്നെ മനുഷ്യൻ നിർമിച്ച യന്ത്രങ്ങൾ ഏറ്റെടുത്തു കഴിഞ്ഞു. പല മേഖലകളിലും ഇത് സംബന്ധിച്ച ഗവേഷണങ്ങൾ തീവ്രഗതിയിൽ നടക്കുകയാണ്. സ്വയം ഓടുന്ന വാഹനങ്ങൾ നിർമിച്ചെടുക്കാൻ ഇന്ന് വൻകിട കമ്പനികൾ ചെലവഴിക്കുന്ന ഗവേഷണ മൂലധനത്തിന്റെ അളവ് ഭീമമാണ്. ഇത് ഫലപ്രദമായാൽ ഡ്രൈവിംഗ് പണികൾ തന്നെ ഇല്ലാതായേക്കാം. സയൻസ് ഫിക്ഷൻ ലോകത്തെ ഭാവനയല്ല ഇതിന്ന്. ഓട്ടോമേഷൻ വ്യാപകമായതോടെ മനുഷ്യൻ നേരിട്ട് ചെയ്യുന്ന മെഡിക്കൽ ട്രാൻസ്ക്രിപ്ഷൻ പണികൾ ഗണ്യമായി ചുരുങ്ങിയിട്ടുണ്ട്. വലിയൊരു വിഭാഗം തൊഴിലാളികളാണ് നമ്മുടെ ഐ ടി പാർക്കുകളിൽ ഈ മേഖലയിൽ വൻതോതിൽ ജോലികളിൽ ഏർപ്പെട്ടിരിക്കുന്നത്.

മൂന്നാം ലോക രാഷ്ട്രങ്ങളിലെ സ്വെറ്റ്ഷോപ്പുകളിൽ തുച്ഛമായ വേതനത്തിന് എല്ലുമുറിയെ പണിയെടുക്കാൻ മടിയില്ലാത്തവരുടെ തൊഴിൽ സേനയാണ് വികസിത രാജ്യങ്ങളിലെ അഭിവൃദ്ധിയെ ഇന്ന് നിലനിർത്തുന്ന പ്രധാന ഘടകങ്ങളിലൊന്ന്. ഫ്യൂഡൽ അർദ്ധ ഫ്യൂഡൽ സാഹചര്യങ്ങളിലെ കൊടിയ ചൂഷണത്തിൽനിന്നും രക്ഷപെടാൻ, വൻതോതിൽ വളർന്നുവരുന്ന മഹാനഗരങ്ങൾക്കാവശ്യമായ തൊഴിൽ ശക്തി പ്രദാനംചെയ്ത, അവിടങ്ങളിലേക്കു കുടിയേറിയ ദരിദ്ര നാരായണന്മാർക്കും അത് ഒരു പരിധിവരെയെങ്കിലും ഗുണകരമായിരുന്നു. എന്നാൽ ആ സാഹചര്യത്തെ മാറ്റിമറിച്ച്, അവികസിത രാജ്യങ്ങളിലെ വില കുറഞ്ഞ തൊഴിൽ ശക്തിയെ ആശ്രയിക്കാതെ തന്നെ ആഗോള മൂലധനത്തിന് മുൻപോട്ടു പോകാനുള്ള വാതായനങ്ങളാണ് ഇന്ന് തുറക്കപ്പെടുന്നത്. ഇത് മനുഷ്യസമൂഹത്തെ എവിടെയെത്തിക്കും എന്നതാണ് അടുത്ത ചോദ്യം.

4

ഒരു വഴിക്ക് വൻതോതിൽ സാമ്പത്തിക വളർച്ചയുള്ള സാഹചര്യമുണ്ടാവുക. അതേസമയം തന്നെ തൊഴിലുകൾ വ്യാപകമായി ഇല്ലാതാവുക. ഇത്തരമൊരു സവിശേഷ സാഹചര്യമാണ് നിർമിത ബുദ്ധിയിലെത്തിനിൽക്കുന്ന കമ്പ്യൂട്ടിങ് സാങ്കേതിക വിദ്യയുടെ ഈ കാലത്ത് രൂപപ്പെട്ടിരിക്കുന്നത്. തൊഴിൽ രഹിത സാമ്പത്തിക വളർച്ച എന്ന ഈ പ്രതിഭാസം 2000 ത്തിൽത്തന്നെ ആരംഭിച്ചതാണ്. വൻതോതിൽ പെരുകുന്ന അസമത്വത്തിന്റെ ഒരു പ്രധാനകാരണമായി സാങ്കേതികവിദ്യയുടെ വളർച്ചതന്നെ മാറുകയാണ്.

എങ്ങനെയാണ് മനുഷ്യസമൂഹം ഈ പ്രതിസന്ധിയെ നേരിടാൻ പോകുന്നത്? ഒരു സാമൂഹിക ഘടനയുടെ സ്വഭാവത്തെയും അവിടെ നിലനിൽക്കുന്ന അധികാര ബന്ധങ്ങളെയും നിർണയിക്കുന്നത് ആ സമൂഹത്തിലെ ഉല്പാദനശക്തികളുടെ വികാസമാണ്, അത് സൃഷ്ടിക്കുന്ന വൈരുധ്യങ്ങളാണ്. ഫ്യൂഡൽ കാർഷിക ബന്ധങ്ങൾ തകർന്നതും അതിനെ ആസ്പദമാക്കി നിലകൊണ്ടിരുന്ന അധികാര സ്ഥാപനങ്ങൾ കാലഹരണപ്പെട്ടതും കൂടുതൽ ജനാധിപത്യത്തിലധിഷ്ഠിതമായ വ്യാവസായിക സമൂഹം വളർന്നുവന്നതുമെല്ലാം നമ്മുടെ ചരിത്രത്തിലുണ്ട്. ആ ഒരു കാഴ്ചപ്പാടിൽ നോക്കിയാൽ ഈ പുതിയ കമ്പ്യൂട്ടിങ് സാങ്കേതിക വിദ്യകൾ, അത്ഭുതപൂർവമായ സമ്പത്തുല്പാദന ശേഷിയുള്ളത്, അതേസമയം വൻതോതിൽ തൊഴിലുകൾ വെട്ടിക്കുറയ്ക്കാൻ പര്യാപ്തമായത്, രൂപപ്പെടുത്തിയെടുക്കാൻ പോകുന്നത് ഏതു സ്വഭാവത്തിലുള്ള സമൂഹത്തെ ആയിരിക്കും. ഇവ തമ്മിലുള്ള വൈരുധ്യങ്ങൾ നിലവിലുള്ള സാമൂഹിക ബന്ധങ്ങളെത്തന്നെ മാറ്റിത്തീർക്കുമോ?

അവരവർക്ക് ആവശ്യമുള്ളതത്രയും എടുത്തുപയോഗിക്കാൻ എല്ലാവർക്കും പറ്റുന്ന ഒരു സമൂഹത്തെയാണ് കമ്യൂണിസ്റ്റ് സമൂഹമായി മാർക്സ് വിഭാവന ചെയ്തത്. അളവറ്റ സമ്പത്ത് ഉല്പാദിപ്പിക്കപ്പെടുന്ന ഒരു ലോകത്തെ സൃഷ്ടിക്കാൻ നിർമിതബുദ്ധിക്ക് കഴിയും എന്നതിൽ തർക്കമില്ല. അതേസമയം ഈ സമ്പത്തിന്റെ പുനർവിതരണത്തിന്റെ സാധ്യത എത്രത്തോളമുണ്ട്. ഉല്പാദന പ്രക്രിയയിൽ നിന്ന് തള്ളപ്പെടുന്ന തൊഴിലാളിക്ക്, കൂലിവേലയിൽനിന്നും എടുത്തു മാറ്റപ്പെടുന്ന തൊഴിലാളിക്ക് ജീവിക്കാനാവശ്യമായ സാഹചര്യം എങ്ങനെ ഒരുക്കും. തൊഴിൽ നഷ്ടം ഒരു ഹ്രസ്വകാല പ്രതിഭാസം മാത്രമായിരിക്കുമോ. മൂലധനവും തൊഴിൽ ശക്തിയും തമ്മിലുള്ള വൈരുധ്യങ്ങൾ പുതിയൊരു സമൂഹസൃഷ്ടിക്ക് കളമൊരുക്കുമോ?

നാളിതുവരെയുള്ള പ്രതിസന്ധികളെ മൂലധനം പല രൂപത്തിൽ മറികടന്നിട്ടുണ്ട്. വരാനിടയുള്ള സാമൂഹിക സംഘർഷങ്ങളെയും അത് ഇത്തരത്തിൽ കൈകാര്യം ചെയ്യുമോ?

14 ാം നൂറ്റാണ്ടിന്റെ ആദ്യപകുതിയിൽ യൂറോപ്പിലുണ്ടായ ബ്യൂബോണിക് പ്ലേഗ് യൂറോപ്യൻ സാമൂഹിക സാമ്പത്തിക ഘടനയെ എങ്ങനെയാണ് മാറ്റിമറിച്ചതെന്ന ചരിത്രം നമ്മുടെ മുന്നിലുണ്ട്. അന്ന് പ്ലേഗ് വിതച്ച കറുത്ത മരണത്തിൽ യൂറോപ്പിലെ ജനതയിൽ പകുതിയും തുടച്ചു നീക്കപ്പെട്ടു. അതിനു ശേഷമുള്ള സമൂഹത്തിൽ നേരിട്ട തൊഴിൽ ശക്തിയുടെ കടുത്ത അഭാവം തൊഴിലാളികളുടെ വിലപേശൽ ശേഷിയെ കുത്തനെ ഉയർത്തി. വികസിച്ചുവരുന്ന നഗരങ്ങൾക്കാവശ്യമായ തൊഴിൽ ശക്തി പ്രദാനം ചെയ്യാൻ ഗ്രാമങ്ങളിൽ നിന്ന് നഗരങ്ങളിലേക്ക് വൻതോതിലുള്ള കുടിയേറ്റമുണ്ടായി. ഇത് ഗ്രാമീണ മേഖലകളിലെ അടിയാള ഫ്യൂഡൽ സമ്പ്രദായത്തെ ഇല്ലാതാക്കി. പൗരോഹിത്യവും രാജഭരണവും ചേർന്നുള്ള നൂറ്റാണ്ടുകൾ പഴക്കമുള്ള ഭരണ സമ്പ്രദായത്തെ അത് തകർത്തു. പുതിയ ഭരണ സംവിധാനങ്ങളിലേക്ക് യൂറോപ്യൻ സമൂഹം മാറി. അടിസ്ഥാന ഉല്പാദന ഘടകങ്ങളിൽ ഉണ്ടാകുന്ന മാറ്റങ്ങൾക്ക് സൃഷ്ടിക്കാൻ കഴിയുന്ന സാമൂഹിക മാറ്റത്തെയാണ് ഈ മഹാമാരി കാട്ടിത്തന്നത്.

നിർമിത ബുദ്ധിയുടെ ലോകത്ത് കാര്യങ്ങൾ വ്യത്യസ്തമാണ്. തൊഴിൽ ശക്തിക്ക് വിലപേശൽ ശേഷി നഷ്ടപ്പെടുന്ന വിപരീത സാഹചര്യമാണ് സംജാതമാകുന്നത്. ഉല്പാദനപ്രക്രിയയിൽ മൂലധനത്തിന്റെ പങ്ക് ഉയരുകയും തൊഴിൽ ശക്തിയുടേത് കുറയുകയുമാണ്. അതുണ്ടാക്കുന്ന സംഘർഷങ്ങൾ ഭരണമാറ്റങ്ങൾക്ക് വഴി തെളിക്കുമോ? ദേശരാഷ്ട്രങ്ങളുടെ അധികാരത്തിൽ ഇന്ന് മൂലധനത്തിനുള്ള മേൽകൈ നഷ്ടപ്പെടാൻ അതിടയാക്കുമോ? എങ്കിൽ നീതിയുക്തമായ വിതരണത്തെ അടിസ്ഥാനമാക്കിയ പുതിയൊരു ലോകം സാധ്യമാകും. മറിച്ചാണെങ്കിൽ കറുത്ത നാളുകളിലേക്ക് ഭൂരിപക്ഷം ജനതയും എടുത്തെറിയപ്പെടും. സാങ്കേതിക വിദ്യയുടെ വളർച്ച സൃഷ്ടിക്കുന്ന വർഗസംഘർഷങ്ങൾ ഉരുത്തിരിഞ്ഞു വരുന്നതെന്നതിനെ അടിസ്ഥാനമാക്കി മാത്രമേ ഈ ദിശാനിർണയം സാധ്യമാകൂ. അത് കാത്തിരുന്നു കാണുകതന്നെ വേണം.

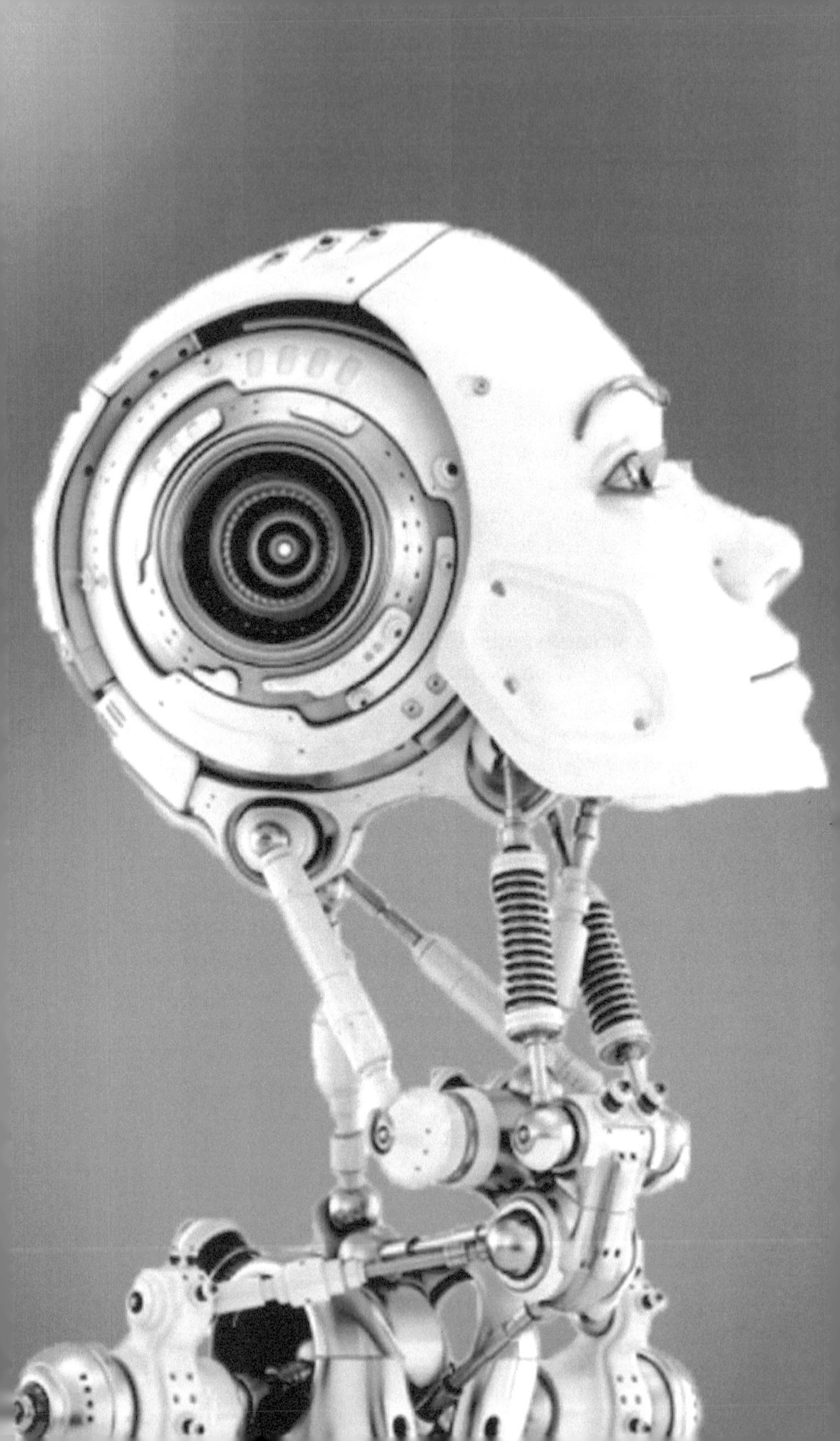

വെബ് തിരയലും പാരിസ്ഥിതിക രാഷ്ട്രീയവും, പിന്നെ നിർമ്മിത ബുദ്ധിയും

ദീപക് പി

കാലാവസ്ഥാവ്യതിയാനവും പാരിസ്ഥിതികച്ചൂഷണവുമായി ബന്ധപ്പെട്ടുള്ള ചർച്ചകളിൽ പലപ്പോഴും ഹൈ-ടെക് വിവരാധിഷ്ഠിത സാങ്കേതിക വിദ്യകൾ താരതമ്യേന നിരുപദ്രവകരം എന്ന രീതിയിലാണ് അവതരിപ്പിക്കപ്പെടുന്നത്. ഐ ടി സേവനങ്ങൾക്കായി ആകെ ആവശ്യം കമ്പ്യൂട്ടറുകളാണ്, വലിയ കമ്പ്യൂട്ടറുകളായ സെർവറുകളാണ്. അവയുപയോഗിക്കുന്ന വൈദ്യുതി ആവട്ടെ താരതമ്യേന പ്രകൃതിക്ക് കോട്ടം വരാത്ത രീതിയിൽ ഉൽപ്പാദിപ്പിക്കാവുന്നതുമാണ്. ഈ ലളിത യുക്തിയുടെ വെളിച്ചത്തിൽ തീർച്ചയായും ഐ ടി സേവനങ്ങൾ കാർബൺ ബഹിർഗമനം കുറഞ്ഞ ഒരു സാങ്കേതികമേഖലയായി അനുഭവപ്പെടും. ഐ ടിയെക്കുറിച്ചുള്ള ഇത്തരം സാമൂഹിക ധാരണകളുടെ പശ്ചാത്തലത്തിലാണ് വെബ് തിരയൽ സേവനങ്ങളുടെ പാരിസ്ഥിതിക രാഷ്ട്രീയം ഇവിടെ പ്രസക്തമാകുന്നത്.

രണ്ടു മൂന്ന് വർഷം മുമ്പ് ഒരു സുഹൃത്തുമായി ഉണ്ടായ ഒരു സംഭാഷണം ഇരുത്തി ചിന്തിപ്പിച്ച ഒന്നായിരുന്നു, അയാളുടെ വാദം ഏതാണ്ടിങ്ങനെ സംഗ്രഹിക്കാം. 'പഴയ കാലത്തു ഒരു ഹോട്ടൽ ബുക്ക് ചെയ്യണമെങ്കിൽ ടെലിഫോൺ ഡയറക്ടറി അല്ലെങ്കിൽ

ടൂറിസ്റ്റ് ഗൈഡ് ബുക്ക് ഉപയോഗിക്കണം. ഇന്നിപ്പോൾ ഗൂഗിൾ മുഖേന എല്ലാം വിരൽത്തുമ്പിൽ ഉണ്ട്. വലിയ തടിച്ച ടെലിഫോൺ ഡയറക്ടറികൾ അച്ചടിക്കാൻ എത്ര മരങ്ങൾ മുറിക്കണം. ഗൂഗിൾ മുഖേന എത്ര വനനശീകരണമാണ് ഇന്ന് കുറയ്ക്കാൻ കഴിഞ്ഞത്. ഇതിന് സമാനമായ വാദങ്ങൾ എല്ലാവരും കേട്ടുകാണേണ്ടതാണ്. അതിപ്പോൾ ഇ-റീഡറുകളുടെ കാര്യത്തിലാണെങ്കിലും, പത്രങ്ങളുടെ കാര്യത്തിലാണെങ്കിലും നൂതന വിവരാന്വേഷണ സംവിധാനങ്ങൾ മുഖേന പഴയ സംവിധാനങ്ങളെ അപേക്ഷിച്ച് പാരിസ്ഥിതിക വിഷയത്തിൽ എത്രത്തോളം മെച്ചമുണ്ടായി എന്ന കാര്യത്തിൽ മിക്കവർക്കും ഒരൊറ്റ അഭിപ്രായമാണ്. ഏറ്റവും ഒടുക്കം കേട്ടത് സിനിമ കാണാൻ തിയറ്ററിൽ പോകുന്നതിന് പകരം ഒ ടി ടി ഉപയോഗിക്കുമ്പോൾ നാം എത്രമാത്രം ഇന്ധനവും പാഴ്ച്ചെലവും ഒഴിവാക്കുന്നു എന്നതാണ്.

ആധുനിക സാങ്കേതികവിദ്യകൾ പാരിസ്ഥിതികമായി വലിയ ഗുണങ്ങൾ നമുക്ക് സമ്മാനിച്ചിട്ടുണ്ടോ? പരിസ്ഥിതിയെ ചൂഷണം ചെയ്യുക എന്നത് മുതലാളിത്തത്തിന്റെ അടിത്തറയിൽ ഉൾക്കൊള്ളുന്നതാണ് എന്ന സാമ്പ്രദായിക മാർക്സിയൻ നിരീക്ഷണം മുതലാളിത്തത്തിന്റെ തന്നെ സൃഷ്ടികളായ ആധുനിക വിവരാധിഷ്ഠിത സാങ്കേതികവിദ്യകളുടെ കാര്യത്തിൽ പാളിപ്പോകുന്നുവോ? വെബ് തിരയൽ എന്ന ഏറ്റവും ലളിതമായ, എല്ലാവരും ഉപയോഗിക്കുന്ന, സാങ്കേതികവിദ്യയും പാരിസ്ഥിതിക ചൂഷണവുമായിട്ടുള്ള ബന്ധം പരിശോധിക്കുകയാണിവിടെ. ആ ബന്ധം മുതലാളിത്തവുമായിട്ടുള്ള ബന്ധത്തിലൂടെയാണ് എന്നതിനാൽ അതും സ്പർശിച്ച് പോവേണ്ടതായിട്ടുണ്ട്.

വെബ് തിരയലിൽ ദൃശ്യമാകുന്നതും ദൃശ്യമാകാത്തതും

മറ്റൊരു വ്യക്തിപരമായ അനുഭവത്തിൽനിന്ന് തുടങ്ങാം. എറണാകുളത്ത് ജീവിച്ച് വളർന്ന ഒരാൾ എന്ന നിലയിൽ എറണാകുളത്തിന് സമീപമുള്ള ടൂറിസ്റ്റ് കേന്ദ്രങ്ങൾ എല്ലാം പരിചയമുണ്ട്. എന്നാലും ഇടയ്ക്കൊക്കെ പുതിയ കേന്ദ്രങ്ങൾ 'ട്രെൻഡിങ്' ആവുമല്ലോ. അങ്ങനെ അടുത്തിടെ കേട്ട ചിലതാണ് പാണിയേലിപോര് എന്നൊക്കെയുള്ള സ്ഥലങ്ങൾ. ഇനി അതുപോലെ വേറെ എന്തൊക്കെയുണ്ട് എന്നറിയാനായി ഒന്ന് തിരയാം എന്നുവെച്ച് ഗൂഗിളിൽ കഴിഞ്ഞ വർഷം ഒരു ക്വറി കൊടുത്തു: "one day trips from kochi." കൊച്ചിയുമായി പരിചയമുള്ള ഒരാൾ സ്വാഭാവികമായും ആദ്യത്തെ ഫലങ്ങളിൽ പ്രതീക്ഷിക്കുക ഒരുപക്ഷേ, അതിരപ്പള്ളി വെള്ളച്ചാ

ട്ടമാവാം, അല്ലെങ്കിൽ ആലപ്പുഴയിലെയോ മാരാരിക്കുളത്തെയോ കടപ്പുറം ആവാം. അല്ലെങ്കിൽ കുമരകം ഒരു നല്ല സാധ്യതയാണ്, അതുമല്ലങ്കിൽ ഒരുപക്ഷേ മൂന്നാർ.

ഇതിൽ വെബ് ഫലങ്ങളിൽ വന്നത് എന്തൊക്കെയാണ്, വരാത്തത് എന്തൊക്കെയാണ് എന്ന് പരിശോധിച്ചാൽ ഗൂഗിളിന്റെ രീതികൾ ഒരു പരിധിവരെ നമുക്ക് വായിച്ചെടുക്കാം. ആദ്യം വന്ന വയിൽ അതിരപ്പള്ളി വെള്ളച്ചാട്ടം ഉണ്ട്. പക്ഷേ, വെള്ളച്ചാട്ടത്തിന്റെ സർക്കാർ വെബ് സൈറ്റ് അല്ല ഗൂഗിൾ കാണിച്ചുതന്നത്, വെള്ളച്ചാട്ടത്തിലേക്ക് ടൂർ പാക്കേജ് ബുക്ക് ചെയ്യാനുള്ള വെബ്സൈറ്റ് ആണ്. ആലപ്പുഴ കടപ്പുറം ഒന്നും കണ്ടില്ലെങ്കിലും, ആലപ്പുഴ ഹൗസ് ബോട്ടുകളുടെ ചിത്രങ്ങൾ ആദ്യഫലങ്ങളിൽ വിലസുന്നുണ്ട്. പക്ഷേ, അവിടെയും ആലപ്പുഴ ഹൗസ് ബോട്ട് ബുക്ക് ചെയ്യാനുള്ള വലിയ ടൂറിസ്റ്റ് കമ്പനികളുടെ ലിങ്കുകൾ തന്നെ. ആലപ്പുഴ, മാരാരിക്കുളം കടപ്പുറത്തേക്കോ കുമരകം പക്ഷിസങ്കേതത്തിലേക്കോ ഒന്നും പാക്കേജ് ടൂർ ഇല്ലാത്തത് കൊണ്ടായിരിക്കാം, അവയൊന്നും ആദ്യഫലങ്ങളിൽ കണ്ടതുമില്ല.

വെബ് തിരയലും മുതലാളിത്തവും

വെബ് തിരയലിന്റെ പാരിസ്ഥിതികവശങ്ങളെക്കുറിച്ച വിശകലനം ചെയ്യുന്നതിന് മുമ്പ് അതിന്റെ മുതലാളിത്ത ബന്ധങ്ങൾ പരിശോധിക്കേണ്ടതുണ്ട്. കാരണം മുതലാളിത്തത്തിന്റെ രീതികൾ പ്രവർത്തിക്കുന്നതിലൂടെയാണ് വെബ് തിരയൽ പരിസ്ഥിതിയുമായി ഒരു സവിശേഷ ബന്ധത്തിലേർപ്പെടുന്നത്.

ടൂറിസം സേവനദാതാക്കളെ രണ്ടു വിഭാഗങ്ങളായി തിരിച്ചു കാണാവുന്നതാണ്. ആദ്യത്തേത് ലാഭം എന്നത് ലക്ഷ്യമാക്കി പ്രവർത്തിക്കുന്ന വൻകിട ടൂർ പാക്കേജ് സേവനദാതാക്കൾ. അങ്ങനെ ഒരു സേവനദാതാവിനെ തിരഞ്ഞെടുത്തു ആലപ്പുഴ ഹൗസ് ബോട്ട് പാക്കേജിന് ഒരു പതിനായിരം രൂപ നൽകുകയാണെങ്കിൽ അതിൽ അവർ മൂവായിരം രൂപ കൊടുത്തു കാർ ഏർപ്പാടാക്കുമായിരിക്കും, നാലായിരം രൂപ മുടക്കി ഹൗസ് ബോട്ടും ഏർപ്പാടാക്കുമായിരിക്കും. ബാക്കി മൂവായിരം അവർ സ്വന്തം കീശയിലും ആക്കും, അതാണ് അവരുടെ ലാഭം. സേവനം യാഥാർഥ്യമാക്കാനായി അദ്ധ്വാനം ചെയ്യുന്നവർക്ക് ഏഴായിരം രൂപ, ബാക്കി ഇടനിലക്കാരന്. മാർക്സിസ്റ്റ് ആശയങ്ങളിൽ പ്രധാനമായ നിർമ്മാണപ്രക്രിയയിലെ മിച്ചമൂല്യം എന്നതിന്റെ പശ്ചാത്തലത്തിൽ വീക്ഷിക്കുകയാണെങ്കിൽ, ഇവിടെ ഇടനിലക്കാരനാണ് മുതലാളി, അയാൾ കൈവശപ്പെടുത്തുന്ന മിച്ച

മൂല്യമാണ് മൂവായിരം രൂപ. രണ്ടാമത്തെ തരം സേവനദാതാക്കൾ ചെറുകിട ഹൗസ് ബോട്ട് ഉടമകളാണ്. ആലപ്പുഴയിലെ സ്റ്റാർട്ടിങ് പോയിന്റ് എന്ന സ്ഥലത്ത് എത്തിയാൽ (അതെ, അങ്ങനെയൊരു സ്ഥലമുണ്ട്, നെഹ്റു ട്രോഫി വള്ളംകളിയുടെ സ്റ്റാർട്ടിങ് പോയിന്റ്!) അവിടെ നിരവധിയായ ഹൗസ് ബോട്ടുകൾ പാർക്ക് ചെയ്തിരിക്കുന്നത് കാണാം. പലതും സ്വന്തം ഉപജീവനത്തിനായി ചെറുകിടക്കാർ നടത്തുന്നവ, അവയിൽ പ്രാദേശിക തൊഴിലാളികൾ ഉണ്ടാവുമെങ്കിലും, മിച്ചമൂല്യം എന്നതല്ല ചെറുകിട മുതലാളിയുടെ പ്രധാന ലക്ഷ്യം, ഉപജീവനമാണ്. അങ്ങോട്ടേക്ക് പോകാനായി ടാക്സി, ഓട്ടോ സേവനങ്ങൾ ആശ്രയിക്കുകയാണെങ്കിൽ, അത്തരം സേവനദാതാക്കളുടെയും ലക്ഷ്യം ഉപജീവനമാണെന്ന് കാണണം.

മേൽപ്പറഞ്ഞ വർഗ്ഗീകരണത്തിൽ ഗൂഗിളിന്റെ ഫലങ്ങളിൽ ആദ്യതരം ഫലങ്ങൾ എത്ര എന്നും രണ്ടാമത്തെ തരം എത്ര എന്നും നോക്കിയാൽ ആദ്യത്തേതാണ് ഏറ്റവും കൂടുതൽ എന്ന് കാണാം. രണ്ടാമത്തെ തരം സേവനദാതാക്കൾ ആരുംതന്നെ ഗൂഗിളിന്റെ ആദ്യ പേജിൽ ഇടം പിടിച്ചില്ല എന്നും വരാം. ഗൂഗിൾ എന്ന കമ്പനി വെബ് തിരയൽ രംഗത്തെ കുത്തകയായത് കാരണം ഈ നിരീക്ഷണം അവതരിപ്പിക്കാൻ അതിനെ പേരെടുത്തു പറഞ്ഞു എന്നേയുള്ളൂ, ഏതൊരു വാണിജ്യ വെബ് തിരയൽ സേവനത്തിന്റെയും കാര്യത്തിലും ഇതൊക്കെ തന്നെയാണ് സംഭവിക്കുക. വൻകിടക്കാർ തന്നെയാവും വെബ് ഫലങ്ങളിൽ ആദ്യം ദൃശ്യമാവുക. ഇത് വായനക്കാർക്ക് പലതരം ക്വറികൾ ഉപയോഗിച്ച് പരിശോധിച്ച് നോക്കാവുന്നതാണ്.

ടൂറിസം, കൊച്ചിയിൽനിന്നുള്ള യാത്ര എന്നതൊക്കെ ഒരു ഉദാഹരണം എന്ന നിലയിൽ വിവരിക്കാൻ എളുപ്പത്തിന് പറഞ്ഞതാണ്. ഇതേ രീതികൾ പൊതുവിൽ കാണാവുന്നതാണ്, ഗൂഗിളിന്റെ അടിസ്ഥാന സ്വഭാവം തന്നെയാണ് വൻകിട ലാഭേച്ഛ ലക്ഷ്യമാക്കി പ്രവർത്തിക്കുന്നവരോടുള്ള പക്ഷപാതിത്വം. അടുത്തുള്ള ബാർബർ ഷോപ്പിനോ ചായക്കടയ്ക്കോ മറ്റോ തിരഞ്ഞു നോക്കുക, "barber shop near me" എന്നോ മറ്റോ തിരഞ്ഞാൽ മതിയാവും. പരിചിതമായതും ദശാബ്ദങ്ങളായി നടന്നുവരുന്നതും ആയ അയൽപക്കത്തെ ബാർബർ ഷോപ്പിനും ചായക്കടയ്ക്കും മുകളിലായിരിക്കും കഴിഞ്ഞ വർഷങ്ങളിൽ തുറന്ന വൻകിട ബാർബർ ഷോപ്പ്/ചായക്കട ചെയിൻ ഔട്ട്ലെറ്റുകൾ വെബ് ഫലങ്ങളിൽ സ്ഥാനം പിടിക്കുക. ഇവിടെയും മുതലാളിത്ത രീതിയിൽ പ്രവർത്തിക്കുന്ന-ചെറിയ വേ

തനത്തിൽ തൊഴിലാളികളെ വെച്ച് ലാഭം ലക്ഷ്യമാക്കി പ്രവർത്തിക്കുന്ന-വാണിജ്യസ്ഥാപനങ്ങൾക്കാണ് മുൻതൂക്കം.

ഗൂഗിളിന്റെ അൽഗോരിതങ്ങൾ വൻകിട വാണിജ്യസ്ഥാപനങ്ങളെ സെർച്ച് ഫലങ്ങളിലെ സ്ഥാനത്തിന്റെ കാര്യത്തിൽ കയ്യയച്ച സഹായിക്കുന്നു എന്നത് ഇന്ന് വ്യാപകമായി നിരീക്ഷിക്കപ്പെട്ടതായ ഒരു പരസ്യമായ രഹസ്യമാണ്. ഈ നിരീക്ഷണത്തിന്റെ പശ്ചാത്തലത്തിൽ നമുക്ക് വെബ് തിരയലിന്റെ പാരിസ്ഥിതിക പ്രത്യാഘാതങ്ങളിലേക്ക് കടക്കാം.

വെബ് തിരയലിന്റെ പാരിസ്ഥിതിക വശങ്ങൾ

മാർക്സിസ്റ്റ് വിശകലനങ്ങളിൽ ലാഭേച്ഛ എന്ന ലക്ഷ്യം സർവ്വപ്രധാനമായി കാണുന്ന വാണിജ്യസ്ഥാപനങ്ങൾക്ക് സ്വാഭാവികമായും ഒരു പരിസ്ഥിതിചൂഷണ സ്വഭാവം ഉണ്ടാവും എന്ന് നിരീക്ഷിക്കപ്പെട്ടിട്ടുള്ളതാണ്. അങ്ങനെയാണ് പ്രകൃതിസമ്പത്ത് മുതലാളിത്തവ്യവസ്ഥിതിയിൽ നിരന്തരമായി ചൂഷണം ചെയ്യപ്പെടുന്നതും അവയെ ഒക്കെ ലാഭമുണ്ടാക്കാനായി വിനിയോഗിക്കുന്നതും. വൻകിട മുതലാളിത്ത സ്ഥാപനങ്ങളുടെ സേവനങ്ങളിൽ അതുകൊണ്ടുതന്നെ കാർബൺ സാന്ദ്രത ഉയർന്നു നിൽക്കും.

ഒരു ലളിത ഉദാഹരണം പറഞ്ഞാൽ കുറച്ചുകൂടി വ്യക്തമാകും എന്ന് കരുതുന്നു. അടുത്തുള്ള ചായക്കടയിൽ ചില്ലു ഗ്ലാസിൽ പഞ്ചസാര ചേർത്ത ചായ ലഭിക്കുമ്പോൾ വൻകിട ചെയിനുകളിൽ ചെന്നാൽ കപ്പും സോസറും ചെറിയ ഡിസ്പോസബിൾ പാക്കറ്റുകളിൽ പഞ്ചസാരയും പ്ലാസ്റ്റിക് സ്റ്റിററും ടിഷ്യൂ പേപ്പറും ലഭിക്കും. വൻകിട സ്ഥാപനങ്ങൾ ഉണ്ടാക്കുന്ന വേസ്റ്റ് അത്രമാത്രം അധികമാണ് എന്ന് കാണുമ്പോൾ അവയുടെ അധിക കാർബൺ സാന്ദ്രത വ്യക്തമാണല്ലോ. ഈ കാർബൺ സാന്ദ്രത വ്യത്യാസം അവിചാരിതമായി ഉണ്ടാവുന്നതല്ല, കൃത്യമായ രാഷ്ട്രീയം അതിലുണ്ട്. ചെറിയ ചായക്കട എന്ന സ്ഥാപനത്തിന്റെ ഉദ്ദേശ്യം ഉപഭോക്താവിന്റെ ആവശ്യവും നടത്തിപ്പുകാരന്റെ ഉപജീവനവും നിറവേറ്റുക എന്നതാണെങ്കിൽ, വൻകിട സ്ഥാപനത്തിന്റെ ലക്ഷ്യം ലാഭവർദ്ധനവ് എന്നതാണ്. ചായയ്ക്ക് ഒരു ഇരുപത് രൂപ അധികം ഈടാക്കാൻ അഞ്ചു രൂപയുടെ ചെലവ് വരുന്ന പഞ്ചസാര സാഷെയും സ്റ്റിററും കൊണ്ട് സാധിക്കുമെങ്കിൽ എന്തുകൊണ്ട് അത് ചെയ്തുകൂടാ എന്നതാണ് ലാഭം എന്ന ലക്ഷ്യം കൊണ്ടെത്തിക്കുന്ന ചിന്താധാര. ഇത് കേൾക്കുന്ന പലരും ഒരുപക്ഷേ, മുതലാളിത്തസ്ഥാപനം കൂടുതൽ ആവശ്യങ്ങൾ നിറവേറ്റുന്നുണ്ടല്ലോ എന്ന് ചിന്തിക്കുമായിരിക്കും; ഇവിടെ കാണേണ്ടത് സാധാരണ

ചായക്കടക്കാരനോടും ടിഷ്യൂ ചോദിച്ചാൽ കിട്ടും, വിതൗട്ട് എന്ന് പറഞ്ഞാൽ പഞ്ചസാര ഇല്ലാത്ത ചായ ലഭിക്കും. ആവശ്യം നിറവേറ്റുക എന്നതല്ല, കൂടുതൽ ഉപഭോഗം പ്രോത്സാഹിപ്പിക്കുന്നതിലൂടെ ലാഭം വർദ്ധിപ്പിക്കുക എന്നതാണ് വൻകിട സ്ഥാപനങ്ങളുടെ ലക്ഷ്യം. ഗൂഗിൾ തങ്ങളുടെ സെർച്ച് ഫലങ്ങളുടെ ആദ്യ ഭാഗങ്ങളിൽ ലാഭലക്ഷ്യം പുലർത്തുന്ന വൻകിട വാണിജ്യസ്ഥാപനങ്ങളെ കുടിയിരുത്തുന്നതിലൂടെ പരിസ്ഥിതിയോടുള്ള മുതലാളിത്ത സമീപനം പുലർത്തുന്നുണ്ട്. കൃത്യമായ പരിസ്ഥിതി വിരുദ്ധ സമീപനം തന്നെയാണത്.

ഗൂഗിളിൽ അടിസ്ഥാനപരമായി തന്നെ പരിസ്ഥിതിവിരുദ്ധ പ്രവർത്തനരീതികൾ ഉൾച്ചേർന്നിരിക്കുന്നു എന്നത് വ്യക്തമാക്കാനായി അടുത്തിടെ പ്രസിദ്ധീകരിച്ച സ്വീഡനിലെ ഒരു സർവകലാശാലയിലെ പ്രൊഫസർ ആയ ജെറ്റ ഹൈദരുടെ ഗവേഷണഫലങ്ങളിലെ ഉദാഹരണങ്ങളിലൂടെ ഒന്ന് കണ്ണോടിക്കാം. 'summer clothes' (ഉഷ്ണകാല വസ്ത്രങ്ങൾ) എന്ന ഒരു സെർച്ച് ക്വറി എടുക്കുക. ഗൂഗിൾ അതിനു മറുപടിയായി ആദ്യം നൽകുക ബ്രാൻഡഡ് സ്ഥാപനങ്ങളുടെ ഉഷ്ണകാല വസ്ത്രങ്ങൾ വാങ്ങാനുള്ള ലിങ്കുകൾ ആവും. ഉഷ്ണകാല വസ്ത്രങ്ങൾ എന്നതിന് പകരം കേരളത്തിന്റെ ജീവിതപശ്ചാത്തലത്തിൽ ഉപയോഗിക്കാൻ സാധ്യതയുള്ള വസ്ത്രസംബന്ധമായ ഒരു ക്വറി പരീക്ഷിച്ചു നോക്കുക, അതിപ്പോൾ സാരി എന്നോ

മുണ്ട് എന്നോ ജുബ്ബ എന്നോ ഒക്കെ ആവാം, അപ്പോഴൊക്കെയും നമ്മുടെ മുന്നിൽ തെളിയുക പ്രധാനമായും വൻകിട വസ്ത്രവിൽപ്പന സ്ഥാപനങ്ങളുടെ ലിങ്കുകൾ തന്നെയാവും, അതിപ്പോൾ ഓൺലൈൻ സ്റ്റോറുകളും ആവാം. 'summer clothes' എന്ന ഒരു ക്വറി ചോദിക്കുന്ന സെർച്ച് സേവന ഉപയോക്താവ് മിക്കപ്പോഴും ബ്രാൻഡഡ് വസ്ത്രം വാങ്ങാൻ ഉദ്ദേശിക്കുന്നയാൾ ആകുമോ? ഉഷ്ണകാല വസ്ത്രങ്ങളെക്കുറിച്ചു -അതിപ്പോൾ അതിന്റെ ചരിത്രത്തെക്കുറിച്ചാവാം-മനസ്സിലാക്കാൻ ശ്രമിക്കുന്നയാളും ഒരുപക്ഷേ, ഇങ്ങനെ ഒരു ക്വറി ചോദിച്ചുകൂടായ്കയില്ലല്ലോ! യൂറോപ്പിന്റെ സാംസ്കാരികപശ്ചാത്തലത്തിൽ സെക്കന്റ്-ഹാൻഡ് വസ്ത്രവിപണി ഒരു പ്രധാന മേഖലയാണ്; അതുകൊണ്ടുതന്നെ, അത്തരം കടകൾ അന്വേഷിക്കുന്നയാളും ഒരുപക്ഷേ, 'summer clothes' എന്ന് തന്നെയാവും തിരയുക. ഇത്രയും കേൾക്കുമ്പോൾ ഒരുപക്ഷേ വായനക്കാർക്ക് തോന്നുക, അങ്ങനെ പ്രത്യേക ലക്ഷ്യം ഉണ്ടെങ്കിൽ 'summer clothes trends,' 'summer clothes history,' 'second hand summer clothes' എന്നൊക്കെ തിരയാമല്ലോ എന്നാവും. ശരിയാണ്, അങ്ങനെയൊക്കെ തിരയാം. പക്ഷേ, എന്തുകൊണ്ടാണ് 'summer clothes' എന്ന ക്വറിയുടെ 'സ്വാഭാവികവ്യാഖ്യാനം' ബ്രാൻഡഡ് വസ്ത്രങ്ങൾ വാങ്ങുക എന്ന ഉദ്ദേശ്യം ആയി ഗൂഗിൾ കരുതുന്നത്? ഈ വ്യത്യസ്ത വ്യാഖ്യാന സാധ്യതകളിൽ ഏറ്റവും കാർബൺ സാന്ദ്രത കൂടിയ വ്യാഖ്യാനം 'ബ്രാൻഡഡ് വസ്ത്രം വാങ്ങാൻ ഉദ്ദേശിക്കുന്ന ഉപയോക്താവ്' എന്ന ഗൂഗിളിന്റെ വ്യാഖ്യാനമാണ് എന്നത് കേവലം അവിചാരിതമല്ല എന്ന വായനക്കാർക്ക് ബോധ്യമായിട്ടുണ്ടാവേണ്ടതാണ്. ഗൂഗിളിന്റെ പരിസ്ഥിതി വിരുദ്ധ ചായ്‌വ് തന്നെയാണ് അതിനെ ഈ വ്യാഖ്യാനത്തിലേക്ക് നയിക്കുന്നത്.

ജെറ്റയുടെ ഗവേഷണത്തിൽ പറയുന്ന മറ്റൊരു ഉദാഹരണം കൂടി പരിശോധിക്കാം. 'berlin stockholm' എന്ന ഒരു ക്വറി എടുക്കുക. അല്ലെങ്കിൽ 'delhi kochi' എന്നതായാലും മതി. ആദ്യം വരുന്ന ഫലങ്ങൾ പലപ്പോഴും ഫ്ലൈറ്റ് ബുക്ക് ചെയ്യാനുള്ള ലിങ്കുകളാവും. രണ്ടു നഗരങ്ങളുടെ പേരുകൾ അടങ്ങിയ ക്വറിക്ക് ഉപയോക്താവിന്റെ ഉദ്ദേശലക്ഷ്യങ്ങൾ എന്നതിൽ അനവധി വ്യാഖ്യാന സാധ്യതകളുണ്ട്: രണ്ടു നഗരങ്ങളുടെ ജീവിതനിലവാരം താരതമ്യം ചെയ്യാൻ ആയി ആദ്യം സെർച്ച് ചെയ്യുന്നതാവാം, അല്ലെങ്കിൽ രണ്ടു നഗരങ്ങൾ തമ്മിലുള്ള സാംസ്കാരിക വ്യത്യാസങ്ങൾ മനസ്സിലാക്കാൻ ആവാം, അതുമല്ലെങ്കിൽ അവ തമ്മിൽ സഞ്ചരിക്കാനുള്ള ട്രെയിൻ

ടിക്കറ്റ് അന്വേഷണവും ആവാം. ഇവയൊക്കെ മാറ്റി വെച്ച് ഏറ്റവും കാർബൺ സാന്ദ്രത കൂടിയ വ്യാഖ്യാനമായ ഫ്ലൈറ്റ് ടിക്കറ്റ് വാങ്ങൽ എന്ന വ്യാഖ്യാനമാണ് ഗൂഗിളിന് പ്രിയം. ഇതുപോലെ അനവധി ക്വറികളുടെ കാര്യത്തിലും ഈ വൻകിട ബിസിനസ് പക്ഷപാതിത്വം കാണാവുന്നതാണ്. വായനക്കാർക്ക് പല സാധ്യതകളും പരിശോധിച്ച് നോക്കി സ്വയം ബോധ്യപ്പെട്ടുത്താവുന്നതാണ്.

വൻകിട ടെക് കമ്പനികളുടെ പരിസ്ഥിതി സൗഹൃദ മുഖംമൂടികൾ

വൻകിട ലാഭകേന്ദ്രീകൃത സ്ഥാപനങ്ങൾക്ക് അനുകൂലമായ ക്വറി വ്യാഖ്യാനങ്ങൾക്ക് കൂടുതൽ പ്രാമുഖ്യം നൽകുന്നതിലൂടെ പരിസ്ഥിതിവിരുദ്ധത എന്ന ആശയത്തെ കേന്ദ്രസ്ഥാനത്ത് കുടിയിരുത്തിയ ടെക് കമ്പനികൾക്ക് പക്ഷേ, പരിസ്ഥിതി സൗഹൃദ വാദം പറയാൻ വലിയ താൽപ്പര്യമാണ്. ഗൂഗിൾ ഫ്ലൈറ്റുകൾ (flights.google.com) എന്ന സേവനത്തിൽ ഫ്ലൈറ്റിനായി തിരഞ്ഞാൽ പലപ്പോഴും ഫ്ലൈറ്റുകളുടെ കാർബൺ ബഹിർഗമന കണക്കുകൾ കാണിക്കാറുണ്ട്, ഉപഭോക്താക്കൾക്ക് ആ വിവരങ്ങൾ ഉപയോഗിച്ച് പരിസ്ഥിതി സൗഹൃദ തീരുമാനങ്ങൾ എടുക്കാം എന്ന് വ്യംഗ്യം. ഗൂഗിൾ മാപ്സ് എന്ന സേവനത്തിൽ യാത്ര ചെയ്യാൻ വഴി ചോദിച്ചാൽ പെട്രോൾ ഉപഭോഗം കുറഞ്ഞ വഴികളും പലപ്പോഴും ദൃശ്യമാക്കാറുണ്ട്. ഇത്തരം ഉദ്യമങ്ങളിലൂടെ പരിസ്ഥിതി സൗഹൃദമായി പ്രവർത്തിക്കാൻ ഉപയോക്താക്കളെ പ്രോത്സാഹിപ്പിക്കുന്നു എന്നതാണ് ഗൂഗിളിന്റെ അവകാശവാദം. പെട്രോൾ ഉപഭോഗം കുറഞ്ഞ വഴി കാണിക്കുന്നതൊക്കെ ശരി തന്നെ, അതൊക്കെ നല്ലത് തന്നെ. പക്ഷേ, ഇത്തരം ചെറിയ ഫീച്ചറുകൾ വലിയ പരിസ്ഥിതി സൗഹൃദ നടപടികളായി വൻകിട ടെക് കമ്പനികൾ വ്യാപകമായി ഉയർത്തിക്കാണിക്കുന്നത് പലപ്പോഴും അവയുടെ ആന്തരികമായ പരിസ്ഥിതി വിരുദ്ധയുക്തിയെ മറച്ചു പിടിക്കാൻ സഹായിക്കും എന്നയിടത്താണ് പ്രശ്നം. അവയുടെ അടിത്തറയിലെ പരിസ്ഥിതി പ്രത്യാഘാതങ്ങൾ ഒരു പൊതു വിചാരണയിൽ-അല്ലെങ്കിൽ പൊതുമണ്ഡലത്തിലെ ചർച്ചകളിൽ-സ്ഥാനം പിടിക്കാതിരിക്കാനുള്ള തന്ത്രങ്ങളിൽ ഒന്നാണോ ഇത്തരം ഫീച്ചറുകൾ എന്ന് നാം പരിശോധിക്കേണ്ടതുണ്ട്.

വലിയ ടെക് ഭീമന്മാർ നൽകുന്ന ഐ ടി സേവനങ്ങൾ പലപ്പോഴും അതിയായ പരിസ്ഥിതിവിരുദ്ധത തന്നെയാണ് പ്രോത്സാഹിപ്പിക്കുന്നത്. എല്ലാ വിവരാന്വേഷണ ക്വറികളെയും ഒരു മുതലാളിത്ത വ്യവഹാരം എന്നതിലേക്കെത്തിക്കാൻ കിണഞ്ഞു പരിശ്രമിക്കുന്ന ഘടകങ്ങളാണ് ഇത്തരം വിവരസേവനങ്ങളിൽ അന്തർലീനമാ

യുള്ളത്. വിവരാന്വേഷകയുടെ സഹായി ആയിട്ടല്ല, കോർപ്പറേറ്റ് സഹായി ആയിട്ടാണ് ഇവ പ്രവർത്തിക്കുന്നത്. ആ അർത്ഥത്തിൽ അവ വെബ് സെർച്ച് എൻജിനുകൾ ആയിട്ട് പ്രവർത്തിക്കുന്നതിനേക്കാൾ കൂടുതൽ ബിഗ് ബിസിനസ് സെർച്ച് എൻജിനുകൾ ആയി പ്രവർത്തിക്കുന്നുണ്ടോ എന്ന് ചിന്തിക്കാവുന്നതാണ്. ഇങ്ങനെയല്ലാതെ വിവരാന്വേഷകയുടെ ആത്മാർത്ഥ സഹായിയായി വിവരസേവനങ്ങൾ നിർമ്മിക്കാൻ സാധിക്കും. അത്തരം ബദലുകൾ ഉയർന്നു വരേണ്ടതുണ്ട്.

നിർമ്മിത ബുദ്ധിയും പരിസ്ഥിതിയും

നാം ഇതുവരെ നമുക്ക് വളരെ പരിചിതമായ വെബ് തിരയലിനെക്കുറിച്ചാണ് ചർച്ച ചെയ്തത്. അവയിലൂടെ മുതലാളിത്തവും, ആ മുതലാളിത്തത്തിലൂടെ പരിസ്ഥിതി വിരുദ്ധതയും കടന്നുവരുന്നതായി നാം കണ്ടു. വെബ് തിരയൽ എന്നത് വിവരാധിഷ്ഠിത സാങ്കേതിക വിദ്യകളിൽ താരതമ്യേന ലളിതമായ ഒരു സാങ്കേതികവിദ്യയാണ്. ഇതിനേക്കാൾ വളരെ സാങ്കേതിക സങ്കീർണ്ണതകൾ നിറഞ്ഞ വിവരാധിഷ്ഠിത സാങ്കേതികവിദ്യകൾ പലതുമുണ്ട്. ഇന്ന് നിർമ്മിത ബുദ്ധി (Artificial Intelligence) എന്ന് വിളിക്കപ്പെടുന്നത് അത്തരം സാങ്കേതികവിദ്യകളെയാണ്. അവയിലും ഇതുപോലെ പരിസ്ഥിതി വിരുദ്ധത പ്രവർത്തിക്കുന്ന വഴികൾ ഏറെയുണ്ട്, അവയുടെ സാങ്കേതികസങ്കീർണ്ണതകൾ മൂലം ഇത്തരം ശക്തികളുടെ പ്രവർത്തനം നമുക്ക് പലപ്പോഴും അത്ര പ്രത്യക്ഷമായി അനുഭവപ്പെട്ടേക്കില്ല എന്ന് മാത്രം.

ഇതിൽ ആദ്യത്തെ പരിഗണനാവിഷയം ഇത്തരം വിവരാധിഷ്ഠിത സാങ്കേതികവിദ്യകൾക്ക് വേണ്ടിവരുന്ന വിവരസ്രോതസ്സുകൾ എവിടെനിന്ന് സൃഷ്ടിക്കപ്പെടുന്നു എന്നതാണ്. അവ മിക്കവാറും മുതലാളിത്തരാജ്യങ്ങളുടെ പരിസരങ്ങളിൽ നിന്ന് തന്നെയാണ് സോഴ്സ് ചെയ്യപ്പെടുന്നത് എന്നത് വ്യക്തമാണ്, നിർമ്മിത ബുദ്ധിയുടെ പാശ്ചാത്യ ചായ്‌വ് ഇന്ന് വളർന്നുവരുന്നൊരു ഗവേഷണവിഷയം കൂടിയാണ്. ഇതു കൂടാതെ ഇന്നത്തെ നിർമ്മിത ബുദ്ധിയിൽ കോർപ്പറേറ്റ് ഗവേഷണത്തിന് പ്രാധാന്യം ഏറിവരുന്നതായി ഇക്കഴിഞ്ഞ മാസം *സയൻസ്* എന്ന പ്രസിദ്ധമായ ജേർണലിൽ പ്രസിദ്ധീകരിച്ച ലേഖനത്തിൽ പറയുന്നു. ഇതിലെല്ലാം നിഴലിക്കുന്നത് വിവരാധിഷ്ഠിത നിർമ്മിതബുദ്ധിയിൽ കോർപ്പറേറ്റ് മുതലാളിത്തത്തിനുള്ള സ്വാധീനമാണ്. വിവരസ്രോതസ്സുകൾ എന്നത് വിവരാധിഷ്ഠിത നിർമ്മിതബുദ്ധിയുടെ പ്രധാന അസംസ്കൃതവസ്തു ആകയാൽ വിവരസ്രോ

തസ്സുകളിലെ മുതലാളിത്ത അന്തഃസത്ത അവയുടെ സ്വഭാവത്തിലും ദൃശ്യമാവുക തന്നെ ചെയ്യും എന്ന് സ്വാഭാവികമായും അനുമാനിക്കാം.

രണ്ടാമത്തെ വിഷയം ചാറ്റ് ജി പി ടി പോലെയുള്ള ഇന്നത്തെ നിർമ്മിതബുദ്ധി സോഫ്റ്റ്‌വെയറുകളുടെ സാമാന്യവൽക്കരണ ചായ്‌വാണ്. ചാറ്റ് ജി പി ടിയോട് ഒരു ചോദ്യം ചോദിച്ചാൽ, ചോദ്യത്തിലൂടെ ഒരു ആവശ്യം ഉന്നയിച്ചാൽ, അത് ചോദിക്കുന്നയാളുടെ സ്ഥലമോ സാഹചര്യമോ ഒന്നും ആരായുകയോ മറ്റുവിധത്തിൽ അനുമാനിക്കുകയോ ചെയ്യാതെ ഉത്തരം നൽകാൻ ശ്രമിക്കുകയാണ് ചെയ്യുക. അതായത് പൊതുവിൽ ഉപയോഗിക്കാൻ കഴിയുന്ന ഉപായങ്ങളാണ് അത് ഉപയോക്താവിന് നൽകാൻ ശ്രമിക്കുന്നത്. ഇന്നത്തെ ലോകക്രമത്തിൽ മുതലാളിത്തത്തിനുള്ള മേൽക്കോയ്മ കാരണം, പൊതുവിൽ ഉപയോഗിക്കാൻ കഴിയുന്ന ഉത്തരം എന്നാൽ വിപണിയോട് ചായ്‌വുള്ള ഉത്തരം എന്നും വായിക്കാം. എല്ലാ ആവശ്യങ്ങളെയും തൃപ്തിപ്പെടുത്താൻ വിപണിയുടെ മാർഗ്ഗങ്ങളെ ആശ്രയിക്കാൻ പ്രേരിപ്പിക്കുക എന്നത് മുതലാളിത്തത്തിന്റെ ഒരു രീതിയാണ്. അങ്ങനെ മാത്രമേ മുതലാളിത്തത്തിന് അതിന്റെ സഹജസ്വഭാവമായ നിരന്തരവളർച്ച സാധ്യമാക്കാൻ കഴിയുകയുള്ളൂ. മുതലാളിത്തലോകത്ത് ദേശഭേദമന്യേ ഉപയോഗിക്കാൻ കഴിയുന്ന കാർബൺ സാന്ദ്രതയേറിയ ആവശ്യനിർവ്വഹണ രീതിയായ വിപണിയിലെ പണമിടപാട് എന്നതിലേക്ക് ഉപയോക്താവിനെ എത്തിക്കുക എന്നതാണ് അതുകൊണ്ടുതന്നെ ഇവ പരോക്ഷമായി ചെയ്യാൻ ശ്രമിക്കുക.

ഈ ചായ്‌വുകൾ കൂടുതൽ വാക്കുകൾ ഉപയോഗിച്ച് വിവരിക്കുന്നതിനേക്കാൾ ഉദാഹരണങ്ങൾ ഉപയോഗിച്ച് വ്യക്തമാക്കുന്നതാവും കൂടുതൽ ഉചിതം എന്ന് തോന്നുന്നു. വായനക്കാരിൽ പലരും ഉപയോഗിച്ചിരിക്കാൻ സാധ്യതയുള്ള ചാറ്റ് ജി പി ടിയുടെ ചില ഉത്തരങ്ങൾ ചുവടെ ചേർക്കുന്നു. ആദ്യത്തെ ചോദ്യം ചെറുധാന്യങ്ങൾ എവിടെ നിന്ന് കിട്ടും എന്നതാണ്. അത് പൊതുവിതരണ സമ്പ്രദായം ശക്തമായ ദേശങ്ങളിൽ റേഷൻ കടകളിൽ നിന്നാവാം, അല്ലെങ്കിൽ ചെറു കർഷക കൂട്ടായ്മകളിൽ നിന്നും ആവാം. പക്ഷേ, ചാറ്റ് ജി പി ടി യുടെ ഉത്തരത്തിലെ ആദ്യത്തെ ഖണ്ഡിക വളരെ സ്വാഭാവികമെന്നോണം വിപണിയെ ആശ്രയിക്കാൻ ആണ് പ്രേരിപ്പിക്കുന്നത്. അതിനടുത്ത ഉദാഹരണത്തിൽ ഞാൻ ചാറ്റ് ജി പി ടിയോട് ചോദിക്കുന്നത് 'മദർസ് ഡേ' സമ്മാനത്തെക്കുറിച്ചാണ്. ചാറ്റ് ജി പി ടി ആറ് സാധ്യതകളാണ് എനിക്ക്

മുന്നിൽ തുറന്നുവെയ്ക്കുന്നത്. അതിൽ ആദ്യത്തെ അഞ്ചെണ്ണവും വിപണി ചായ്‌വ് ഏറിയതും പരിസ്ഥിതി സൗഹൃദമല്ലാത്തതും ആയ ഉത്തരങ്ങളാണ്. ആറാമത് മാത്രമാണ് സ്വയം സമയമെടുത്ത് നിർമ്മിക്കുന്ന, ഒരുപക്ഷേ, സ്വീകർത്താവിന് ഏറ്റവും പ്രിയപ്പെട്ടതായേക്കാവുന്ന, ദാതാവിന്റെ വ്യക്തിമുദ്ര പതിപ്പിച്ച സമ്മാനത്തിന്റെ സാധ്യത വരുന്നത്.

ചാറ്റ് ജി പി ടിയുടെ ഉത്തരങ്ങളിൽ ഏറ്റവും കൂടുതൽ പ്രതിഫലിക്കുന്ന മുദ്ര വിപണിയുടേത് തന്നെയാണ്, അവയിലെ പരിസ്ഥിതി വിരുദ്ധത നമുക്ക് പലപ്പോഴും അദൃശ്യമാകുന്നത് മുതലാളിത്തത്തിന്റെ സർവ്വവ്യാപിയായ അവസ്ഥയുള്ളതുകൊണ്ടാണ്. വരികൾക്കിടയിലൂടെ അൽപ്പമൊന്നു വായിച്ചാൽ അവയുടെ മുതലാളിത്ത ചായ്‌വും പരിസ്ഥിതി വിരുദ്ധതയും നമുക്ക് അത്രമേൽ ദൃശ്യവുമാണ്. ഒരു പുതിയ ലോകത്തിന്-നേരത്തെ വെബ് തിരയലിന്റെ കാര്യത്തിൽ നിരീക്ഷിച്ച പോലെ-വിപണിയോടും മുതലാളിത്തത്തിനോടും ഉള്ളതിനേക്കാൾ ആവശ്യ നിർവ്വഹണം എന്ന ലക്ഷ്യത്തിലേക്ക് ഊന്നുള്ള വിവരാധിഷ്ഠിത നിർമ്മിത ബുദ്ധി സാങ്കേതിക വിദ്യകൾ ഉണ്ടാവേണ്ടതുണ്ട്.

നിർമിതബുദ്ധിയും മൂലധനലക്ഷ്യങ്ങളും

കെ എൻ ഗണേശ്

ഇരുപത്തൊന്നാം നൂറ്റാണ്ട് നിർമിതബുദ്ധിയുടെ കാലമാണെന്ന ആഘോഷം ഉയരുകയാണ്. മനുഷ്യർക്ക് ചെയ്യാൻ കഴിയുന്ന എല്ലാ ബൗദ്ധിക പ്രവർത്തനങ്ങളും ലേഖനമെഴുത്തും കവിതയെഴുത്തും കഥയെഴുത്തും എല്ലാം നിർമിതബുദ്ധിക്ക് ചെയ്യാൻ കഴിയും എന്ന് ചാറ്റ് ജി പി ടി പോലുള്ള സോഫ്റ്റ് വെയറുകളിലൂടെ സ്ഥാപിക്കപ്പെടുന്നു. ബുദ്ധിമുട്ടുള്ള പ്രവർത്തനങ്ങളെല്ലാം ഇത്തരത്തിൽ യന്ത്രവൽക്കരിക്കുന്നത് മനുഷ്യരുടെ അധ്വാനഭാരത്തെ ലഘൂകരിക്കുന്നതായി കാണുന്നവരുണ്ട്. അതിനോടൊപ്പം മനുഷ്യരാശിയുടെ നേരെയുള്ള ഏറ്റവും വലിയ വെല്ലുവിളിയായി വിലയിരുത്തുന്നവരുമുണ്ട്. സ്റ്റീഫൻ ഹോക്കിങ്ങിനെ പോലുള്ള ശാസ്ത്രജ്ഞർ നിർമിതബുദ്ധിയുടെ വളർച്ച മനുഷ്യരാശിയുടെ അന്ത്യത്തിലേക്ക് വരെ നയിച്ചേക്കാം എന്ന് ഭയപ്പെടുന്നവരാണ്.

ഒരർത്ഥത്തിൽ നിർമിതബുദ്ധിയുടെ വളർച്ച ശാസ്ത്ര ഗവേഷണത്തിന്റെ സ്വാഭാവികഫലമാണ്. വിവരങ്ങൾ സംഭരിക്കാനും ഓർമിക്കാനുമുള്ള കഴിവും ഗണിതശാസ്ത്ര പാടവവും മനുഷ്യരുടെ ബുദ്ധിശക്തിയുടെ വികാസത്തിന്റെ തെളിവുകളായി ആദ്യകാലം മുതൽ തന്നെ കരു

തിയിരുന്നു. ആധുനികശാസ്ത്രത്തിന്റെ വളർച്ചയോടെ, ദെകാർത്തെ, ലൈബ്നിട്സ്, ന്യൂട്ടൻ തുടങ്ങിയവർ ഇതേ വിവര ശേഖരണത്തെയും അത് അപഗ്രഥിക്കുന്നതിൽ പ്രദർശിപ്പിക്കുന്ന യുക്തിപരതയെയും ബുദ്ധിശക്തിയുടെ ലക്ഷണമായി വ്യാഖ്യാനിച്ചു. ഫലപ്രദമായ ആശയവിനിമയ ശേഷി ബുദ്ധിശക്തിയുടെ ലക്ഷണമാണ്. പ്രപഞ്ചത്തിലെ വ്യത്യസ്ത ഊർജരൂപങ്ങളെ നമുക്ക് യന്ത്രങ്ങൾ വഴി നിയന്ത്രിച്ചു ഉപയോഗിക്കാൻ സാധിക്കും എങ്കിൽ നമ്മുടെ വിനിമയരൂപങ്ങളെയും ഉപയോഗിക്കാൻ സാധിക്കും. ടെലഗ്രാഫും റേഡിയോയും ഇത്തരം അന്വേഷണങ്ങളുടെ ഫലമാണ്. വിനിമയത്തെ ഇത്തരത്തിൽ നിയന്ത്രിക്കാമെങ്കിൽ വിനിമയത്തിന് ആധാരമായ ചിന്താശക്തിയെ എന്തുകൊണ്ട് നിയന്ത്രിച്ചുകൂട? ഉദാഹരണത്തിന് രഹസ്യകോഡ് വഴി ആശയവിനിമയം നടത്തുമ്പോൾ അവർ എന്തുപറയുന്നു എന്ന് കണ്ടുപിടിക്കാൻ ആ കോഡ് തകർക്കേണ്ടിവരും. ആ കോഡ് നിർമിക്കുന്നതിനു ഉപയോഗിക്കുന്ന പ്രവർത്തനരീതി എന്തെന്നറിഞ്ഞാലാണ് അത് വായിച്ചെടുക്കാൻ കഴിയുക, ആരുടെയും വിനിമയരീതികളെ ലളിതമായ ഗണിതശാസ്ത്ര സംജ്ഞകളിലേക്ക് ലഘൂകരിക്കാൻ കഴിഞ്ഞാൽ (ഉദാഹരണത്തിന് 0,1 എന്നിവയുടെ നിരവധിരീതികളിലുള്ള തുടർച്ചകൾ) നമുക്ക് ഏതു കോഡിനെയും വായിച്ചെടുക്കാം. ഇതിന്റെ അടിസ്ഥാനത്തിൽ ചോദ്യോത്തരങ്ങൾ അടക്കം ഈ വിധത്തിലുള്ള ആശയവിനിമയവും നടത്താം. അതിനുള്ള യന്ത്രം വികസിപ്പിച്ചെടുക്കാം.

ഇരുപതാം നൂറ്റാണ്ടിലെ ധൈഷണിക പ്രതിഭകളിൽ ഉന്നത സ്ഥാനീയനായി കരുതപ്പെടുന്ന അലൻ ട്യൂറിങ്ങിന്റെ യന്ത്രം ഈ ആശയത്തിന്റെ ഉല്പന്നമാണ്. തുടർന്നു നിരവധി ശാസ്ത്രജ്ഞരും എഞ്ചിനീയർമാരും ചേർന്നാണ് ഈ ആശയത്തെ പ്രാവർത്തികമാക്കിയത്. അടിസ്ഥാനപരമായി ഒരു ഗണിത ശാസ്ത്രക്രിയയുടെ സ്വഭാവം ഇതിനുണ്ടാകും. ഒരു പ്രശ്നം പരിഹരിക്കുക, ഒരു ലക്ഷ്യം നിർണയിച്ച് അത് നേടി എടുക്കുക എന്നതാണ് ഗണിതശാസ്ത്ര ക്രിയയുടെ സ്വഭാവം. ലക്ഷ്യം എന്തുമാകാം. ക്വാണ്ടം ഗുരുത്വാകർഷണത്തിന്റെ സ്വഭാവം, മനുഷ്യന്റെ അടുത്ത പരിണാമ ദശ, മാലിന്യരഹിതമായ നഗരജീവിതത്തിന്റെ ഒരു മാതൃക, നോബൽ സമ്മാനാർഹമാകാൻ സാധ്യതയുള്ള ഒരു സാഹിത്യകൃതിയുടെ രചന, അങ്ങനെ എന്തുമാകാം. വേണ്ടത് ഇത്തരം ഒരു ദൗത്യത്തെ ലക്ഷ്യത്തിൽ എത്തിക്കുന്നതിന് ആവശ്യമുള്ള ഒരു വിവരസഞ്ചയം (ഡേറ്റ) ആണ്. അതിനോടൊപ്പം വിവിധഘട്ടങ്ങൾ കൃത്യമായി നിർണയിക്കപ്പെട്ട

ഫലപ്രദമായ ഒരു പ്രവർത്തന രീതിയാണ് (അൽഗോരിതം). ഈ വിവര സഞ്ചയവും പ്രവർത്തനരീതിയും ചേരുമ്പോൾ കൺകണ്ടെത്താവുന്ന നിരവധി മറ്റു വസ്തുതകളും വഴിയിൽ ഉണ്ടാകാം. (ഒരു കമ്പ്യൂട്ടർ ഗെയിം കളിച്ചിട്ടുള്ളവർക്ക് ഇത് പെട്ടെന്ന് മനസ്സിലാകും). അപ്പോൾ വ്യത്യസ്ത നിലയിലുള്ള മറ്റു അറിവുകളും നേടാൻ ഒരു വഴിത്താരയിലൂടെ സാധ്യമാകും. ഒരു പ്രവർത്തനരീതിക്ക് അല്ലെങ്കിൽ അൽഗോരിതത്തിനു ഒരു പ്രത്യേക ദൗത്യം നിർവഹിക്കാൻ കഴിയുന്നതു കൊണ്ട് അത്തരത്തിലുള്ള നിരവധി പ്രവർത്തനമേഖലകൾ (ആപ്ലിക്കേഷനുകൾ) അടങ്ങിയ ഒരു സിസ്റ്റത്തിനു മനുഷ്യബുദ്ധിയുടെ എല്ലാ പ്രവർത്തനങ്ങളും നിർവഹിക്കാൻ കഴിയും.

നിർമിത ബുദ്ധി മനുഷ്യബുദ്ധിയുടെ തനി പകർപ്പല്ല. അത് പ്രപഞ്ച ഘടനയും അതിനെ പഠിക്കാൻ മനുഷ്യർ തന്നെ കണ്ടെത്തിയ ഗണിതശാസ്ത്ര ഉപാധികളെയും ഉപയോഗിച്ച് നിർമിക്കപ്പെട്ട ഒരു യന്ത്രമാണ് അല്ലെങ്കിൽ യന്ത്രസമുച്ചയമാണ്. അത് പ്രവർത്തിക്കുന്നത് ഭൗതികശാസ്ത്ര വിധി പ്രകാരമാണ്. ജീവശാസ്ത്ര പരിഗണനകൾക്ക് അനുസരിച്ചല്ല. ഒരു ജീവിയുടെ പരിമിതികൾ അതിനില്ല. അതുകൊണ്ട് അതേൽപ്പിച്ച ദൗത്യം ഒരു ജീവിയെക്കാൾ ലക്ഷക്കണക്കിനു മടങ്ങ് വേഗത്തിൽ ചെയ്തുതീർക്കാൻ കഴിയും. മനുഷ്യർക്ക് ബുദ്ധിമുട്ടും മടുപ്പും ഉണ്ടാക്കുന്ന പ്രവർത്തനങ്ങൾ നിർമിതബുദ്ധിയെ ഏല്പിക്കുന്നതിൽ അത്ഭുതമില്ല. പക്ഷേ, ഒരു ജൈവമനുഷ്യന് പകരം വെക്കാൻ നിർമിതബുദ്ധിക്ക് സാധിക്കും എന്ന അവകാശവാദങ്ങൾ പരിശോധിക്കേണ്ടതാണ്.

നിർമിതബുദ്ധിയുടെ രൂപീകരണത്തെക്കുറിച്ചു മൂന്നു തരത്തിലുള്ള നിലപാടുകൾ ഇതിനകം വളർന്നുവന്നിട്ടുണ്ട്. **ഒന്ന്,** ഗണിതശാസ്ത്ര മാനദണ്ഡങ്ങൾ അനുസരിച്ചുള്ളതാണ്. പ്രപഞ്ചത്തിന്റെ ചലനതത്വങ്ങൾ നിർണയിക്കുന്നതിന് ഗണിതശാസ്ത്രത്തിന്റെ, പ്രത്യേകിച്ച കാൽക്കുലസ്സിന്റെയും റിയൽ അനാലിസിസിന്റെയും പ്രാധാന്യം ഇന്ന് അംഗീകരിക്കപ്പെട്ടു കഴിഞ്ഞു. ഇവയാണ് കമ്പ്യൂട്ടറിന്റെ ഗണിതത്തിന്റെയും അടിത്തറ എന്നതുകൊണ്ട് തന്നെ പ്രപഞ്ചത്തിന്റെ ചലനരീതികളെ തൽസ്വരൂപത്തിൽ ആവർത്തിക്കാൻ കമ്പ്യൂട്ടറുകൾക്ക് കഴിയും എന്ന് വരുന്നു. അതുകൊണ്ട് പ്രപഞ്ചത്തിന്റെ ചലനങ്ങളെ കൃത്യമായി പകർത്തുന്ന ജ്ഞാനയന്ത്രങ്ങളായി നിർമിതബുദ്ധിയെ കണക്കാക്കാം. അതാണല്ലോ മനുഷ്യരുടെ ബുദ്ധിക്കു സാധിക്കണം എന്ന് നാം പ്രതീക്ഷിക്കുന്നത്.

രണ്ടാമത്തേത് ഭാഷാപരമായ സമീപനമാണ്. ചോംസ്കിയുടെ ജൈവഭാഷ (generic language) സമീപനത്തെ നിർമിത ബുദ്ധി വിദഗ്ധർ വൻതോതിൽ ആശ്രയിക്കുന്നുണ്ട്. പരിസ്ഥിതിയോടും മറ്റു മനുഷ്യരോടും ജീവജാലങ്ങളോടും പ്രതിഭാസങ്ങളോടുമുള്ള മനുഷ്യരുടെ പ്രതികരണങ്ങളിൽ നിന്നാണ് പേച്ചുകൾ രൂപപ്പെടുന്നത്. സദൃശമായ സാഹചര്യങ്ങളിൽ അവ വീണ്ടും ആവർത്തിക്കുകയും സ്ഥിരമാകുകയും ചെയ്യുമ്പോൾ ആണ് ഭാഷാഭേദങ്ങൾ ഉണ്ടാകുന്നത്. അതുകൊണ്ട് ഏതൊരു ഭാഷാരൂപത്തെയും ഡിജിറ്റലായി വിശ്ലേഷണം ചെയ്ത് പുനർനിർമിക്കാം. ഭാഷകൾ മനുഷ്യരുടെ ചിന്തയുടെയും സർഗാത്മകതയുടേയും പ്രകടനങ്ങൾ ആയതുകൊണ്ട് അവ മുഴുവനും നിർമിതബുദ്ധിയിലൂടെ പ്രകാശിപ്പിക്കാം.

മൂന്നാമത്തേത്, നാഡീശാസ്ത്രപരമായ ശൃംഖലകളാണ്. മനുഷ്യമസ്തിഷ്കം കോടിക്കണക്കിനു നാഡികളുടെ അതിസൂക്ഷ്മവും സങ്കീർണവുമായ ശൃംഖലയാണ്. ഈ ശൃംഖലയുടെ പ്രവർത്തനം കൊണ്ടാണ് മനുഷ്യരുടെ ആശയാവിഷ്കാരങ്ങൾ എല്ലാം നടക്കുന്നത്. പ്രതിഭാസങ്ങളെ മനസ്സിലാക്കി ആശയങ്ങൾ രൂപീകരിക്കുകയും അവയെ പ്രയോഗത്തിൽ കൊണ്ടുവരുകയും ചെയ്യുമ്പോൾ ഈ ശൃംഖലകളുടെ സങ്കീർണമായ പ്രവർത്തനം പ്രധാനപങ്കു വഹിക്കുന്നു. നമ്മുടെ ബോധമണ്ഡലത്തിന്റെ അസ്തിവാരവും അവ തന്നെയാണ്. ഡിജിറ്റൽ നെറ്റ് വർക്കുകളിലൂടെ നാം നാഡീവ്യൂഹത്തിന്റെ സങ്കീർണ്ണ പ്രവർത്തനത്തേയാണ് പുനർസൃഷ്ടിക്കുന്നത്.

ചുരുക്കത്തിൽ ജൈവപരിണാമത്തിന്റെ ഫലമായി മനുഷ്യരിൽ വളർന്നുവന്ന എല്ലാ കഴിവുകളും നിർമിതബുദ്ധി വഴി ഏതാനും വർഷങ്ങൾകൊണ്ട് സൃഷ്ടിച്ചെടുക്കാൻ കഴിഞ്ഞു എന്നതാണ് അവകാശവാദം. ചാറ്റ് ജി പി ടിയും തത്തുല്യമായ മറ്റ് ആപ്ലിക്കേഷനുകളും കഴിഞ്ഞ ഏതാനും മാസങ്ങളിലായി നിർമിക്കപ്പെട്ടതോടെ സർഗാത്മക മനുഷ്യപ്രവർത്തനങ്ങൾ അടക്കം നിർമിത ബുദ്ധിക്ക് ചെയ്യാൻകഴിയും എന്നും വാദിക്കപ്പെടുന്നു. സൈബർ ഓർഗാനിസം (സൈബോർഗ് എന്ന് ചുരുക്കെഴുത്ത്) ആധിപത്യം ലഭിക്കുന്നതോടെ സാധാരണ മനുഷ്യവംശത്തിന് പ്രസക്തിയില്ലാതെയാകും. മനുഷ്യരുടെ ജനിതകപ്രവർത്തനങ്ങളെയും സാങ്കേതികവിദ്യകൾ നിർണയിക്കാൻ തുടങ്ങുന്നതോടെ പുതിയ അൽഗോരിതങ്ങൾക്കനുസരിച്ച് രൂപപ്പെടുന്ന ജീവജാലങ്ങളുടെയും മനുഷ്യരുടെയും പ്രസക്തിയേറും. ആൽഡസ് ഹക്സ്ലി എഴുതിയ *ധീരനൂതന ലോക*ത്തിന്റെ മറ്റൊരു രൂപം.

ഈ പുതിയ സാങ്കേതിക സ്വർഗരാജ്യത്തിന്റെ രണ്ടു വശങ്ങൾ പരിശോധിക്കേണ്ടതുണ്ട്. ഇതിലെ ചില വശങ്ങൾ ഇപ്പോൾത്തന്നെ വസ്തുതകൾ ആണ്. ഉദാഹരണത്തിന് വിദ്യാഭ്യാസം. കൃത്യമായ ഡേറ്റ സമാഹരിക്കുകയും ആവശ്യമായ പ്രവർത്തനരീതികൾ സൃഷ്ടിക്കുകയും ചെയ്താൽ ആർക്കും വിദ്യാഭ്യാസത്തിനു മേൽ നിയന്ത്രണം സ്ഥാപിക്കാം. ഏറ്റവുമധികം ഡേറ്റ സമാഹരിച്ച വൻ കമ്പനികൾക്ക് വിദ്യാഭ്യാസരംഗത്ത് ഇടപെടാം. ആരോഗ്യം, സാമൂഹ്യസേവനം, ഫിനാൻസ് എന്നിവിടങ്ങളിലും സ്ഥിതി വ്യത്യസ്തമല്ല. എല്ലാ മേഖലകളിലുമുള്ള ഉപഭോക്തൃ സേവനപ്രവർത്തനങ്ങളിൽ മുഴുവൻ സാങ്കേതിക ഇടപെടൽ വ്യാപകമാണ്. ഇവിടെ ഒരിടത്തു പോലും ഡേറ്റയുടെ സമാഹരണത്തിന്റെയോ വിനിമയത്തിന്റെയോ നിയന്ത്രണം ജനങ്ങളുടെ കയ്യിലല്ല. ഇതിനുവേണ്ടി സൃഷ്ടിക്കുന്ന പ്ലാറ്റ്ഫോമുകളുടെ മേൽ അതതു രാഷ്ട്രങ്ങളുടെ ഭരണകൂടങ്ങൾക്ക് പോലും നിയന്ത്രണമില്ല. ഡേറ്റയുടെയും അൽഗോരിതങ്ങളുടെയും മേൽ നിയന്ത്രണം ആർക്കാണോ അവരാണ് നിർമിതബുദ്ധിയുടെ പ്രവർത്തനത്തെ നിയന്ത്രിക്കുക. അവർ നിർണയിക്കുന്ന ചട്ടക്കൂടിനകത്തു മാത്രമാണ് ഏതൊരു ഉപഭോക്താവിനും നിർമിതബുദ്ധിയെ പ്രയോജനപ്പെടുത്താൻ കഴിയുക. ഇന്നത്തെ സാഹചര്യത്തിൽ അതിന്റെ നിയന്ത്രണം ഏതാനും കോർപ്പറേഷനുകളുടെ പക്കൽ മാത്രമാണ്. ജനങ്ങൾക്കുള്ള ഡേറ്റയുടെ ലഭ്യത പോലും നിയന്ത്രിക്കുന്നത് അവർ മാത്രമാണ്. നിർമിതബുദ്ധിയുടെ ഏറ്റവും വലിയ ഉപഭോക്താക്കളും കോർപറേറ്റുകൾ ആണ്. ഡാറ്റയുടെ മേലുള്ള നിയന്ത്രണം ഏതാനും ഭീമൻ കുത്തകകളെ സമാന്തര ഭരണകൂടങ്ങൾ എന്ന നിലയിലേക്ക് വളർത്തികൊണ്ടുവരുന്നുണ്ട്. ജനങ്ങളെ സംബന്ധിച്ച ഡേറ്റാമൈനിംഗ് ഉപഭോക്തൃ ശീലങ്ങളുടെ മേൽനോട്ടം നിർവഹിക്കാനും അതുവഴി ലോക ഉത്പാദന മേഖലയുടെ മുകളിൽ തന്നെ ആധിപത്യം സ്ഥാപിക്കാനും ഏതാനും കോർപ്പറേറ്റുകളെ കൊണ്ട് സാധിക്കുന്നു.

നിർമിതബുദ്ധി എന്നത് ബുദ്ധിയല്ല, ഒരു സാങ്കേതികവിദ്യ ആണ്. ഇതുവരെ നിർമിക്കപ്പെട്ട എല്ലാ സാങ്കേതികവിദ്യകളും മനുഷ്യശരീരമോ ബുദ്ധിയോ നിർവഹിക്കേണ്ട ഏതെങ്കിലും പ്രവർത്തനത്തെ ഭൗതികവസ്തുക്കൾകൊണ്ട് ചിട്ടപ്പെടുത്തുകയാണു ചെയ്തത്. അതിനുവേണ്ടി തനിക്കു ചുറ്റുമുള്ള വസ്തുക്കളെയും ഊർജസ്രോതസ്സുകളെയും മനുഷ്യൻ പ്രയോജനപ്പെടുത്തി. മനുഷ്യനാവശ്യമുള്ള, മനുഷ്യരുടെ അവയവങ്ങൾക്ക് പകരം ഉപയോഗിക്കാവുന്ന പുതിയ

സംവിധാനങ്ങൾ സൃഷ്ടിച്ചു. കൈകൾക്ക് പകരം മഴുവും കൈക്കോട്ടും ഉപയോഗിച്ചതും കാലുകൾക്ക് പകരം ചക്രം ഉപയോഗിച്ചതും പല്ല് കൊണ്ട് കടിച്ച് പറിക്കുന്നതിനു പകരം ചുട്ടെടുത്തും വേവിച്ചും തിന്നാൻ പഠിച്ചതും ഇതിന്റെ ഭാഗമാണ്. മനുഷ്യരുടെ ആദ്യത്തെ നിർമിതബുദ്ധി പാപ്പിറസ് ചുരുളുകളിലും താളിയോലകളിലും രേഖപ്പെടുത്തിയ ഗ്രന്ഥങ്ങൾ ആണ്. അവയാണ് അടുത്തകാലം വരെ നമ്മുടെ ബിഗ് ഡേറ്റ. വാഹനങ്ങൾ വന്നു എന്നതുകൊണ്ട് നാം നമ്മുടെ നടത്തമോ ഓട്ടമോ നിർത്തിയില്ല. പുസ്തകങ്ങൾ ഉണ്ടായതു കൊണ്ട് നമ്മുടെ വായ്മൊഴി വഴക്കങ്ങൾ അവസാനിപ്പിച്ചില്ല. നിരവധി ആയുധങ്ങളും ഉപകരണങ്ങളും ഉണ്ടായിട്ടും നമ്മുടെ കൈകൾ ഉപയോഗശൂന്യമായില്ല. ജൈവശരീരത്തോടൊപ്പം ഒരു അജൈവശരീരമായി ഈ ഉപകരണങ്ങൾ പ്രവർത്തിച്ചു എന്നു മാത്രം.

നിർമിതബുദ്ധി മറ്റു സാങ്കേതികവിദ്യകളെപ്പോലെ ഭൗതിക പ്രതിഭാസങ്ങളെ ഉപയോഗപ്പെടുത്തിയാണ് പ്രവർത്തിക്കുന്നത്. അവ ജൈവപ്രക്രിയകളെപ്പോലെ പ്രവർത്തിക്കുന്നതും ഈ പ്രതിഭാസങ്ങളെ ഉപയോഗിച്ചു മാത്രമാണ്. അതിനാവശ്യമായ ധൈഷണിക നിക്ഷേപങ്ങൾ മുഴുവനും നടത്തുന്നത് മനുഷ്യരാണ്. അതായത് മനുഷ്യരുടെ ബൗദ്ധികപരിമിതികൾക്ക് അപ്പുറം കടക്കാൻ നിർമിതബുദ്ധിക്ക് സാധിക്കുകയില്ല. ഒരു അൽഗോരിതത്തിന്റെ സാധ്യതകൾ ഉപയോഗിച്ച് പുതിയ കണ്ടെത്തലുകൾ നടക്കുന്നതായുള്ള അവകാശവാദങ്ങൾ ഉണ്ട്. അവ മുമ്പ് സൂചിപ്പിച്ചത് അൽഗോരിതത്തിൽ ഉൾപ്പെട്ട സാധ്യതകളാണ്. ഒരു രാസപരീക്ഷണത്തിന്റെ വ്യത്യസ്തസാധ്യതകൾ ഉപയോഗിച്ച് വ്യത്യസ്ത സംയുക്തങ്ങൾ നിർമിക്കുന്നത് പോലെയാണത്. ഇവയിൽ ചിലത് രോഗനിവാരണത്തിനടക്കം പല മേഖലകളിലും ഉപയോഗിക്കപ്പെട്ടിട്ടുള്ളതും നമുക്കറിയാം. ശാസ്ത്ര പരീക്ഷണങ്ങളുടെ ഇത്തരം സാധ്യതകൾ യാന്ത്രികമായി പുനരാവിഷ്കരിക്കുകയാണ് നിർമിതബുദ്ധി ചെയ്യുന്നത്. ഇതുകൊണ്ട് മനുഷ്യർ സ്വന്തം അന്വേഷണങ്ങളും പരീക്ഷണങ്ങളും അവസാനിപ്പിച്ച് എല്ലാം നിർമിത ബുദ്ധിയെ ഏൽപ്പിക്കണം എന്ന് പറയുന്നതിൽ അർത്ഥമില്ല.

നിർമിതബുദ്ധിക്ക് സാധാരണബുദ്ധിയെ കീഴടക്കാൻ കഴിയും എന്നതിന്റെ നല്ലൊരു ഉദാഹരണമായാണ് ഡീപ് ബ്ലൂ എന്ന കമ്പ്യൂട്ടർ ലോകചെസ്സ് ചാമ്പ്യൻ ആയിരുന്ന ഗാരി കാസ്പറോവിനെ കീഴടക്കിയത്. നിർമിതബുദ്ധിയും മനുഷ്യബുദ്ധിയും തമ്മിലുള്ള അടിസ്ഥാന വ്യത്യാസത്തെയും അത് സൂചിപ്പിച്ചു. കാസ്പറോവ് ഒരു

മനുഷ്യനാണ്. അദ്ദേഹത്തിന് ചെസ്സ് കളിയിലുള്ള പ്രവീണ്യം അദ്ദേഹത്തിന്റെ നിരവധി പ്രവർത്തനങ്ങളിൽ ഒന്ന് മാത്രമാണ്. കൃത്യമായ ചെസ്സ് അൽഗോരിതം അനുസരിച്ച പ്രവർത്തിക്കുന്ന കമ്പ്യൂട്ടറിന്റെ മുഖ്യദൗത്യവും ധർമവും അത് തന്നെയാണ്. ചാറ്റ് ജി പി ടിയോ തത്തുല്യമായ ഒരു ആപ്ലിക്കേഷനോ ഉപയോഗിച്ച് ഉദാത്തമായ ഒരു രചനയോ കലാസൃഷ്ടിയോ സാധ്യമായേക്കാം. ലഭ്യമായ ഡേറ്റയുടെ അടിസ്ഥാനത്തിൽ ഫലപ്രാപ്തിയിൽ എത്തിക്കാനുള്ള അതിന്റെ ധർമം നിർവഹിക്കുക മാത്രമാണ് അത് ചെയ്യുന്നത്. കലാകാരന്റെയും രചയിതാവിന്റെയും ജീവിതം ആ സൃഷ്ടിയിൽ ഒതുങ്ങിനിൽക്കുന്നില്ല. അതേസമയം ഡേറ്റയുടെ പരിമിതികൾക്കും മുൻവിധികൾക്കും അപ്പുറം പോകാൻ ഒരു കമ്പ്യൂട്ടറിന് കഴിയുകയില്ല. ഇന്നത്തെ സമൂഹത്തിന്റെയും പ്രോഗ്രാമറിന്റെയും വർഗപരമോ മതപരമോ ലിംഗപദവിപരമോ ആയ മുൻവിധികൾ ഡാറ്റയിൽ പ്രത്യക്ഷപ്പെടുന്നുണ്ടെങ്കിൽ അത് രചനയിലും വരും. അത് തിരുത്താൻ മനുഷ്യർക്കുള്ള കഴിവ് കമ്പ്യൂട്ടറിന് ഉണ്ടാകില്ല. വേഗതയിലും കൃത്യതയിലും ലക്ഷ്യനിർണയമനുസരിച്ചുള്ള പരിഹാരങ്ങളിലും കണ്ടെത്തലുകളിലും ഡിജിറ്റൽ പ്രക്രിയ മനുഷ്യരേക്കാൾ ശേഷി പ്രദർശിപ്പിക്കാം. സർഗാത്മകതയിലും യുക്തിപരതയിലും മനുഷ്യബുദ്ധിക്കുള്ള അയവും വൈവിധ്യവും ഒരു യന്ത്രത്തിന് ഉണ്ടാകുകയില്ല.

ഇതിന്റെ കാരണം വ്യക്തമാണ്. ഒരു യന്ത്രം അജൈവമാണ്. സ്വതന്ത്രമായ ഒരു പ്രകൃതി പ്രതിഭാസമല്ല. നിർമിക്കുന്ന ആളുടെ ലക്ഷ്യനിർണയത്തിനു അനുസരിച്ചാണ് അത് പ്രവർത്തിക്കുക. നിർമിതബുദ്ധിയുടെ അവസ്ഥയും വ്യത്യസ്തമല്ല. നിർമിതബുദ്ധിയുടെ നിർമാണപ്രക്രിയ സങ്കീർണമാണ്. അതിനാവശ്യമായ ഡാറ്റയുടെ സമാഹരണവും അൽഗോരിതം ചിട്ടപ്പെടുത്തലും ഇപ്പോൾ ചെയ്യാൻ കഴിയുന്നത് മൂലധനശക്തികൾക്ക് ആണ്. അതിനെ ഉപയോഗിക്കാനുള്ള കഴിവ് മാത്രമാണ് മറ്റുള്ളവർ നേടുന്നത്. അതായത് മൂലധന നിയന്ത്രിതമായ മറ്റു സാങ്കേതികവിദ്യകളിൽ നിന്ന് ഒരു വ്യത്യാസവും നിർമിതബുദ്ധിക്കില്ല. ഇത് പ്രവർത്തിപ്പിക്കാനായി മനുഷ്യരുടെ വികാര വിചാരങ്ങളും സ്വകാര്യതകൾ പോലും ഡാറ്റ ആയി മാറുന്നതോടെ ഒരു മൂലധന ഉല്പന്നത്തിന്റെ വിഭവങ്ങളായി മനുഷ്യരാശി മുഴുവൻ മാറുന്ന അവസ്ഥയും ഉണ്ടാകുന്നു. ഇതുവരെയുള്ള സാങ്കേതികവിദ്യകൾ നമ്മളാണ് ഉപയോഗിച്ചതെങ്കിൽ ഒരു സാങ്കേതികവിദ്യ സ്വന്തം പ്രവർത്തനത്തിന് നമ്മെ ഉപയോഗിക്കാൻ തുടങ്ങുന്നു.

മനുഷ്യർക്ക് ആവശ്യമായ എല്ലാവസ്തുക്കളുടെയും ഉത്പാദനം

മുതൽ വിതരണവും ഉപഭോഗവും വരെയുള്ള എല്ലാ പ്രവർത്തനങ്ങളുടെയും നിർവഹണം ഏറ്റെടുക്കാൻ നിർമിതബുദ്ധിക്ക് കഴിയും എന്ന വാദവും ശരിയാണ്. മനുഷ്യരുടെ ആവശ്യങ്ങൾ ആര് നിർണയിക്കും എന്നതിന്റെ അടിസ്ഥാനത്തിലാകും നിർമിതബുദ്ധിയുടെ പ്രവർത്തനവും. ആദിമ ഘട്ടങ്ങളിൽ ഒഴികെ മനുഷ്യർ അവരുടെ ആവശ്യങ്ങൾ സ്വയമേവ നിറവേറ്റുന്ന സമൂഹങ്ങൾ നമുക്ക് ഉണ്ടായിട്ടില്ല. സ്വത്തുടമകളും കുടുംബതലവന്മാരും ഭരണകൂടവും വ്യാപാരികളും ഒക്കെയാണ് മനുഷ്യർ അവരുടെ ആവശ്യങ്ങൾ എങ്ങനെ നിറവേറ്റും എന്ന് തീരുമാനിച്ചിരുന്നത്. ഇപ്പോൾ ഭൂരിഭാഗം സമൂഹങ്ങളിലും മൂലധനമാണ് ഇക്കാര്യം തീരുമാനിക്കുന്നത്. ചില സമൂഹങ്ങളിൽ ഭരണകൂടത്തിനും പങ്കാളിത്തമുണ്ട്. നിർമിതബുദ്ധിയെ ചലിപ്പിക്കുന്നതിനുള്ള ഉത്തരവാദിത്വവും അവർക്ക് തന്നെയാകും. നിർമിതബുദ്ധി വഴി മൂലധനം നമ്മുടെ നിത്യജീവിതാവശ്യങ്ങൾ മാത്രമല്ല സർഗാത്മകതയെയും വൈകാരിക ജീവിതത്തെയും വരെ നിർണയിക്കുന്ന അവസ്ഥ ഇപ്പോൾ തന്നെ വളർന്നു വന്നിരിക്കുകയാണ്. ജനങ്ങളുടെ ജീവിതരീതിയെക്കുറിച്ചുള്ള തീരുമാനങ്ങളെ പോലും നിർണയിക്കുന്ന അവസ്ഥയിലേക്ക് മൂലധനം വളരുന്നതോടെ അതിനുള്ള പ്രധാന ഉപാധിയായി നിർമിതബുദ്ധി മാറുകയാണ്. ഓരോ മനുഷ്യനെയുംകുറിച്ചുള്ള എല്ലാ വിവരങ്ങളും കൈവശം വെക്കുകയും അതിന്റെ അടിസ്ഥാനത്തിൽ അയാളുടെ സന്തോഷങ്ങളെയും വേവലാതികളെയും സ്വാധീനിക്കുകയും ചെയ്യുന്ന മേൽനോട്ടക്കാരായി മാറാനും നിർമിതബുദ്ധിക്കും അതുവഴി മൂലധനത്തിനും കഴിയുന്നു.

സാങ്കേതികവിദ്യകളുടെ പ്രയോഗത്തിന്റെ ഗുണദോഷങ്ങൾ അവ ആരുപയോഗിക്കുന്നു എന്നതിനെ ആശ്രയിച്ചിരിക്കും. മഴുവും ഉളിയും കൈക്കോട്ടും വരെ ആരാണ് ഉപയോഗിക്കുന്നത് എന്നതനുസരിച്ച് സ്വഭാവം മാറാറുണ്ട്. വാഹനങ്ങൾ ജനങ്ങളെ അതിവേഗത്തിൽ ലക്ഷ്യത്തിലെത്തിക്കും, അവരുടെ മരണത്തിനും കാരണമാകാം. മൂലധനത്തിന്റെ അടിസ്ഥാന ലക്ഷ്യം ലാഭമാണ്. ലാഭം പരമാവധി ഉണ്ടാക്കാനുള്ള അൽഗോരിതങ്ങൾ ഉപയോഗിച്ചാണ് നിർമിതബുദ്ധിയെ പ്രവർത്തിപ്പിക്കുക. അതിന്റെ പ്രവർത്തനംകൊണ്ട് ഗുണമാണോ ദോഷമാണോ ഉണ്ടാകുക എന്നത് ലാഭസാധ്യതയെക്കൂടി ആശ്രയിച്ചിരിക്കും. എത്രമാത്രം യുക്തിസഹമായി നിർമിക്കപ്പെട്ട അൽഗോരിതമായാലും ഇത്തരത്തിലുള്ള ബാഹ്യമായ ഘടകത്തിന് നിർണായകസ്വഭാവം ലഭിക്കുന്നതോടെ അതിന്റെ ധൈഷണികതലത്തിലും പ്രയോഗതലത്തിലും ഉള്ള മേന്മ ഇല്ലാ

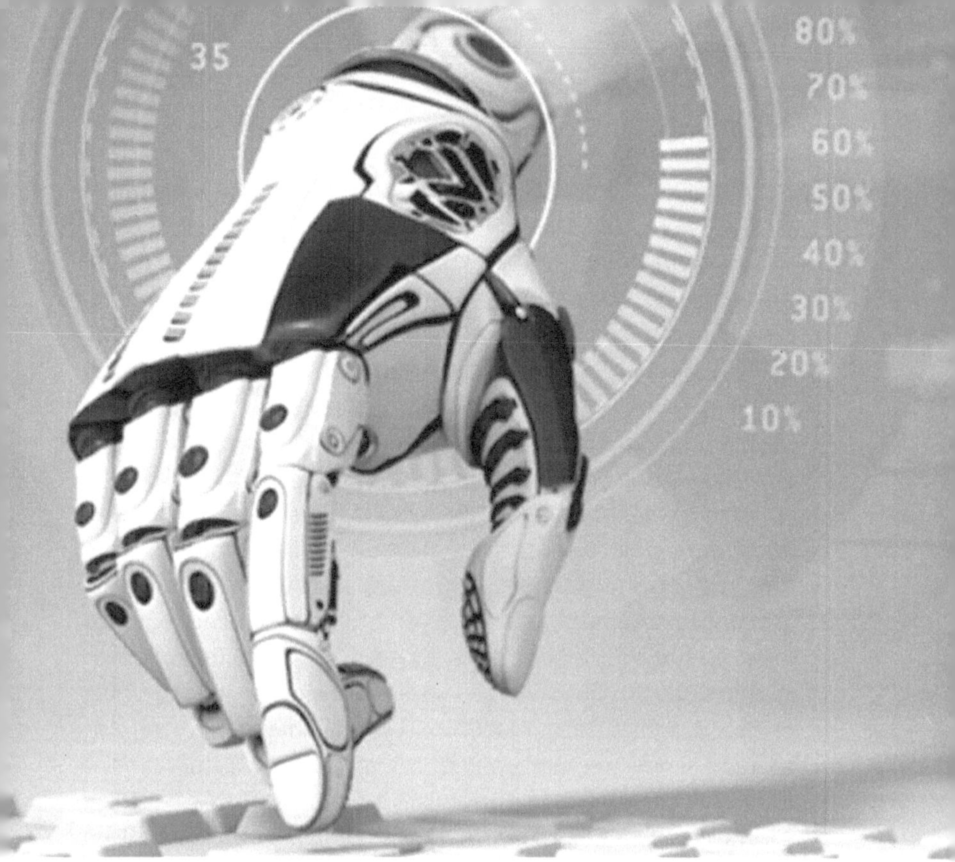

താകുകയാണ്. അധികാരസ്ഥാനങ്ങളുടെ നിയന്ത്രണം ഇല്ലെങ്കിൽ മനുഷ്യബുദ്ധി അവർക്ക് തന്നെ ഉപയോഗിക്കാൻ കഴിയുന്നുണ്ട്. മനുഷ്യരാശിയെ നിലനിർത്തുന്നതും മുന്നോട്ടു നയിക്കുന്നതും അതാണ്. ഈ കഴിവ് മുഴുവനും ഏതാനും കോർപ്പറേറ്റ് മുതലാളിമാരെയും അവരുടെ സാങ്കേതികസംഘങ്ങളെയും ഏല്പിച്ചു കൊടുത്താൽ മനുഷ്യവികാസത്തിനു വേണ്ടി സ്വന്തം ബുദ്ധി സ്വയം ഉപയോഗിക്കാനുള്ള കഴിവുപോലും മൂലധന താല്പര്യങ്ങൾക്ക് വിൽക്കുന്ന സ്ഥിതിയാണുണ്ടാകുക. ആൻത്രോപ്പോസീൻ എന്നൊക്കെ ചിലർ വിളിക്കുന്ന ഇന്നത്തെ യുഗം കാപിറ്റലോസീൻ (capitalocene) ആയി പൂർണമായി മാറുകയും ചെയ്യും.

ഒരു സാങ്കേതികവിദ്യയെ വിനാശകരമായ സാധ്യത ഉള്ളതായാലും ആ ഒരൊറ്റ കാരണത്താൽ എതിർക്കുന്നതിൽ അർത്ഥമില്ല. പ്രകൃതി പ്രതിഭാസങ്ങളിൽ സൃഷ്ടിപരമെന്നത് പോലെ വിനാശപരമായ സാധ്യതകളും ഉണ്ട്. അവയെ ഉപയോഗിക്കുകയാണ് മനുഷ്യർ ഇതുവരെ ചെയ്തുപോന്നത്. നിലനിൽപ്പിനും നാശത്തിനും വേണ്ടി

മനുഷ്യർ ഈ സാധ്യതകളെ പ്രയോജനപ്പെടുത്തുകയും ചെയ്തിട്ടുണ്ട്. ഇതിന്റെ ഫലമായി സൃഷ്ടി, സംഹാരം, നന്മ, തിന്മ, ഗുണം, ദോഷം എന്നിങ്ങനെ മനുഷ്യരുടെ പ്രവർത്തികളെക്കുറിച്ചുള്ള വ്യാഖ്യാനങ്ങളും വിലയിരുത്തലുകളും മനുഷ്യർ നടത്തിയിട്ടുണ്ട്. മനുഷ്യരാശിയുടെ വികാസത്തിൽ ഇത്തരം ധാരണകളും വിലയിരുത്തലുകളും വലിയ പങ്ക് വഹിച്ചിട്ടുണ്ട്. സത്യാന്വേഷണം മുതലായ സങ്കല്പങ്ങളും ഇതിന്റെ ഭാഗമാണ്. സാങ്കേതികവിദ്യകളുടെ ഉപയോഗത്തെക്കുറിച്ചുള്ള ചർച്ചകൾ അവ മനുഷ്യർക്ക് നൽകുന്ന ആത്യന്തികമായ ഗുണ ദോഷങ്ങളെക്കുറിച്ചുള്ള ചർച്ചകളാണ്. എന്നാൽ നിർമിതബുദ്ധി നിയന്ത്രിക്കുന്ന ലോകത്തിൽ ഈ ചർച്ചകൾക്ക് പ്രസക്തിയില്ല. നിർമിതബുദ്ധിയുടെ അൽഗോരിതത്തിൽ ലക്ഷ്യവും ലക്ഷ്യം നേടുന്നതിനുള്ള വഴികളുമേ ഉള്ളൂ. അതിന്റെ വ്യത്യസ്തസാധ്യതകളിൽ ഗുണദോഷങ്ങൾ ഉണ്ടാകും. അത് വേണമോ വേണ്ടയോ എന്നത് നിങ്ങളുടെ യുക്തിപരമായ തീരുമാനമാണ്. വ്യത്യസ്തസാധ്യതകൾ ഉപയോഗിക്കുന്നതും നിങ്ങളുടെ ഒരു ഓപ്ഷൻ ആണ്. ഈ സാധ്യതകൾ മുഴുവനും ഒരു നിശ്ചിതവിലയ്ക്ക് മൂലധനം നിങ്ങൾക്ക് ലഭ്യമാക്കുന്നു. അത് സ്വീകരിച്ചാൽ അതിന്റെ ഗുണദോഷങ്ങൾ മുഴുവൻ നിങ്ങളുടെ ബാധ്യതയാണ്. അവിടെ മൂലധനശക്തികളെ പഴി പറഞ്ഞിട്ട് കാര്യമില്ല. ഉല്പന്നം നിങ്ങളുടെ കൈവശമാണ്. അതിന്റെ ഗുണദോഷങ്ങളെക്കുറിച്ചുള്ള മുന്നറിയിപ്പുകൾ എല്ലാം ഉല്പന്നം ഡൗൺലോഡ് ചെയ്യുമ്പോൾ നിങ്ങൾ ഒപ്പിടുന്ന കരാറിൽ പറഞ്ഞിട്ടുണ്ട്, അവ നിങ്ങൾ അംഗീകരിച്ചതു കൊണ്ടാണ് ഡൗൺലോഡ് ചെയ്യാൻ നിങ്ങൾക്ക് സാധിച്ചത്. അപ്പോൾ നിർമിതബുദ്ധി ചെയ്യുന്ന കർമങ്ങൾക്ക് അത് സ്വീകരിച്ച നിങ്ങൾ തന്നെയാണ് ഉത്തരവാദി. ചുരുക്കത്തിൽ നിർമിതബുദ്ധി എന്ത് ചെയ്താലും ഉത്തരവാദി കൈവശം വെയ്ക്കുന്ന വ്യക്തിയാണ് എന്ന് വരുന്നു.

ഈ ആശയം പല കമ്പനികളും ഫലപ്രദമായി ഉപയോഗിക്കുന്നുണ്ട്. നിർമിതബുദ്ധിയുടെ ഗുണഭോക്താക്കളിലും അത്തരത്തിൽ പ്രവർത്തിക്കുന്ന മാർക്കറ്റിംഗ്, ഗതാഗതം, ആശയവിനിമയം മുതലായ മേഖലകളിലും തൊഴിലാളികളും ഉപഭോക്താക്കളും പങ്കാളികളാണ്. നിങ്ങൾ ഉപയോഗിക്കുന്നു എന്ന ഒറ്റ കാരണംകൊണ്ട് ഉത്തരവാദിത്വം നിങ്ങൾക്ക് വരുകയാണ്. അതേസമയം നിങ്ങളെ ഏൽപ്പിക്കുന്ന നിർവഹണ ചുമതല ഒഴികെ കമ്പനിയുടെ പ്രവർത്തനം എങ്ങനെയെന്ന് പോലും നിങ്ങൾ അറിയണമെന്നില്ല. സംരംഭത്തിന്റെ ഗുണദോഷങ്ങളെ പറ്റി വിലപേശാൻ നിയമപരമായി നിങ്ങൾക്ക്

അർഹതയില്ല. മറുവശത്ത് ആദ്യഘട്ടത്തിൽ ഉല്പന്നത്തെക്കുറിച്ച് നടന്ന ആദ്യചർച്ചകളിൽ തന്നെ നിങ്ങളെ സംബന്ധിച്ച എല്ലാ വിവരങ്ങളും കമ്പനിയുടെ കൈവശം എത്തിക്കഴിഞ്ഞു. നിങ്ങളുടെ എല്ലാ ഡേറ്റയും കാണാനുള്ള അവകാശവും അവർക്ക് കൊടുത്തു. നിങ്ങളുടെ എല്ലാ ചലനങ്ങളും സ്വകാര്യചിന്തകൾ പോലും വീക്ഷിക്കാനുള്ള സൗകര്യവും അവർക്ക് നൽകി. പിന്നെ വിലപേശൽ ഇല്ല. ഗുണദോഷ വിശ്ലേഷണം സാധ്യമല്ല. നിങ്ങളുടെ ലക്ഷ്യവും വഴിയും തെരഞ്ഞെടുത്തുകൊണ്ട് ശേഷിച്ചത് നിർമിതബുദ്ധി ചെയ്തുകൊള്ളും. നിങ്ങൾക്ക് ഈ വഴി ഉപേക്ഷിക്കാം എന്നല്ലാതെ വേറെ മാർഗങ്ങൾ ഇല്ല.

നിർമിതബുദ്ധിയെക്കുറിച്ചുള്ള ഇത്തരം നിലപാട് ഏകപക്ഷീയമാണെന്ന് തോന്നാം. മനുഷ്യബുദ്ധിക്ക് അസാധ്യമായ നിരവധി കാര്യങ്ങൾ നിർമിതബുദ്ധി ചെയ്യുന്നില്ലേ? കൂടുതൽ വേഗതയിലും കൃത്യതയിലും കാര്യങ്ങൾ ചെയ്യുന്നത് മനുഷ്യർക്ക് ഉപകാരപ്രദമല്ലേ? കമ്പ്യൂട്ടർ യുഗത്തിന്റെ ആദ്യഘട്ടത്തിൽ ഇതുപോലുള്ള വാദങ്ങൾ കമ്പ്യൂട്ടറിനെതിരെ ഉയർന്നു വന്നിരുന്നു. അതുകൊണ്ട് മനുഷ്യരാശിയുടെ പുരോഗതി അവസാനിച്ചില്ല. പുതിയ സാധ്യതകൾ വളർന്നു വരുകയാണ് ചെയ്തത്. കേവലം ദുരന്തവാദി ആയിട്ടു കാര്യമില്ല. പുതിയ സാധ്യതകളെ എങ്ങനെ പ്രയോജനപ്പെടുത്തണം എന്ന് പരിശോധിക്കുകയാണ് വേണ്ടത് എന്ന് വാദിക്കുന്നവർ ധാരാളമാണ്.

പുതിയ സാങ്കേതികവിദ്യകൾ എല്ലാം ജനവിരുദ്ധമാണെന്ന ധാരണയില്ല. സാങ്കേതികവിദ്യകൾ മനുഷ്യനിർമിതികൾ ആണ്. മനുഷ്യരുടെ ജൈവമായ പ്രവർത്തനസാധ്യതകളെ പ്രകൃതിപ്രതിഭാസങ്ങൾ ഉപയോഗിച്ച് ശക്തിപ്പെടുത്താനുള്ള ശ്രമത്തിന്റെ ഭാഗമാണ്. അവയിൽ വിവിധപോരായ്മകൾ കണ്ടേക്കാമെങ്കിലും ആത്യന്തികമായി അവയ്ക്ക് ജനവിരുദ്ധസ്വഭാവമില്ല. അവയെ ജനവിരുദ്ധമായി ഉപയോഗിക്കുന്നത് മനുഷ്യവിഭാഗങ്ങൾ തന്നെയാണ്, അതായത് വർഗങ്ങൾ ആണ്. ഒരു ആദർശ ജനാധിപത്യ സമൂഹത്തിൽ മാത്രമാണ് അറിവിന്റെയും സാങ്കേതികവിദ്യകളുടേയും മേലുള്ള അവകാശങ്ങൾ ജനങ്ങളിൽ പൂർണമായി നിക്ഷിപ്തമാകുന്നത്. വർഗസമൂഹങ്ങളിൽ സ്ഥിതി വ്യത്യസ്തമാണ്. ചക്രവർത്തിമാരുടെയും രാജാക്കന്മാരുടെയും വാഴ്ചക്കാലത്ത് അറിവിന്റെയും സാങ്കേതികവിദ്യകളുടേയും നിയന്ത്രണം അവരുടെയും പ്രഭുക്കന്മാരുടെയും പുരോഹിതരുടെയും കയ്യിലാണ്. മുതലാളിത്തത്തിൽ അത് മുതലാളിമാരുടെയും അവരുടെ നിയന്ത്രണത്തിലുള്ള വിദഗ്ധരുടെയും കയ്യിലാണ്. സാങ്കേതികവി

ദ്യകൾ രൂപപ്പെടുന്നത് തൊഴിലെടുക്കുന്നവരിൽ നിന്നാണ്. എന്നാൽ സമ്പത്തും അധികാരവും ഉപയോഗിച്ച് ഉടമകൾ ഇതിനു മേൽ അവകാശങ്ങൾ സ്ഥാപിക്കുന്നു എന്ന് മാത്രം. സാങ്കേതികവിദ്യകൾ ഉപയോഗിച്ച് ഉത്പാദനം നടത്തുന്ന തൊഴിലാളിക്ക് അതിന്റെ ഗുണദോഷങ്ങളെക്കുറിച്ച് വിമർശിക്കാനുള്ള അവകാശമില്ല. അത് വിദഗ്ധരുടെ കുത്തകയാണ്. ജനാധിപത്യസമൂഹങ്ങളിൽ പോലും ജനങ്ങൾക്ക് സാങ്കേതികവിദ്യകളുടെ പ്രയോഗത്തിൽ വരുന്ന പോരായ്മകളെക്കുറിച്ച് പറയാൻ അവകാശമില്ല. ഈ ഘടകം തന്നെയാണ് വർഗാധിപത്യത്തെ നിർണയിക്കുന്നത്.

നിർമിതബുദ്ധിയുടെ പ്രയോഗത്തിൽ ഈ സ്ഥിതിവിശേഷം ഒരു പടികൂടി പിന്നിടുന്നു. ഏതാനും കോർപ്പറേറ്റുകളും അവരുടെ വിദഗ്ധരും ചേർന്നാണ് നിർമിതബുദ്ധിയുടെ എല്ലാ അൽഗോരിതങ്ങളും തയ്യാറാക്കിയിരിക്കുന്നത്. അവരുടെ നിർദേശങ്ങളെ പിന്തുടരേണ്ട ചുമതല മാത്രമേ ഉപഭോക്താക്കൾക്കുള്ളൂ. ഇവ ഉപയോഗിക്കുമ്പോൾ സ്വീകരിക്കേണ്ട നടപടിക്രമങ്ങളെയും ബാധ്യതകളെയും സൂചിപ്പിക്കുന്ന ഒരു കരാർ ആദ്യം തന്നെ അംഗീകരിക്കണം. അതോടെ പിന്നീട് വിലപേശാനുള്ള എല്ലാ സാധ്യതകളും നിയമപരമായി ഉപഭോക്താവിനും ഉപയോഗിക്കുന്ന ആളിനും നഷ്ടപ്പെടുന്നു. വ്യക്തിപരമായോ സംഘം ചേർന്നോ ഉള്ള ഒരു വിലപേശലിനും ഇവിടെ സൗകര്യമില്ല. നിർമിതബുദ്ധിയുടെ ലക്ഷ്യനിർണയത്തിലും അതിനനുസരിച്ച് രൂപംകൊള്ളുന്ന പുതിയ കണ്ടെത്തലുകളിലും ഒതുങ്ങി നിൽക്കുകയല്ലാതെ വേറെ വഴികളില്ല. ഇതിന്റെ ഭാഗമായി കരാറിൽ ഏർപ്പെടുന്ന വ്യക്തിയെ സംബന്ധിച്ച എല്ലാ വിവരങ്ങളും സ്വകാര്യതകൾ പോലും നിർമിതബുദ്ധിയുടേയും അതുവഴി കോർപ്പറേറ്റുകളുടെയും കൈവശം എത്തുന്നുണ്ട്. ഇവ മറ്റു കോർപ്പറേറ്റുകൾക്ക് കൈമാറുകയും അതുവഴി വ്യത്യസ്ത ഉപഭോഗശൃംഖലകളുടെ നിയന്ത്രണത്തിലേക്ക് ഈ വ്യക്തി വഴുതിവീഴുകയും ചെയ്യുന്നു. സ്വന്തം ജൈവശരീരവും വികാരവിചാരങ്ങളും ഉപഭോഗവസ്തുക്കളായി മാറുകയാണ്.

ഡിജിറ്റൽ കരാറുകൾക്ക് ഒരു സൗകര്യം കൂടിയുണ്ട്. നിർമിതബുദ്ധി വഴി നടത്തുന്ന എല്ലാ പ്രവർത്തനങ്ങളുടെയും ഉത്തരവാദിത്വം ഉപഭോക്താവിനാണ്. കോർപ്പറേറ്റുകൾ ഇവിടെ വിവരദായകർ ആണ്. അതുകൊണ്ട് എന്ത് ചെയ്യുന്നു എന്നതിന്റെ ഉത്തരവാദിത്വം ചെയ്യുന്ന ആളുകൾക്കാണ്. ഓൺലൈൻ വ്യാപാരത്തിലും ഗതാഗത-വിനിമയശൃംഖലകളിലും തൊഴിലാളികൾ

പങ്കാളികളാണ്. അവർ എത്ര മണിക്കൂർ എത്രമാത്രം തൊഴിൽ ചെയ്യുന്നു എന്നതനുസരിച്ചാണ് അവരുടെ വേതനം നിശ്ചയിക്കുക. സാധാരണ ഫാക്ടറികളിലെ തൊഴിൽസമയസങ്കല്പം അവർക്ക് ബാധകമല്ല. അവർ തൊഴിൽ ചെയ്യാതിരുന്നാൽ വരുമാനം നഷ്ടപ്പെടും പങ്കാളിത്തത്തിൽ നിന്ന് പുറത്ത് പോവുകയും ചെയ്യും. മറ്റ് വിഭവങ്ങളോ തൊഴിലുകളോ ലഭ്യമല്ലാത്തതുകൊണ്ടും സ്വന്തമായി സ്റ്റാർട്ട് അപ്പുകൾ തുടങ്ങുന്നവർക്കും വൻ ഭീമന്മാരോടു പിടിച്ചു നിൽക്കാനുള്ള പ്രയാസംകൊണ്ടും ഏതെങ്കിലും വിധത്തിലുള്ള കരാറുകളിൽ ഏർപ്പെടാൻ അവരും നിർബന്ധിതരാകും. ഇതു ഡിജിറ്റൽ വിദഗ്ധർക്കും ബാധകമാണ്. പുതിയ അൽഗോരിതങ്ങൾ ഉണ്ടാക്കാൻ കഴിയുമെങ്കിലും അത് വാണിജ്യവൽക്കരിക്കാൻ കഴിയാത്തതുകൊണ്ട് വൻ കോർപ്പറേറ്റുകൾക്ക് തന്നെ വിൽക്കേണ്ടിവരും. ചുരുക്കത്തിൽ മൂലധനത്തിന്റെ പ്രവർത്തനശൈലി തന്നെയാണ് നിർമിതബുദ്ധിയുടെ പ്രചാരത്തെയും നിർണയിക്കുക.

ഉത്പാദന ശക്തികൾ എന്ന നിലയിൽ തൊഴിലാളികൾ നേരിടുന്ന മറ്റൊരു പ്രതിസന്ധിയുണ്ട്, നിർമിതബുദ്ധി കേന്ദ്രീകരിക്കുന്നത് പ്രവർത്തനത്തിന്റെ കാര്യക്ഷമതയിലും പ്രയോജനത്തിലുമാണ്. ഒരു പ്രവർത്തനത്തെ ലക്ഷ്യത്തിലെത്തിക്കുന്നതിനു ഡാറ്റയ്ക്കുള്ള പ്രയോജനമാണ് (function) ഒരു അൽഗോരിതത്തിന്റെ കാതൽ. അവിടെയാണ് നവചേഷ്ടാവാദികളുടെ ആധാരഗ്രന്ഥം ആയ ബ്ലൂമിന്റെ *ടാക്സോണോമി*യുടെ (സൃഷ്ടിക്കുക, വിലയിരുത്തുക, അപഗ്രഥിക്കുക, നടപ്പിലാക്കുക, മനസിലാക്കുക, ഓർമിക്കുക) പ്രസക്തി. നിർമിതബുദ്ധിയുടെ മാത്രമല്ല, ആധുനികവിദ്യാഭ്യാസത്തേയും ചിട്ടപ്പെടുത്തുന്ന ഈ പ്രവർത്തനത്തിൽ നടപ്പിലാക്കിയതിന് ശേഷം പുനരവലോകനം ചെയ്യുക, തുടർന്നു നടപ്പിലാക്കുന്നതിനെക്കുറിച്ചു തീരുമാനമെടുക്കുക, ഒരു രീതി ഉപേക്ഷിച്ചു മറ്റു രീതികൾ സ്വീകരിക്കുക എന്നീ ക്രിയകളില്ല. ഉത്പന്നത്തിന് മാത്രമേ പ്രസക്തിയുള്ളൂ, പ്രക്രിയയ്ക്കില്ല. അറിവിന്റെ വൈവിധ്യവല്കരണവും ജനാധിപത്യവൽക്കരണവും സംഭവിക്കുന്നത് പ്രക്രിയകളിലൂടെയാണ്. മുൻകൂട്ടി ചിട്ടപ്പെടുത്തിയ ബുദ്ധി ഉപയോഗിച്ചു നടത്തുന്ന കണ്ടെത്തലുകൾ മാത്രമായി വൈവിധ്യം ചുരുങ്ങുന്നതോടെ ജ്ഞാനോല്പാദനത്തിന്റെ മുഴുവൻ നിയന്ത്രണവും കോർപ്പറേറ്റുകളുടെ കൈവശം വരുകയാണ്.

നിർമിതബുദ്ധിയടക്കം ഏതു സാങ്കേതികവിദ്യയും സാമൂഹ്യാവശ്യങ്ങൾക്കനുസരിച്ച് ഉപയോഗിക്കാനും ആവശ്യമില്ലെങ്കിൽ വേണ്ടെന്നു വെക്കാനും ഉള്ള അവകാശം ജനങ്ങൾക്കുള്ള സമൂഹ

ത്തിലാണ് ഉത്പാദന ശക്തികളുടെ വികാസം പൂർണരൂപത്തിൽ ഉണ്ടാകുക. വർഗസമൂഹത്തിലും ഉത്പാദന ശക്തികളുടെ വികാസം ഉണ്ടാകും. അതിന്റെ നിയന്ത്രണം സ്വത്തുടമാവർഗങ്ങളുടേയും അവർ നയിക്കുന്ന ഭരണകൂടങ്ങളുടെയും കൈപ്പിടിയിൽ ഒതുങ്ങിനിൽക്കും എന്നാണ് ചരിത്രം നമ്മെ പഠിപ്പിക്കുന്നത്. ഇത് സൃഷ്ടിക്കുന്ന അന്യവൽക്കരണമാണ് ദൈവത്തിന്റെയും രാജാവിന്റെയും പ്രഭുവിന്റെയും മുമ്പിൽ യാചിക്കാൻ ജനങ്ങളെ പ്രേരിപ്പിക്കുന്നത്; അദ്ധ്വാനശക്തി കൈയാളുന്നവർ സ്വന്തം അധ്വാനം വിൽക്കുന്നതിനിടയാക്കുന്നത്. ജനങ്ങളുടെ ബുദ്ധിയും വിവരവും അപഹരിച്ച നിർമിതബുദ്ധി സൃഷ്ടിക്കപ്പെടുമ്പോൾ ഈ അന്യവല്ക്കരണം അതിന്റെ പാരമ്യത്തിലെത്തുകയാണ്.

ഇതല്ലാതെ മറ്റു മാർഗമൊന്നും തൽക്കാലം മുന്നോട്ടു വെക്കാനില്ലാത്ത അവസ്ഥയിലേക്കും മൂലധനം എത്തിയിരിക്കുന്നു. രണ്ടു സിലിക്കൻ വാലി ബാങ്കുകൾ കൂടി തകർന്നതോടെ മൂലധനപ്രതിസന്ധി കൂടുതൽ രൂക്ഷമായിരിക്കുന്നു. ധനസാമ്രാജ്യത്വത്തിന് പകരം ബിഗ് ഡാറ്റ സാമ്രാജ്യത്വമാണ് മൂലധനത്തിന് മുമ്പിലുള്ള പോംവഴി. ജനങ്ങളുടെ നിത്യജീവിതത്തെ കൊള്ളയടിച്ച് അതിൽനിന്നുള്ള ഉൽപ്പന്നങ്ങളെ അവർക്ക് തന്നെ വിൽക്കുക എന്ന പഴയ കൊളോണിയൽ തന്ത്രമാണ് ആവർത്തിക്കപ്പെടുന്നത്. ഇതോടെ മൂലധനാധിപത്യം മനുഷ്യരാശിയുടെ ജൈവവികസനത്തിന് തന്നെ വെല്ലുവിളി ഉയർത്തുകയാണ്.

ഇതിന്റെ ദുരന്തം വെറും ഭാവനാകല്പിതമല്ല. മനുഷ്യർ ജൈവപരിണാമത്തിന്റെ സന്തതികൾ ആണ്. ജൈവ അവസ്ഥകളുടെ ഭാവിയും പരിണാമത്തിനു വിധേയമാണ്. ജീവനെ സംബന്ധിച്ച യാഥാർത്ഥ്യവും അതാണ്. നിർമിതബുദ്ധിയിൽ നിന്ന് നിർമിത അവയവങ്ങളും നിർമിതശരീരവും നിർമിതജനിതകഘടനയും എല്ലാം സാധ്യമാണ്. അതിനുള്ള പരീക്ഷണങ്ങളും നടക്കുന്നുണ്ട്. രോഗനിവാരണം ആണ് പരീക്ഷണങ്ങളുടെ ലക്ഷ്യമായി പറയുന്നതെങ്കിലും ചിരഞ്ജീവിയാകാനുള്ള മനുഷ്യരുടെ അഭിലാഷങ്ങളും പരീക്ഷണങ്ങളിലേക്ക് നയിക്കാം. സ്വാഭാവികപരിണാമത്തിൽ നിന്ന് മാറി അജൈവദശയിൽ നിന്ന് ജൈവതുല്യരായ സ്വത്വങ്ങളെ സൃഷ്ടിക്കാനുള്ള ശ്രമം വിജയിച്ചെന്നു വരാം. ഇത്തരം അജൈവപരിണാമത്തെ പ്രയോജനപ്പെടുത്തി പ്രവർത്തനക്ഷമമായ ശരീരങ്ങളുടെ പുതിയ അടിമകമ്പോളങ്ങളും ചിരഞ്ജീവികളെ ഉത്പാദിപ്പിക്കാനുള്ള രാസപദാർത്ഥങ്ങളുടെയും അവയവങ്ങളുടെയും കമ്പോളങ്ങളും

സൃഷ്ടിക്കാൻ മൂലധനം മടിക്കുകയില്ല. മനുഷ്യരാശിയുടെ ഭാവിയിലെ ഏറ്റവും വലിയ വെല്ലുവിളിയായിരിക്കും അത്.

ഇരുപത്തൊന്നാം നൂറ്റാണ്ട് നിർമിതബുദ്ധിയുടെ കാലമാണെന്ന ആഘോഷം ഉയരുകയാണ്. മനുഷ്യർക്ക് ചെയ്യാൻ കഴിയുന്ന എല്ലാ ബൗദ്ധിക പ്രവർത്തനങ്ങളും ലേഖനമെഴുത്തും കവിതയെഴുത്തും കഥയെഴുത്തും എല്ലാം നിർമിതബുദ്ധിക്ക് ചെയ്യാൻ കഴിയും എന്ന് ചാറ്റ് ജി പി ടി പോലുള്ള സോഫ്റ്റ്‌വയറുകളിലൂടെ സ്ഥാപിക്കപ്പെടുന്നു. ബുദ്ധിമുട്ടുള്ള പ്രവർത്തനങ്ങളെല്ലാം ഇത്തരത്തിൽ യന്ത്രവല്ക്കരിക്കുന്നത് മനുഷ്യരുടെ അധ്വാനഭാരത്തെ ലഘൂകരിക്കുന്നതായി കാണുന്നവരുണ്ട്. അതിനോടൊപ്പം മനുഷ്യരാശിയുടെ നേരെയുള്ള ഏറ്റവും വലിയ വെല്ലുവിളിയായി വിലയിരുത്തുന്നവരുമുണ്ട്. സ്റ്റീഫൻ ഹോക്കിങ്ങിനെപോലുള്ള ശാസ്ത്രജ്ഞർ നിർമിതബുദ്ധിയുടെ വളർച്ച മനുഷ്യരാശിയുടെ അന്ത്യത്തിലേക്ക് വരെ നയിച്ചേക്കാം എന്ന് ഭയപ്പെടുന്നവരാണ്.

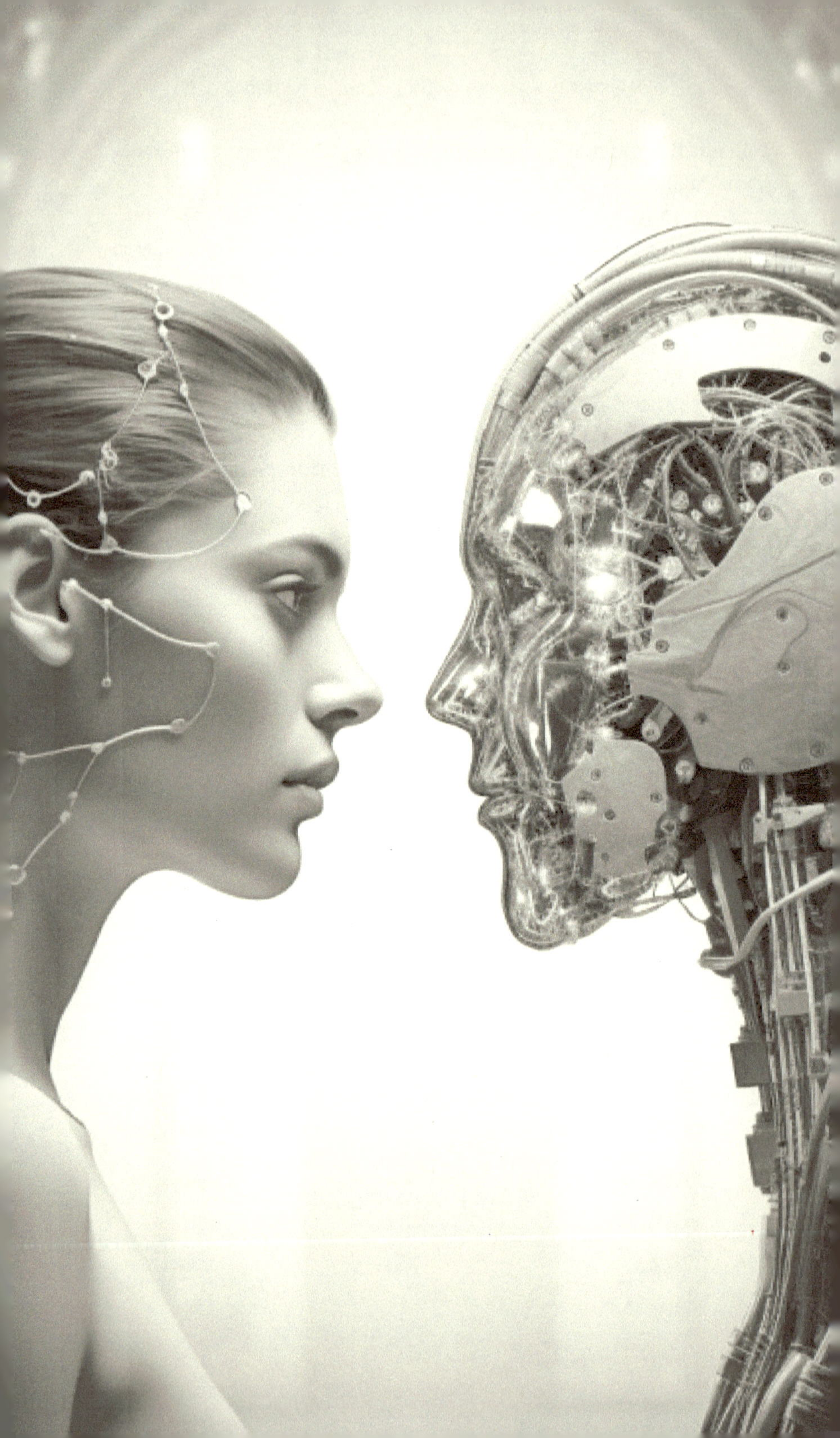

കാഴ്ചയും നിർമ്മിതകാഴ്ചയും

കെ സുജിത്ത്കുമാർ

മനുഷ്യ മസ്തിഷ്കത്തിന്റെ യാന്ത്രിക പരിച്ഛേദമായി കമ്പ്യൂട്ടറുകളുടെ സെൻട്രൽ പ്രോസസ്സിങ് യൂണിറ്റുകളെ കണക്കാക്കാറുണ്ട്. മനുഷ്യ മസ്തിഷ്കം വിവിധ ഇന്ദ്രിയങ്ങളിലൂടെ ലഭിക്കപ്പെട്ട വിവരങ്ങളെ ശേഖരിച്ച് അപഗ്രഥിച്ച് സന്ദർഭോചിതമായ തീരുമാനങ്ങൾ എടുക്കുന്നതിനു സമാനമായ രീതിയിൽത്തന്നെയാണ് യന്ത്രമസ്തിഷ്കങ്ങളായ പ്രോസസ്സിങ് യൂണിറ്റുകളുടെയും പ്രവർത്തനം. മനുഷ്യ മസ്തിഷ്കത്തിനു വിവരങ്ങൾ ലഭിക്കുന്നത് ഇന്ദ്രിയങ്ങൾ വഴി ആണെങ്കിൽ കമ്പ്യൂട്ടർ പ്രോസസ്സിങ് യൂണിറ്റുകൾക്കാകട്ടെ 'സെൻസറുകൾ' വഴിയും. മസ്തിഷ്കത്തിന്റെ പ്രവർത്തനങ്ങളെ അനുകരിക്കാൻ ശ്രമിക്കുന്ന നിർമ്മിത ബുദ്ധി സാങ്കേതിക വിദ്യകളുടെ വിജയം കുടിനിരിക്കുന്നത്, മനുഷ്യ മസ്തിഷ്കത്തിനു കൃത്യമായ വിവരങ്ങൾ നൽകുന്ന ഇന്ദ്രിയങ്ങൾക്ക് സമാനമായ രീതിയിൽ വിവരങ്ങളെ ക്രോഡീകരിച്ചുണ്ടാക്കിയ വിപുലവും സമഗ്രവുമായ ഡാറ്റാ ശേഖരത്തെ പ്രോസസ്സ് ചെയ്ത് ചുരുങ്ങിയ സമയംകൊണ്ട് നിഗമനങ്ങളിൽ എത്താനുള്ള കമ്പ്യൂട്ടർ പ്രോഗ്രാമുകളുടെ ശേഷിയിലാണ്.

ശാസ്ത്രസാങ്കേതിക വിദ്യകൾ പുരോഗതിയുടെ ഉന്നതങ്ങളിൽ എത്തിയിട്ടും ഒരു കൊച്ചു കുഞ്ഞിന്റെ ഇന്ദ്രിയങ്ങളുടെയത്ര പൂർണ്ണതയുള്ളതോ മസ്തിഷ്കത്തിന്റെയത്ര ശേഷിയുള്ളതോ ആയ പ്രോസസ്സറുകളോ സെൻസറുകളോ നിർമ്മിക്കാൻ ഇതുവരെ കഴിഞ്ഞിട്ടില്ല. എങ്കിലും, നിർമ്മിതബുദ്ധി സാങ്കേതിക വിദ്യകളിൽ ഏറ്റവും മുന്നിൽ നിൽക്കുന്നതും വളരെ വേഗത്തിൽ പൂർണതയോട് അടുത്തുകൊണ്ടിരിക്കുന്നതുമായ സാങ്കേതികവിഭാഗമാണ് കമ്പ്യൂട്ടർ വിഷൻ. ദൃശ്യങ്ങൾ പകർത്തുവാൻ വേണ്ടി മാത്രം ഉപയോഗിച്ചിരുന്ന ക്യാമറകളെ കമ്പ്യൂട്ടറിന്റെ കണ്ണായി മാറ്റി പകർത്തിയെടുക്കുന്ന ദൃശ്യങ്ങളിൽ നിന്ന് വിവരങ്ങൾ അപഗ്രഥിക്കുകയും അവയെ മുൻപ് ശേഖരിച്ച് വച്ചിരിക്കുന്ന വിവരങ്ങളുമായി താരതമ്യപ്പെടുത്തി ദൃശ്യങ്ങളിൽ നിന്ന് വസ്തുക്കളെയും വേർതിരിച്ചെടുക്കുന്ന തരം കാഴ്ചയാണ് കമ്പ്യൂട്ടർ വിഷൻ. ചുരുക്കിപ്പറഞ്ഞാൽ, മനുഷ്യന്റെ കാഴ്ചയുടെ യന്ത്ര രൂപം തന്നെ.

ആർട്ടിഫിഷ്യൽ ഇന്റലിജൻസിന്റെ തലതൊട്ടപ്പന്മാരിൽ ഒരാളും എം ഐ ടിയുടെ മീഡിയാലാബ് സഹസ്ഥാപകനുമൊക്കെയായ മാർവിൻ മിൻസ്കി 1966-ൽ തന്റെ ഗവേഷക വിദ്യാർത്ഥിക്ക് ചെയ്യാനായി ഒരു പ്രോജക്ടിന്റെ ആശയം നൽകി. അത് ഇത്ര മാത്രമായിരുന്നു. ഒരു കമ്പ്യൂട്ടറുമായി ബന്ധിപ്പിച്ചിരിക്കുന്ന ക്യാമറ എന്ത് ദൃശ്യങ്ങൾ ആണോ കാണുന്നത് കമ്പ്യൂട്ടർ പ്രോഗ്രാം ആ ദൃശ്യങ്ങളെ അപഗ്രഥിച്ച് അതിൽ കാണുന്ന വസ്തുക്കളെ പ്രത്യേകമായി തിരിച്ചറിയുകയും പട്ടികയായി രേഖപ്പെടുത്തുകയും ചെയ്യണം. എത്ര ലളിതമായ പ്രോജക്ട് അല്ലേ? കമ്പ്യൂട്ടർ വിഷൻ/ഇമേജ് പ്രോസസ്സിങ് സാങ്കേതിക വിദ്യകൾ നമ്മുടെ നിത്യജീവിതത്തിന്റെ ഭാഗമായ ഇക്കാലത്തുനിന്ന് നോക്കുമ്പോൾ ഇത് വളരെ നിസ്സാരമായി തോന്നിയേക്കാം. പക്ഷേ, അക്കാലത്ത് ഇതത്ര ലളിതമായ

ഒന്നായിരുന്നില്ല. അതുകൊണ്ടുതന്നെ ആ പ്രോജക്റ്റ് പൂർണവിജയത്തിലെത്തിയില്ല. മനുഷ്യാധ്വാനം എളുപ്പമാക്കിയ എല്ലാവിധ കണ്ടുപിടുത്തങ്ങളിലും പൊതുവായ ഒരു അനുകരണ സ്വഭാവം കാണാൻ കഴിയുന്നതാണ്. നമ്മൾ വികസിപ്പിച്ചെടുത്ത സാങ്കേതിക വിദ്യകൾ എല്ലാംതന്നെ ഒരു തരത്തിലല്ലെങ്കിൽ മറ്റൊരു തരത്തിൽ പ്രകൃത്യാലുള്ളവയുടെ അനുകരണങ്ങൾ ആണ്. അത്തരം അനുകരണങ്ങളുടെ കഥ തന്നെയാണ് ആർട്ടിഫിഷ്യൽ ഇന്റലിജൻസ് എന്ന വിശാലമായ സാങ്കേതിക ശാഖയോട് ഇഴചേർന്ന് നിൽക്കുന്ന കമ്പ്യൂട്ടർ വിഷൻ സാങ്കേതിക വിദ്യകൾക്കും പറയാനുള്ളത്.

കാഴ്ച എന്ന അനുഭവം, കണ്ണിൽ പതിയുന്ന ദൃശ്യങ്ങളുടെ പടിപടിയായി നടക്കുന്ന വർഗീകരണങ്ങളുടെയും അപഗ്രഥനങ്ങളുടെയും ആകത്തുകയാണെന്ന് കണ്ടെത്തിയത് 1950 കളുടെ മദ്ധ്യത്തിൽ പൂച്ചകളുടെ കാഴ്ചയുമായി ബന്ധപ്പെട്ട നടത്തിയ പഠനങ്ങളിലൂടെ ആണ്. ചുറ്റുപാടുകളിൽ നിന്ന് തികച്ചും വേർതിരിച്ച് കാണാവുന്ന വസ്തുക്കളെയായിരിക്കും കാഴ്ചയിൽ ഏറ്റവും ആദ്യം തിരിച്ചറിയപ്പെടുന്നത്. അതായത്, കാഴ്ചയുടെ ആദ്യ പടിയായി കണ്ണിൽ പതിയുന്ന ഒരു ദൃശ്യത്തിലെ വസ്തുക്കളെ അവയെ പശ്ചാത്തലത്തിൽനിന്നും മറ്റ് വസ്തുക്കളിൽനിന്നും വേർതിരിക്കുന്ന വക്കുകളുടെ അടിസ്ഥാനത്തിൽ, പ്രാഥമികമായി വർഗീകരിക്കുകയും തുടർന്ന് കൂടുതൽ സങ്കീർണമായ നിറം, വലിപ്പം, സ്വഭാവം, ആകൃതി തുടങ്ങിയ ഘടകങ്ങൾക്കനുസരിച്ച് ദൃശ്യാനുഭവങ്ങളാക്കി മാറ്റുകയുമാണ് ചെയ്യപ്പെടുന്നത്.

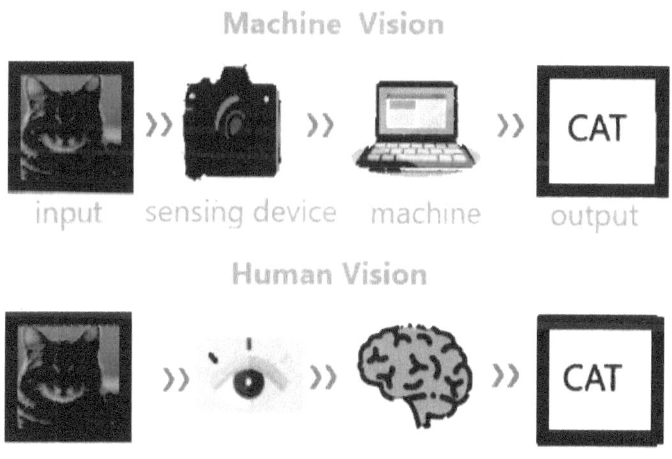

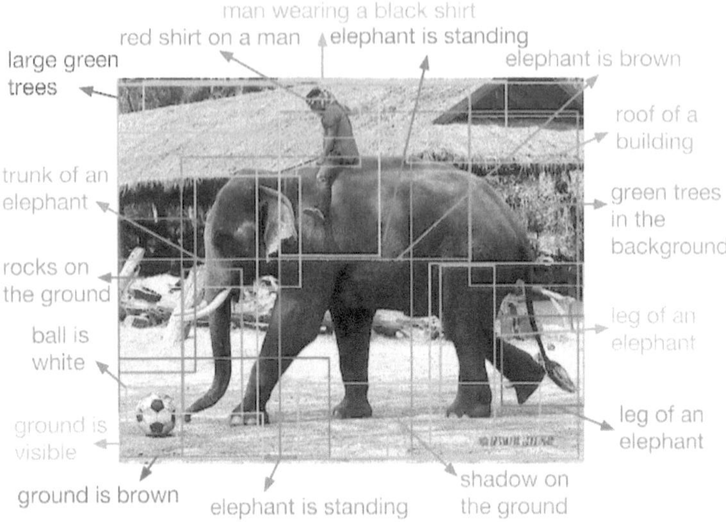

ഇന്റർനെറ്റിന്റെതന്നെ മൂലരൂപമായ ARPANET സ്ഥാപകൻ ആയ ലോറൻസ് റോബെർട്സി(Lawrence Roberts)ന്റെ ഗവേഷണ പ്രബന്ധം ആയിരുന്ന 'Machine Perception of Three-Dimentional Solids' ആണ് ഒരു പ്രത്യേക ശാഖ എന്ന നിലയിൽ കമ്പ്യൂട്ടർ കാഴ്ചയുമായി ബന്ധപ്പെട്ട പഠനങ്ങളുടെ തുടക്കമായി പറയപ്പെടുന്നത്. ഒരു ക്യാമറ ഒപ്പിയെടുക്കുന്ന ദ്വിമാന ചിത്രങ്ങളിൽ നിന്ന് ത്രിമാന രൂപങ്ങളുടെ വിവരങ്ങൾ എങ്ങനെ വേർതിരിച്ചെടുക്കാൻ കഴിയും എന്ന ആശയവും അതിനാധാരമായ ഒരു കമ്പ്യൂട്ടർ പ്രോഗ്രാമുമെല്ലാം ഈ പ്രബന്ധത്തിന്റെ ഭാഗം ആയിരുന്നു. തുടർന്ന് ഈ മേഖലയിൽ ഉണ്ടായ ഗവേഷണങ്ങൾക്കെല്ലാം ചവിട്ടുപടിയാകാൻ അദ്ദേഹം മുന്നോട്ടുവച്ച ആശയങ്ങൾക്ക് കഴിഞ്ഞിട്ടുണ്ട്. അതുകൊണ്ടുതന്നെ പലപ്പോഴും കമ്പ്യൂട്ടർ വിഷന്റെ പിതാവ് എന്നൊക്കെ ലോറൻസ് റോബർട്സിനെ വിശേഷിപ്പിച്ചു കാണാറുണ്ട്.

ദ്വിമാന ദൃശ്യങ്ങളിൽനിന്നും പ്രത്യേകമായി വസ്തുക്കളെ വേർതിരിച്ച് കാണുക എന്നതിന്റെ ആദ്യപടി തന്നെ വസ്തുക്കളെ അവയുടെ പശ്ചാത്തലത്തിൽനിന്നും വേർതിരിച്ച് കാണിക്കുന്ന വക്കുകളുടെ അടിസ്ഥാനത്തിൽ പ്രാഥമിക രൂപങ്ങൾ ആക്കി മാറ്റുക എന്നതാണ്. ഒരു ചിത്രകാരൻ ചിത്രം വരയ്ക്കുമ്പോൾ ആദ്യം പെൻസിൽകൊണ്ട് ഔട്ട്ലൈൻ ഇടുകയും പിന്നീട് കൂടുതൽ സങ്കീർണമായ വരകളും

ഷെയ്ഡുകളും നൽകി ചിത്രത്തിനെ പൂർണതയിലേക്ക് നയിക്കുന്നതിന്റെ നേർ വിപരീതമായ ഒരു പ്രക്രിയയോട് ഇതിനെ വേണമെങ്കിൽ താരതമ്യപ്പെടുത്താം. തുടർന്നുള്ള ഘട്ടങ്ങളിലാണ് നിറങ്ങളും അവയുടെ ഏറ്റക്കുറച്ചിലുകളും എല്ലാം ഉൾക്കൊള്ളുന്ന സങ്കീർണമായ ഘടകങ്ങൾ കൂടി കൂട്ടിച്ചേർന്ന് കാഴ്ചയെ അതിന്റെ പൂർണതയിലേക്ക് എത്തിക്കുന്നത്. MIT പ്രൊഫസറും ന്യൂറോ സയന്റിസ്റ്റുമായിരുന്ന ഡേവിഡ് മാറിന്റെ കണ്ടെത്തലുകളുടെ ചുവടുപിടിച്ച് കമ്പ്യൂട്ടർ വിഷൻ സാങ്കേതിക വിദ്യകളും സമാന്തര വഴികളിലൂടെ മുന്നോട്ട് നയിക്കപ്പെട്ടു.

ജൈവ മസ്തിഷ്കത്തിന്റെ പ്രവർത്തനങ്ങളിൽ നിന്ന് പ്രചോദനമുൾക്കൊണ്ടുകൊണ്ട് ഫ്രഞ്ച് കമ്പ്യൂട്ടർ സയന്റിസ്റ്റ് ആയ യാൻ ലീകൻ (Yann LeCun) 1988 ൽ ആവിഷ്കരിച്ച കൺവല്യൂഷണൽ ന്യൂറൽ നെറ്റ്‌വർക്ക് (Convolutional Neural Network) ആധുനിക കമ്പ്യൂട്ടർ വിഷൻ സാങ്കേതിക വിദ്യകളുടെ മസ്തിഷ്കമായി പ്രവർത്തിച്ചുകൊണ്ട് ഈ മേഖലയിൽ വിപ്ലവകരമായ മാറ്റങ്ങൾക്കാണ് വഴിയൊരുക്കിയത്.

കമ്പ്യൂട്ടർ വിഷൻ എങ്ങനെ പ്രവർത്തിക്കുന്നു?

പ്രധാനമായും മൂന്ന ഘട്ടങ്ങൾ ആയാണ് കമ്പ്യൂട്ടർ വിഷൻ സാങ്കേതിക വിദ്യകൾ പൊതുവേ പ്രവർത്തിക്കുന്നത്.

1. **ദൃശ്യങ്ങൾ പകർത്തുക** - ഇതിനായി പലതരം ക്യാമറകൾ ഉപയോഗിക്കാം.
2. **രൂപങ്ങളെ വേർതിരിച്ചെടുക്കൽ** - പകർത്തപ്പെട്ട ദൃശ്യങ്ങളിൽ നിന്ന് ഇമേജ് സെഗ്മന്റേഷൻ എന്ന പ്രക്രിയയിലൂടെ ഓരോ രൂപങ്ങളെയും വേർതിരിച്ചെടുക്കുക. ഇതിനായി വിവിധ ഇമേജ് പ്രോസസ്സിങ് അൽഗോരിതങ്ങളും സാങ്കേതിക വിദ്യകളും ഉപയോഗപ്പെടുത്തുന്നു.
3. **വിശകലനം** - രണ്ടാമത്തെ സ്റ്റേജിൽ നിന്ന് ലഭിക്കപ്പെട്ട രൂപങ്ങളെ മുൻപ് ലഭ്യമായ വിവരങ്ങളുമായി താരതമ്യപ്പെടുത്തി അവയെ വ്യക്തമായി തിരിച്ചറിയുകയും അതനുസരിച്ചുള്ള തീരുമാനങ്ങൾ എടുക്കുകയും ചെയ്യുക. ഇതിനായി ആപ്ലിക്കേഷനുകളുടെ സ്വഭാവം അനുസരിച്ച് വളരെ ലളിതമായ ഒത്തുനോക്കൽ അൽഗോരിതങ്ങൾ മുതൽ അത്യാധുനിക ഡീപ് ലേണിങ് സാങ്കേതിക വിദ്യകളും ആർട്ടിഫിഷ്യൽ ന്യൂറൽ നെറ്റ്‌വർക്കുകളുമെല്ലാം ഉപയോഗപ്പെടുത്തുന്നു.

ആധുനിക കമ്പ്യൂട്ടർ വിഷൻ ഇമേജ് പ്രോസസ്സിങ് അൽഗോ

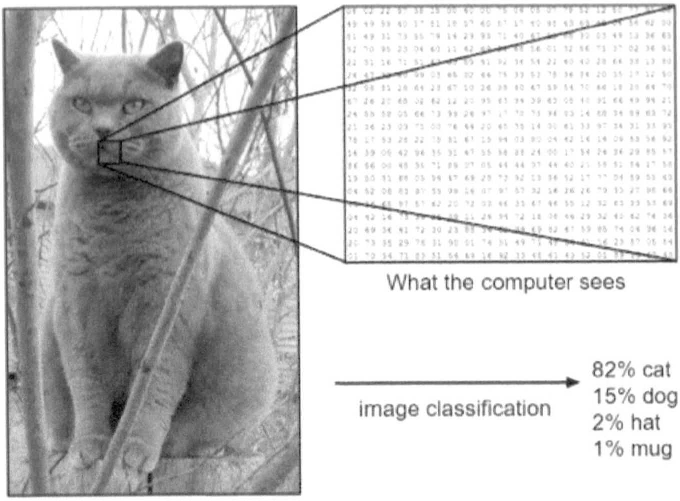

രിതങ്ങൾ എല്ലാം കൺവലൂഷണൽ ന്യൂറൽ നെറ്റ്‌വർക്ക് (CNN) അടിസ്ഥാനമാക്കിയുള്ളവയാണ്. കമ്പ്യൂട്ടർ ഒരു ചിത്രത്തെ പിക്സലുകൾ എന്നറിയപ്പെടുന്ന ചെറിയ ചെറിയ കുത്തുകൾ ആയാണ് കാണുന്നത്. ഇത്തരത്തിലുള്ള ഓരോ പിക്സലുകൾക്കും ത്രിമാന തലത്തിൽ ഓരോ സംഖ്യകൾ നൽകിക്കൊണ്ട് ഒരു ചിത്രത്തെ ഓരോ കുത്തുകളുടെയും പ്രാഥമിക നിറങ്ങളുടെ (ചുവപ്പ്, നീല, പച്ച) അടിസ്ഥാനത്തിൽ വേർതിരിക്കുന്നു. ഈ നിറങ്ങളുടെ തീവ്രതയുടെ ഏറ്റക്കുറച്ചിലുകൾ അനുസരിച്ച് അവയുടെ സംഖ്യകളിലും വ്യത്യാസമുണ്ടായിരിക്കും.

കമ്പ്യൂട്ടർ വിഷൻ എന്നത് ഇക്കാലത്ത് വെറുതെ ദൃശ്യങ്ങളിൽ നിന്ന് വസ്തുക്കളെ വേർതിരിച്ചറിയുക എന്നതിൽ മാത്രം ഒതുങ്ങി നിൽക്കുന്നില്ല. ഒരു ഉദാഹരണം സൂചിപ്പിക്കുകയാണെങ്കിൽ, ഒന്നോ അതിലധികമോ ക്യാമറാ കണ്ണുകൾ പകർത്തിയെടുക്കുന്ന ദൃശ്യങ്ങളിൽ നിന്ന് ഒരു പൂച്ചയെ മാത്രമായി വേർതിരിച്ച് കണ്ടുപിടിക്കുവാൻ കഴിയുന്ന തരത്തിലുള്ള സാങ്കേതിക വിദ്യകൾ ആയിരുന്നു മുമ്പ് ഉണ്ടായിരുന്നതെങ്കിൽ ഇന്ന് അത് പൂച്ചകളിൽ തന്നെ ഏത് ഇനത്തിൽ പെട്ട പൂച്ച ആണെന്ന് കൂടി തിരിച്ചറിയാനും മുൻപ് ശേഖരിച്ചിട്ടുള്ള വിവരങ്ങൾ അപഗ്രഥിച്ച് അതിന്റെ സ്വഭാവ സവിശേഷതകളെക്കുറിച്ചുകൂടി പ്രവചിക്കാനോ വിവരങ്ങൾ നൽകാനോ

കൂടി കെൽപ്പുള്ള എപ്പോഴും സ്വയം പുതുക്കപ്പെട്ടുകൊണ്ടിരിക്കുന്ന മെഷീൻ ലേണിങ് ഡീപ് ലേണിങ് അൽഗോരിതങ്ങളാൽ സമ്പുഷ്ടമാക്കപ്പെട്ടവയാണെന്ന് വേണമെങ്കിൽ പറയാം. ഒരു പൂച്ച ഏത് വിഭാഗത്തിൽ പെടുന്നവയാണെന്ന് തിരിച്ചറിയണമെങ്കിൽ ഒന്നുകിൽ എല്ലാവിഭാഗത്തിൽപ്പെടുന്ന പൂച്ചകളെയും നമുക്ക് അടുത്ത് പരിചയമുണ്ടായിരിക്കണം. അല്ലെങ്കിൽ ഫോട്ടോകളിലൂടെയും വീഡിയോകളിലൂടെയും മറ്റും അത്തരം പൂച്ചകളെക്കുറിച്ചുള്ള അറിവുകൾ നമുക്ക് ഉണ്ടായിരിക്കണം. ഇതിനു സമാനമായ കാര്യങ്ങൾ തന്നെയാണ് ഒരു കമ്പ്യൂട്ടർ ക്യാമറ പൂച്ചകളെ വർഗീകരിക്കാൻ ചെയ്യേണ്ടതും. കമ്പ്യൂട്ടർ മെമ്മറിയിൽ ഉള്ള വിവിധയിനം പൂച്ചകളുടെ എടുത്ത് പറയത്തക്ക പ്രത്യേകതകൾ ഉൾക്കൊള്ളുന്ന സമഗ്രമായ ഒരു ഡാറ്റാസെറ്റിനോട് ദൃശ്യങ്ങളിൽ നിന്ന് വേർതിരിച്ചെടുക്കപ്പെടുന്ന ചിത്രങ്ങളെ താരതമ്യപ്പെടുത്തി വളരെപ്പെട്ടെന്നുതന്നെ അത് ഏത് വിഭാഗത്തിൽ പെടുന്നതാണെന്ന വിലയിരുത്തലുകൾ നടത്താൻ കഴിയുന്ന പ്രോഗ്രാമുകളും ചേരുമ്പോൾ ചില പ്രത്യേക ലക്ഷ്യത്തോടെ തയ്യാറാക്കപ്പെടുന്ന കമ്പ്യൂട്ടർ വിഷൻ ആപ്ലിക്കേഷനുകൾ നമ്മുടെ കാഴ്ചകൾക്ക് ഒരു സപ്ലിമെന്റ് ആയിത്തീരുന്നു. ഒരു ചെടിയുടെ ഇലയിലേക്ക് ഫോക്കസ് ചെയ്തുകഴിഞ്ഞാൽ ഏറക്കുറെ കൃത്യമായിത്തന്നെ അത് ഏത് ചെടി ആണെന്നും അതിനെക്കുറിച്ചുള്ള സമഗ്ര വിവരങ്ങളും നൽകാനും കെൽപ്പുള്ള അനേകം മൊബൈൽ ആപ്പുകൾ തന്നെ നമുക്ക് സുപരിചിതമാണ്. ഇത്തരം ആപ്ലിക്കേഷനുകളുടെ ഇമേജ് പ്രോസസ്സിങ് അൽഗോരിതങ്ങളൊടൊപ്പംതന്നെ അവയുടെ കൃത്യത നിർണയിക്കുന്നത് അവയോട് ബന്ധപ്പെട്ട സമഗ്രമായ ഡാറ്റാസെറ്റുകൾ ആണ്.

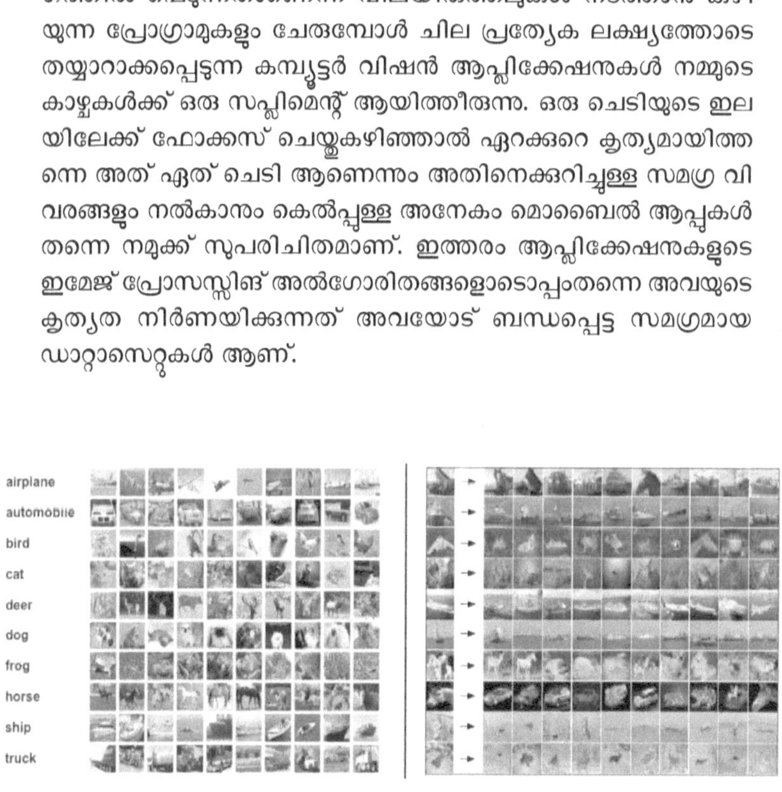

കമ്പ്യൂട്ടർ വിഷൻ ഡാറ്റാ സെറ്റുകൾ

കമ്പ്യൂട്ടർ വിഷൻ പ്രൊജക്ടുകളുടെയെല്ലാം കൃത്യതയും വിജയവും നിർണയിക്കുന്നത് അതിനോട് ബന്ധപ്പെട്ട ഡാറ്റാ സെറ്റുകളുടെ സമഗ്രതയാണെന്ന് നേരത്തേ സൂചിപ്പിക്കുകയുണ്ടായല്ലോ. ഇത്തരം ഡാറ്റാ സെറ്റുകളുമായി ഒത്തു നോക്കിയാണ് ഒരു കമ്പ്യൂട്ടർ വിഷൻ അൽഗോരിതം തീരുമാനങ്ങളിൽ എത്തുന്നത് എന്നതിനാൽ ഡാറ്റാബേസുകൾ എത്രത്തോളം വലുതാണോ വർഗീകരിക്കപ്പെട്ടതാണോ അത്രത്തോളം മെച്ചപ്പെട്ടതായിരിക്കും പ്രസ്തുത ആപ്ലിക്കേഷനും. അതുകൊണ്ടു തന്നെ കമ്പ്യൂട്ടർ വിഷൻ ഡാറ്റാസെറ്റുകൾ വിവിധ ആപ്ലിക്കേഷനുകൾക്ക് പൊതുവായി ഉപയോഗിക്കത്തക്കവിധം വിവിധ ഏജൻസികൾ തയ്യാറാക്കിക്കൊണ്ട് ലഭ്യമാക്കുന്ന സേവനങ്ങൾ ഇപ്പോൾ ലഭ്യമാണ്. ഇവയിൽ സൗജന്യമായി ആർക്കും ഉപയോഗിക്കാൻ കഴിയുന്ന രീതിയിലുള്ള ഓപ്പൺ സോഴ്സ് വിഭാഗത്തിൽ പെടുന്നവയും ലൈസൻസ് ഫീസ് നൽകി വാങ്ങാവുന്നവയുമെല്ലാമുണ്ട്.

ഉദാഹരണമായി പറയുകയാണെങ്കിൽ, ഇക്കഴിഞ്ഞ കോവിഡ് മഹാമാരി കാലയളവിൽ സൗജന്യമായി ലഭ്യമാക്കപ്പെട്ട ഒരു ഓപ്പൺ ഇമേജ് ഡാറ്റാസെറ്റ് ആയിരുന്നു കോവിഡ് 19x Ray ഡാറ്റാസെറ്റ്. ഇതിൽ ആറായിരത്തോളം കോവിഡ് രോഗികളുടെ ശ്വാസകോശ എക്സ്റേ സാമ്പിളുകൾ വിവിധ ഫോർമ്മാറ്റിൽ വിവിധ ഉപവിഭാഗങ്ങളാക്കി വർഗീകരിച്ചുകൊണ്ട് ലഭ്യമാക്കിയിട്ടുണ്ട്. എക്സ്റേകൾ ഒത്തുനോക്കുന്ന ഒരു റേഡിയോളജി കമ്പ്യൂട്ടർ വിഷൻ ആപ്ലിക്കേഷന്റെ ആവശ്യങ്ങൾക്കായി ഈ ഡാറ്റാബേസ് ഉപയോഗിക്കാവുന്നതാണ്. ഇത്തരത്തിൽ വിവിധ ആവശ്യങ്ങൾക്കായി ഉപയോഗിക്കാൻ കഴിയുന്ന വിധത്തിലുള്ള എപ്പോഴും പുതുക്കപ്പെട്ടുകൊണ്ടിരിക്കുന്ന ഡാറ്റാ സെറ്റുകൾ അനുബന്ധ പ്രോജക്ടുകളിൽ നേരിട്ട് ഉപയോഗിക്കത്തക്കവിധവും API (Application Programming Interface) രൂപത്തിലും ലഭ്യമാണ്.

കമ്പ്യൂട്ടർ വിഷൻ പ്രായോഗിക തലത്തിൽ

നിർമ്മിതബുദ്ധി സാങ്കേതിക വിദ്യകൾ ഏതെങ്കിലും തൊഴിൽ മേഖലകളെ ഇല്ലാതാക്കുമെന്ന ആശങ്കകൾ ഉണ്ടെങ്കിൽ അത് വൈമാനികരുടേതും റേഡിയോളജിസ്റ്റുകളുടേതുമാകാമെന്ന് നെറ്റിസൺസ് പൊതുവേ പറയാറുണ്ട്. ആധുനിക സാങ്കേതിക വിദ്യകളാൽ നിലവിൽത്തന്നെ വിമാനങ്ങൾ ഏറക്കുറെ പൂർണമായും ഓട്ടോമേറ്റ് ചെയ്യപ്പെട്ടു കഴിഞ്ഞിട്ടുണ്ട്. നിരത്തുകൾ കീഴടക്കാനൊരുങ്ങുന്ന ഡ്രൈവർലെസ് കാറുകളുടെ അത്രപോലും സങ്കീർണതയുടെ ആവ

ശ്യമില്ലാത്തവയാണ് പൈലറ്റ് ഇല്ലാ വിമാനങ്ങൾ.

എക്സ്റേ, എം ആർ ഐ, സി ടി, അൾട്രാസൗണ്ട് തുടങ്ങിയ സാങ്കേതിക വിദ്യകളാൽ ലഭ്യമാക്കപ്പെടുന്ന മെഡിക്കൽ ഇമേജുകൾ പരിശോധിച്ച് രോഗ നിർണയം നടത്തുന്ന വളരെ വൈദഗ്ധ്യവും അറിവും തൊഴിൽ പരിചയവും ആവശ്യമായ റേഡിയോളജിസ്റ്റുകളുടെ തൊഴിൽ മേഖലകളിലേക്ക് അതിവേഗം കടന്നു വന്നുകൊണ്ടിരിക്കുന്നതാണ് ആധുനിക കമ്പ്യൂട്ടർ വിഷൻ സാങ്കേതിക വിദ്യകൾ. ഗൂഗിളിന്റെ ആർട്ടിഫിഷ്യൽ ഇന്റലിജൻസ് വിഭാഗമായ ഡീപ് മൈൻഡിന്റെ അൽഗോരിതം സ്തനാർബുദം നിർണയിക്കുന്നതിൽ റേഡിയോളജിസ്റ്റുകളേക്കാൾ കൃത്യത കൈവരിച്ചതായുള്ള വാർത്തകൾ ഏതാനും വർഷങ്ങൾക്കുമുൻപ് തന്നെ പുറത്തു വന്നിരുന്നു. റേഡിയോളജിസ്റ്റുകൾക്ക് പകരമായില്ലെങ്കിലും ഇത്തരം കമ്പ്യൂട്ടർ വിഷൻ സാങ്കേതിക വിദ്യകൾ മനുഷ്യസഹജമായ പരിമിതികളെ മറികടക്കാൻ റേഡിയോളജിസ്റ്റുകളെ തീർച്ചയായും സഹായിക്കുന്നതാണ്. റേഡിയോളജിസ്റ്റുകൾക്ക് മാത്രമല്ല, ആരോഗ്യമേഖലയുമായി ബന്ധപ്പെട്ട സമസ്ത രംഗങ്ങളിലും പ്രത്യക്ഷമായും പരോക്ഷമായും ഇത്തരം സാങ്കേതിക വിദ്യകൾ പരക്കെ ഉപയോഗപ്പെടുത്തിപ്പോരുന്നു. ഡിജിറ്റൽ പത്തോളജി, ടെലി മെഡിസിൻ, റോബോട്ടിക് സർജറികൾ തുടങ്ങിയവയെല്ലാം അതിൽ ചിലതു മാത്രം.

കമ്പ്യൂട്ടർ വിഷൻ സാങ്കേതിക വിദ്യകളെക്കുറിച്ച് പറയുമ്പോൾ അവയുടെ ഏറ്റവും ആധുനികവും വിപ്ലവകരവുമായ ഉപയോഗത്തിൽ എടുത്ത് പറയേണ്ടതാണ് സെൽഫ് ഡ്രൈവിങ് കാറുകളുടേത്. കമ്പ്യൂട്ടർ വിഷൻ, ആർട്ടിഫിഷ്യൽ ഇന്റലിജൻസ്, ഡീപ് ലേണിങ് സാങ്കേതിക വിദ്യകളുടെ സമഗ്രമായ സമ്മേളനമാണ് ഇത്തരത്തിലുള്ള

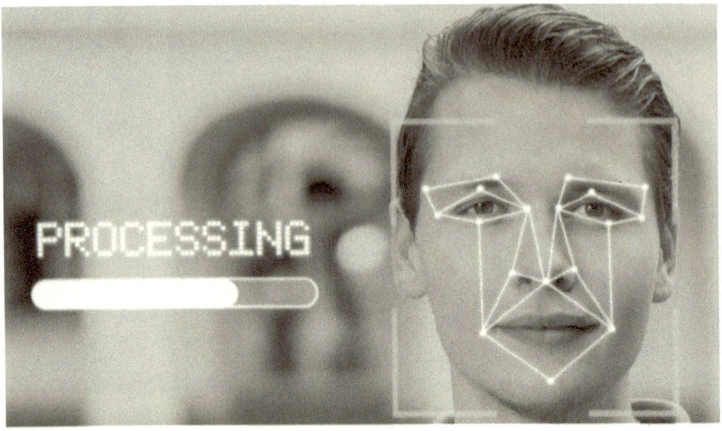

ഡ്രൈവർ ലെസ് കാറുകളിൽ ഉള്ളത്. ഒരു വിദഗ്ധനായ ഡ്രൈവർ എങ്ങനെ വാഹനം നിയന്ത്രിക്കുന്നുവോ എങ്ങനെയെല്ലാം വഴികൾ മനസ്സിലാക്കുന്നുവോ എങ്ങനെയെല്ലാം അപ്രതീക്ഷിത സാഹചര്യങ്ങളോട് പ്രതികരിക്കുന്നുവോ അതുപോലെ തന്നെയോ ഒരുപക്ഷേ, അതിനേക്കാൾ മെച്ചമായോ പ്രവർത്തിക്കുന്നവയാണ് സെൽഫ് ഡ്രൈവിങ് കാർ സാങ്കേതിക വിദ്യകൾ. സെൽഫ് ഡ്രൈവിങ് കാറുകളുടെ കണ്ണും കാതുമായി പ്രവർത്തിക്കുന്ന ക്യാമറകൾ, ലിഡാറുകൾ. (LIDAR), റഡാറുകൾ, അൾട്രാ സൗണ്ട് സെൻസറുകൾ തുടങ്ങിയവയിലൂടെ ലഭിക്കപ്പെടുന്ന വിവരങ്ങൾ തൽസമയം അപഗ്രഥിക്കുകയും ഉചിതമായ തീരുമാനങ്ങൾ മൈക്രോ സെക്കന്റുകൾക്കകം എടുക്കാൻ കഴിയുകയും ചെയ്യുംവിധം രൂപകൽപ്പന ചെയ്യപ്പെട്ടവയാണ് സെൽഫ് ഡ്രൈവിങ് കാറുകൾ. ഒരു ഡ്രൈവറുടെ മനുഷ്യസഹജമായ പല പരിമിതികളും ഇവിടെ സാങ്കേതിക വിദ്യകളാൽ മറികടക്കപ്പെടുന്നു.

ആമസോൺ ഗോ പോലെയുള്ള കാഷ്യർ ലെസ് സ്റ്റോറുകൾ കമ്പ്യൂട്ടർ വിഷൻ സാങ്കേതിക വിദ്യകൾ എത്രമാത്രം പൂർണത പ്രാപിച്ചുകൊണ്ടിരിക്കുന്നു എന്നതിന്റെ ഉത്തമ ഉദാഹരണങ്ങൾ ആണ്. ഒരു സൂപ്പർ മാർക്കറ്റ് റാക്കുകളിലെ ഉത്പന്നങ്ങളെ എല്ലാം ക്യാമറ കണ്ണുകളിലൂടെ തിരിച്ചറിയുകയും അവയുടെ സ്റ്റോക്ക് രേഖപ്പെടുത്തി സൂക്ഷിക്കുകയും അവയിൽ നിന്ന് ഉപഭോക്താക്കൾ അവരുടെ ഷോപ്പിങ് ബാസ്കറ്റിലേക്ക് എടുത്തിടുന്ന വസ്തുക്കളെ തൽസമയം തിരിച്ചറിഞ്ഞ് സ്വയമേവ അവയുടെ തുക കണക്കാക്കി ബിൽ നൽക

കയുമൊക്കെ ചെയ്യുന്ന കാഷ്യർ ലെസ് സ്റ്റോറുകൾ കമ്പ്യൂട്ടർ വിഷൻ സാങ്കേതിക വിദ്യകൾ സമഗ്രമായി ഉപയോഗപ്പെടുത്തുന്നവയാണ്. What a sale എന്ന പേരിൽ നമ്മുടെ കൊച്ചിയിൽ പോലും സമാനമായ സാങ്കേതിക വിദ്യയിൽ പ്രവർത്തിക്കുന്ന ഒരു കാഷ്യർ ലെസ് സ്റ്റോറിനെക്കുറിച്ചുള്ള വാർത്തകൾ മാധ്യമങ്ങളിൽ നിറഞ്ഞ് നിന്നിരുന്നു.

വ്യവസായ മേഖലയിൽ ഓട്ടോമേറ്റ് ചെയ്യപ്പെട്ടിരിക്കുന്ന യന്ത്രഭാഗങ്ങളുടെ കണ്ണായി കമ്പ്യൂട്ടർ വിഷൻ സാങ്കേതിക വിദ്യകൾ ഉപയോഗപ്പെടുത്തിക്കൊണ്ട് മനുഷ്യസഹജമായ പിഴവുകളും പരിമിതികളും മറികടന്നുകൊണ്ട് കുറഞ്ഞ ചെലവിൽ ഉത്പന്നങ്ങളുടെയും സേവനങ്ങളുടെയും കൃത്യതയും ഗുണനിലവാരവും ഉറപ്പ് വരുത്താൻ കഴിയുന്നു.

മുഖരായ പരിശോധിച്ച് വ്യക്തികളെ തിരിച്ചറിയുന്ന സാങ്കേതിക വിദ്യകൾ ഒരു ദശാബ്ദക്കാലം മുൻപുതന്നെ വികാസം പ്രാപിച്ചിരുന്നു എങ്കിലും, ധാരാളം പരിമിതികൾ ഉണ്ടായിരുന്നതിനാൽ അവയുടെ പ്രായോഗിക ഉപയോഗം സർവ്വസാധാരണം ആയിരുന്നില്ല. പക്ഷേ, ഇപ്പോൾ നമ്മുടെ ഓരോരുത്തരുടെയും കൈവശമുള്ള സ്മാർട്ട് ഫോണുകൾ വരെ അതിന്റെ ക്യാമറക്കണ്ണുകളിലൂടെ നോക്കിക്കണ്ട് ഉടമയെ തിരിച്ചറിയുന്ന രീതിയിലുള്ള ഫേസ് റക്കഗ്നൈസേഷൻ സാങ്കേതിക വിദ്യകൾ ഉള്ളവ ആണെന്ന് കാണാവുന്നതാണ്. പ്രധാനമായും വിരലടയാള പരിശോധനകളിലും റെറ്റിനാ സ്കാനിങ്ങിലും മാത്രം ഒതുങ്ങി നിന്നിരുന്ന ബയോമെട്രിക് ഓഥന്റിക്കേഷൻ സംവിധാനങ്ങൾ ഇപ്പോൾ കൂടുതൽ സൗകര്യവും കൃത്യതയും അവകാശപ്പെടുന്ന ഫേസ് റക്കഗ്നൈസേഷനിലേക്ക് വഴിമാറുന്ന സ്ഥിതിവിശേഷമാണുള്ളത്. വിരലടയാളങ്ങൾ ഉപയോഗിച്ചുകൊണ്ട് ബയോമെട്രിക് ഓഥന്റിക്കേഷൻ നടത്തിയിരുന്ന പല സ്ഥാപനങ്ങളും കോവിഡ് മഹാമാരിയെത്തുടർന്ന് ഇത്തരത്തിൽ മാറി ചിന്തിക്കുകയുണ്ടായി. മാസ്ക് ധരിച്ച മുഖങ്ങൾ പോലും കൃത്യമായി തിരിച്ചറിയാൻ ഇത്തരം ആധുനിക സംവിധാനങ്ങൾക്ക് കഴിയുന്നു എന്നത് എടുത്തു പറയേണ്ടതാണ്.

യഥാർത്ഥ ലോകത്തേക്കോ കാഴ്ചകളിലേക്കോ കൃത്രിമമായ രൂപങ്ങളെ കൊണ്ടുവരുന്ന ഓഗ്മെന്റഡ് റിയാലിറ്റി ആപ്ലിക്കേഷനുകളും പ്രേക്ഷകനെ മറ്റൊരു ലോകത്തേക്ക് ആനയിച്ചുകൊണ്ടുപോകുന്ന വിർച്വൽ റിയാലിറ്റി ആപ്ലിക്കേഷനുകളും, ഇവ രണ്ടുംകൂടി ചേർന്ന മിക്സഡ് റിയാലിറ്റി അപ്ലിക്കേഷനുകളുമെല്ലാം പല രീതിയിൽ

ഇന്ന് പല മേഖലകളിലായി ഉപയോഗിച്ച വരുന്നു. ഇവയുടെയെല്ലാം അടിസ്ഥാനം കമ്പ്യൂട്ടർ വിഷൻ സാങ്കേതിക വിദ്യകൾ തന്നെയാണ്. നിങ്ങളുടെ സ്വീകരണമുറിയിൽ ഒരു പുതിയ ഫർണിച്ചറോ കർട്ടനോ ഇട്ടാൽ എങ്ങനെ ഉണ്ടായിരിക്കും അവയെന്ന് വാങ്ങാതെ തന്നെ കാണിച്ചുതരുന്ന ഓഗ്യുമെന്റഡ് റിയാലിറ്റി ആപ്ലിക്കേഷനുകളും നിങ്ങളെ വീട്ടിൽ ഇരുന്നുകൊണ്ട് തന്നെ നയാഗ്രാ വെള്ളച്ചാട്ടത്തിനരികിലേക്കോ അല്ലെങ്കിൽ ഒരു റോളർ കോസ്റ്റർ റൈഡിലേക്കോ കൊണ്ടുപോകുന്ന വിർച്ചൽ റിയാലിറ്റി ആപ്ലിക്കേഷനുകളുമെല്ലാം ചില ഉദാഹരണങ്ങൾ മാത്രം.

കാഴ്ചകളുടെ ഉള്ളുകള്ളികൾ തുറന്നു കാണിച്ച ജീവശാസ്ത്രരംഗത്തെ പുതിയ കണ്ടെത്തലുകളും ഇലക്ട്രോണിക്സ്/കമ്പ്യൂട്ടർ സാങ്കേതിക വിദ്യകളിലെ വിപ്ലവകരമായ പുരോഗതിയും ഒത്തു ചേർന്നപ്പോൾ കമ്പ്യൂട്ടർവിഷൻ അതിന്റെ പരിമിതികൾ ഉൾക്കൊണ്ടുതന്നെ ചില പ്രത്യേക മേഖലകളിലെങ്കിലും പൂർണ്ണതയിലേക്ക് അടുക്കാനും പലപ്പോഴും ജൈവികമായ കാഴ്ചശേഷിയെ മറികടക്കാനും തുടങ്ങി. ഇക്കാലത്ത് കണ്ണുകളെ കബളിപ്പിക്കുക എളുപ്പമാണെങ്കിലും കമ്പ്യൂട്ടർ കണ്ണുകളെ കബളിപ്പിക്കുക അത്ര എളുപ്പമല്ല എന്ന സ്ഥിതിയിലേക്ക് കാര്യങ്ങൾ എത്തിയിട്ടുണ്ട്. മനുഷ്യർ ആവിഷ്കരിച്ചിട്ടുള്ള എല്ലാ സാങ്കേതിക വിദ്യകളും അവന്റെ പ്രകൃത്യാലുള്ള ശാരീരിക പരിമിതികളെ മറികടക്കാനായുള്ളവ ആണെന്നതിനാൽ കമ്പ്യൂട്ടർ സാങ്കേതിക വിദ്യകൾ ഉപയോഗിച്ചുള്ള കമ്പ്യൂട്ടർ വിഷനും കാഴ്ചയുടെ പരിമിതികൾ മറികടക്കാനും തീരുമാനങ്ങൾ എടുക്കാൻ സഹായിക്കാനുമുള്ള ഒരു സപ്ലിമെന്റ് ആയിത്തന്നെയാണ് പ്രവർത്തിക്കുന്നത്.

●

ലേഖകപരിചയം

ടി വി മധു

കാലിക്കറ്റ് യൂണിവേഴ്സിറ്റിയിൽ തത്വചിന്താ വിഭാഗത്തിൽ പ്രൊഫസർ. ഹൈദരാബാദ് സെൻട്രൽ യൂണിവേഴ്സിറ്റിയിൽനിന്നും ഫിലോസഫിയിൽ ഡോക്ടറേറ്റ്.

എതിരൻ കതിരവൻ

അമേരിക്കയിലെ വാബോൺസീ കമ്യൂണിറ്റി കോളേജിൽ സീനിയർ സയന്റിസ്റ്റ്. ജെ എൻ യുവിൽനിന്നും ബയോളജിയിൽ പി എച്ച് ഡി.

അച്യുത്ശങ്കർ എസ് നായർ

കേരളാ യൂണിവേഴ്സിറ്റി ബയോ ഇൻഫോർമാറ്റിക്സ് വിഭാഗം മേധാവി, സി ഡിറ്റ് ഡയറക്ടർ എന്നീ നിലകളിൽ പ്രവർത്തിച്ചിരുന്നു. ഐ ഐ ടി മുംബൈ, കേംബ്രിഡ്ജ് എന്നീ സ്ഥാപനങ്ങളിൽനിന്നും കമ്പ്യൂട്ടർ സയൻസിൽ വിദ്യാഭ്യാസം പൂർത്തിയാക്കി.

ജിജോ പി യു

കാസർകോഡ് ഗവ. കോളേജിലെ ഫിസിക്സ് വിഭാഗം അസോസിയേറ്റ് പ്രൊഫസർ. TED ഫെലോ. IEEE സീനിയർ മെമ്പർ.

സി പ്രേംശങ്കർ
തൃശ്ശൂർ സ്വദേശി. കമ്പ്യൂട്ടർ സയൻസ് എജിനിയറിംഗിൽ ബിരുദവും ടെക്നോളജി മാനേജ്മെന്റ്, ഓപ്പറേഷൻ മാനേജ്മെന്റ്, കമ്പ്യൂട്ടർ സയൻസ് എന്നീ മൂന്ന് വിഷയങ്ങളിൽ ബിരുദാനന്തര ബിരുദവും. കേരള യൂണിവേഴ്സിറ്റിയിലെ ഫ്യൂച്ചർസ് സ്റ്റഡീസ് ഡിപ്പാർട്ടുമെന്റിൽനിന്ന് PhD. വിവിധ സ്വകാര്യ - സർക്കാർ സ്ഥാപനങ്ങളിൽ ജോലി ചെയ്തിരുന്നു. കേരള യൂണിവേഴ്സിറ്റിയുടെ കാര്യവട്ടം ക്യാമ്പസിൽ ഡാറ്റ സയൻസ് അധ്യാപകനായി പ്രവർത്തിച്ചിട്ടുണ്ട്. നിലവിൽ തൃശ്ശൂരിലെ ഐസിസിഎസ് എൻജിനീയറിങ് കോളജിൽ കമ്പ്യൂട്ടർ സയൻസ് ഡിപ്പാർട്ട്മെന്റ് ഹെഡ് ആണ്. വാഗ്ഗിൽ ലാബ്, പ്രമാണ തുടങ്ങിയ സ്റ്റാർട്ടപ്പുകളുടെ സഹസ്ഥാപകൻ. ഇമെയിൽ: prem@iccscem.ac.in.

സുനിൽ തോമസ് തോണിക്കുഴിയിൽ
തൊടുപുഴ സ്വദേശി. ഇലക്ട്രോണിക്സ് എജിനിയറിംഗിൽ ബിരുദവും കമ്പ്യൂട്ടർ സയസിൽ ബിരുദാനന്തര ബിരുദവും നേടിയിട്ടുണ്ട്. ഐഐടി ബോംബയിൽ നിന്ന് PhD. കേരള നിയമസഭയിൽ ഐ ടി കൺസൾട്ടന്റ് വിവിധ കോളേജുകളിൽ അധ്യാപകൻ, പ്രിൻസിപ്പൽ എന്നീ നിലകളിൽ പ്രവർത്തിച്ചിട്ടുണ്ട്. നിലവിൽ തിരുവനന്തപുരത്തെ ഇന്റർനാഷണൽ സെന്റർ ഫോർ ഫ്രീ ആന്റ് ഓപ്പൺ സോഴ്സ് സോഫ്റ്റ് വെയറിന്റെ ഡയറക്ടർ ആണ്. ഇമെയിൽ: suniltt@gmail.com

ജയാ ജി നായർ
ഐ എസ് ആർ ഒയിലെ മുൻ ശാസ്ത്രജ്ഞ. NCST, IIST എന്നീ സ്ഥാപനങ്ങളിൽ സേവനമനുഷ്ഠിച്ചു. ഇംഗ്ലീഷിലും മലയാളത്തിലും ശാസ്ത്ര പംക്തികളും പഠനങ്ങളും എഴുതിവരുന്നു.

ദീപക് പി
ബെൽഫാസ്റ്റിലെ യൂണിവേഴ്സിറ്റിയിൽ കമ്പ്യൂട്ടർ സയൻസ് വിഭാഗത്തിൽ അസിസ്റ്റന്റ് പ്രൊഫെസർ. ഐ ഐ ടി മദ്രാസിൽനിന്നും ബിരുദാനന്തര ബിരുദവും പി എച്ച് ഡിയും. ഐ ബി എമ്മിൽ നിർമിത ബുദ്ധി വിഭാഗത്തിൽ ദീർഘകാലം ജോലി ചെയ്തു.

കെ എൻ ഗണേശ്

ചരിത്രാധ്യാപകൻ. ജെ എൻ യുവിൽ നിന്നും ഗവേഷണം പൂർത്തിയാക്കിയതിനു ശേഷം കാലിക്കറ്റ് യൂണിവേഴ്സിറ്റിയിൽ ചരിത്ര വിഭാഗം പ്രൊഫസറായി സേവനമനുഷ്ഠിച്ചു. നിലവിൽ കേരള ചരിത്രകൗൺസിൽ മേധാവി.

കെ സുജിത്ത്കുമാർ

ഇലക്ട്രോണിക്സ് ആൻഡ് കമ്മ്യൂണിക്കേഷനിൽ എം ടെക് ബിരുദം. പൊതുമേഖലാ സ്ഥാപനത്തിൽ എഞ്ചിനീയർ ആയി ജോലി നോക്കുന്നു. സയൻസ് ആൻഡ് ടെക്നോളജി കമ്യൂണിക്കേറ്റർ.

www.ingramcontent.com/pod-product-compliance
Lightning Source LLC
LaVergne TN
LVHW090402051026
849518LV00006B/2208
* 9 7 8 8 1 9 7 3 9 9 5 3 4 *